யாத்ரா

ஆத்விகா பொம்மு

மகதீரா பதிப்பகம்
சேலம்

நூல் விவரம்

நூலின் பெயர் : யாத்ரா

ஆசிரியர் : ஆத்விகா பொம்மு

முதல் பதிப்பு : நவம்பர் 2023

உரிமை : ஆசிரியருக்கு

மொழி : தமிழ்

நூல் அளவு : 1 x 8 கிரவுன்

வெளியீடு : மகதீரா பதிப்பகம்

அண்ணா நகர்

அங்கம்மாள் காலனி

சேலம் - 9

அலைப்பேசி : 9994457899

மின்னஞ்சல் : magadheerapublications@gmail.com

பக்கங்கள் : 400

விலை : Rs 390/-

ஒளி ஆச்சு : MM Designs, Salem

அச்சிட்டோர் : Vedha Enterprises, Chennai-17

மகதீரா பதிப்பகத்தினால் இதுவரை பதிக்கப்பட்ட ஆத்விகா பொம்முவின் நாவல்கள்

1. உருகி விட்டேனடி உன் உயிர் காதலினாலே
2. பிரம்மா (பிரம்மா - காரிகையின் கானல் கனவுகள் என இரு நாவல்களை உள்ளடக்கியது)
3. அர்ஜுன் பரீக்ஷித்
4. ரட்சிக்கும் ராவணா
5. டாம் அண்ட் ஜெர்ரி
6. காதலாய் ஒரு காந்தர்வம்
7. விளையாடு வேட்டையாடு- The Beginning - கர்ணன்- Part 1 - Part 2
8. இந்திரஜித் - ருத்ரன்- Part 3 - Part 4
9 அர்ஜுன் , தீரன் - The Conclusion - Part 5 - Part 6
10. உன்னில் தொலைந்தேனடி பெண்ணே!!!
11. மலரிதழில் மடிந்தேனே
12. கடல் சேரும் நதி நீயடி
13. அந்தி நேர தென்றல் காற்றே (அந்தி நேர தென்றல் காற்றே - நறுமுகையே நறுமுகையே என இரு நாவல்களை உள்ளடக்கியது)
14. சரணடைந்தேன் கண்மணியே
15. வேங்கையவன் வேல்விழியாள்
16. மகதீரா

யாத்ரா
அத்தியாயம் 1

எஸ். யாத்ரா சரவணன், எல்.எல் பி, சட்டத் துறை அமைச்சர் என்கின்ற பெயர்ப் பலகை வாசலில் மின்னிக் கொண்டு இருந்தது அந்த மாளிகையில்...

யாத்ரா என்னும் பெயரை தெரியாதவர்கள் அந்த மாநிலத்திலேயே இருக்க முடியாது...

சட்டத்துறை அமைச்சர் என்று வெளியில் தெரிந்தாலும் சட்டத்தையே கையாள்பவன் அவன் தான்...

அவனிடம் நீதி, நேர்மை, சட்டம் எல்லாம் எதிர்பார்க்க முடியாது...

முப்பது வயது தான் இருக்கும்... ஆனால் ஒரு சாம்ராஜ்ஜியத்தையே உருவாக்கி இருந்தான்...

அவனுக்கு சட்ட அறிவு, கல்வி அறிவு மட்டுமே...

அதனை எல்லாம் அவன் நேர்மையாக பயன்படுத்திய சரித்திரமே இல்லை...

அவன் தந்தை செல்வாவும் மினிஸ்டராக இருந்தவர்...

இப்போது இருக்கும் முதலமைச்சர் ஜீவானந்தனின் நெருங்கிய நண்பரும் கூட...

செல்வா மாரடைப்பில் இறந்து விட, அவர் இடத்துக்கு வந்து சேர்ந்தவன் தான் இந்த யாத்ரா சரவணன்... வழக்கம் போல குடும்ப அரசியல் தான்..

அவன் இதுவரை சந்தித்த ஒரே எலெக்ஷனில் மினிஸ்டர் வரை உயர்ந்தது கட்சியினர் மத்தியில் சலசலப்பை உண்டாக்கினாலும், யாத்ராவை எதிர்த்து பேச யாருக்கும் தைரியம் இல்லை...

அப்படி ஒரு செல்வாக்கு மிக்கவன் அவன்...

அவனுக்கென்று தனியாக ஒரு ஐ டி கம்பெனியும் இருந்தது...

அதனை அவனது தம்பிகளான ஆர்யாவும் ஹரிஷும் நிர்வாகம் செய்து கொண்டு இருந்தார்கள்..

அவனது மாளிகை வீட்டில் இருக்கும் மூத்தவர் தான் குரலரசி...

யாத்ராவின் தந்தையான செல்வாவின் தாய்...

அவருடைய கணவர் இறந்து விட்டார்...

மிகவும் கண்டிப்பான அவருக்கு ஒரு மகன் மற்றும் ஒரு மகள்... மகன் செல்வா, மற்றும் மகள் விசித்ரா...

மகன் செல்வாவின் மனைவி தான் ஷண்முகி...

ஜாடிக்கேற்ற மூடி போல, ஷண்முகியும் கறாரானவர்....

குரலரசிக்கு ஏற்ப அவரது மருமகள் அமைந்தாலும், மகள் விசித்ராவோ நேரெதிரான குணமுடையவர்...

சாந்த சொரூபி...

அவருக்கு ஏற்ற போல அவருடைய கணவன் கிருஷ்ணன்... ஷண்முகியின் தம்பி... மாற்று சம்பந்தம் செய்து இருந்தார்கள்...

கிருஷ்ணன் வீட்டோடு மாப்பிள்ளையாக இருக்கின்றார்...

இல்லை இல்லை இருக்க வைத்து இருக்கின்றார்கள்...

அவரும் மென்மையானவர்...

செல்வாவுக்கும் ஷண்முகிக்கும் மூன்று ஆண் குழந்தைகள்...

யாத்ரா சரவணன், ஆர்யா மற்றும் ஹரிஷ்....

அதே போல, கிருஷ்ணனுக்கும் விசித்ராவுக்கும் மூன்று பெண் குழந்தைகள்...

மிதிலா, மதுரா மற்றும் ஆடலரசி...

அரசி என்பது அவர்களது குடும்ப பெயர்...

முதலில் பிறந்த பெண் குழந்தைகளுக்கு வைக்க மறந்து விட்டார்கள்...

ஷண்முகி தான், ''அத்தை உங்க குடும்ப பேரை எதுக்கு இடைல நிறுத்தணும்? விசித்ராவோட மூணாவது பொண்ணுக்காச்சும் வைக்கலாம்'' என்று சொல்லி, அவர் வைத்த பெயர் தான் இந்த ஆடலரசி.

மிதிலா, மதுரா மற்றும் ஆடலரசி பிறந்ததுமே அவர்கள் மூவரும் பேரன்களை தான் திருமணம் செய்ய வேண்டும் என்று என்று குரலரசி வெளிப்படையாக சொல்லியே விட்டார்...

யாத்ரா, ஆர்யா மற்றும் ஹரீஷ விட, மிதிலா, மதுரா மற்றும் ஆடலரசி என மூவருமே இளமையானவர்கள்.

யாருக்கு எந்த பெண் என்று நிச்சயம்

செய்யவில்லை என்றாலும் வரிசையில் திருமணம் செய்து வைக்க வேண்டும் என்று மனதளவில் எல்லோரும் யோசித்து இருந்தது என்னவோ உண்மை தான்...

மிதிலா மற்றும் மதுரா என இருவரும் படித்து முடித்து இருக்க, ஆடலரசியோ கல்லூரியில் இறுதி ஆண்டு படித்துக் கொண்டு இருந்த தருணம் அது...

குடும்பத்தில் இருக்கும் சுட்டிப் பெண் என்றால் அவள் ஒருத்தி தான்...

அன்று காலை ஏழு மணி இருக்கும், ஏழரைக்கு அனைவரும் ஒன்றாக உட்கார்ந்து காலை உணவை சாப்பிட வேண்டும் என்பது அங்கே எழுதப்படாத விதி...

உணவு மேசையில் ஏற்கனவே குரலரசியும் ஷண்முகியும் அமர்ந்து பேசிக் கொண்டு இருந்தார்கள்.

அதனை தொடர்ந்து, கிருஷ்ணனும் விசித்ராவும் வந்து அமர, குரலரசியோ, ''எங்க உன் மூணு சீதேவிங்க?'' என்று விசித்ராவிடம் கேட்க, ''ரெடி ஆயிட்டு இருக்காங்கம்மா'' என்றார் அவர்...

இதனிடையே ஹரிஷும் ஆர்யாவும் கூட வந்து அமர்ந்து விட்டார்கள்...

மிதிலாவோ, ''வீட்ல தான் இருக்க போறேன்... சாப்பிடுறதுக்காக நேரத்துக்கே எந்திரிக்க வேண்டி இருக்கு'' என்று முணுமுணுத்துக் கொண்டே ஆயத்தமாகி வெளியே வந்தாள்...

மிதிலா அமைதியான பெண்...

அழகான பெண்ணும் கூட...

உணவு மேசையை நோக்கி அவள் நடந்து வருவதைப் பார்த்த குரலரசியோ, 'அழகா இருக்கா... கல்யாண வயசு வேற நெருங்கிட்டு இருக்கு... யாத்ரா தான் கல்யாணத்துக்கு இன்னும் சம்மதிக்க மாட்டேன்னு சொல்றான்' என்று சொல்லிக் கொண்டு இருந்த கணம், சட்டென ஆர்யாவுக்கு புரையேறியது.

தலையில் அவன் தட்டிக் கொள்ள, அவனை நோக்கி நீர்க் குவளையை நீட்டிய ஹரிஷோ, ''குடிடா'' என்றான் அடக்கப்பட்ட சிரிப்புடன்...

அவனை ஒரு கணம் அழுத்தமாக பார்த்து விட்டு ஆர்யாவும் நீரை அருந்திக் கொள்ள, மிதிலாவோ அங்கே வந்து அமர்ந்தபடி, ''குட் மார்னிங் பாட்டி, குட் மார்னிங் அத்தை'' என்றாள் மெல்லிய குரலில்...

''ம்ம்'' என்று ஒரே வகையான பதில் இருவரிடமும் இருந்து...

அவளுக்கோ அங்கே அமர்ந்து இருக்கவே மூச்சடைத்தது...

தலையை குனிந்தபடியே அமர்ந்து இருந்தாள்...

அவளை தொடர்ந்து மதுரா வந்தாள்...

அவளுக்கு இவர்களை பார்த்து பயம் இருந்தாலும், கொஞ்சம் இயல்பானவள் தான்...

மிதிலா அளவுக்கு பயந்தவள் அல்ல...

''குட் மார்னிங் பாட்டி, குட் மார்னிங் அத்தை'' என்று சொல்லிக் கொண்டே வந்து அமர்ந்து விட, குரலரசியோ, ''எங்கடி ஆடல்? இன்னும்

வந்து சேரல, யாத்ரா வர்ற நேரம் ஆச்சு'' என்று சொன்னதுமே, அப்போது தான் குளியலறையில் இருந்த மார்பில் டவலை கட்டிக் கொண்டே, பதறி ஓடி அறைக்குள் வந்த ஆடலரசியோ, ''ஐயோ இந்த தாய்க்கிழவி கத்த ஆரம்பிச்சிடுச்சே'' என்று புலம்பிக் கொண்டே உடையை வேகமாக அணிந்தாள்...

அங்கே சுடிதார் அல்லது புடவை தான் அணிய வேண்டும்...

அதுவும் எழுதப்படாத சட்டம்...

சுடிதாரை அணிந்தவளோ, ''காலேஜ் ல எல்லோரும் மார்டன் ஆஹ் வர்றாங்க... நான் மட்டும் சுடிதார் ல போறேன்... ச்சை... இந்த வீட்ல தெரியாம வந்து பிறந்துட்டேன்'' என்று புலம்பிக் கொண்டே, தனது முடியை விரித்து விட்டவளோ, ''இன்னைக்காச்சும் ஃப்ரீ ஹெயார் ல போறதுக்கு இந்த தாய் கிழவி விடணும் சாமி'' என்று கடவுளை வேண்டிக் கொண்டே, விறு விறுவென கீழே இறங்கினாள்...

அவள் வருவதை அனைவரும் சட்டென திரும்பிப் பார்த்தார்கள்...

குரலரசியோ, ''மெதுவா நடக்க மாட்டியா ஆடல்... திம்மு திம்முன்னு குதிக்கிற'' என்று திட்ட, 'இந்த வீட்ல நடக்கவும் உரிமை இல்ல' என்று மனதுக்குள் புலம்பிக் கொண்டே, ''சாரி பாட்டி'' என்று சொன்னபடி வந்து அமர்ந்து விட்டாள்.

''ஏய் எந்திரி'' என்றார் குரலரசி...

மதுராவோ, ''அது தான் லூஸ் ஹெயார் ல காலேஜுக்கு போக விட மாட்டாங்கன்னு தெரியுமே. இந்த ஆடலுக்கு எவ்ளோ தைரியம் பார்த்தியா?''

என்று மிதிலாவிடம் ரகசிய குரலில் புலம்ப, ஆடலரசியும் எழுந்து நின்றபடி, ஒரு பெருமூச்சை விட்டாள்...

குரலரசியோ, ''காமாட்சி, அந்த எண்ணெய் பாட்டிலையும் சீப்பையும் எடுத்து வா'' என்று சொல்ல, ''நாசமா போச்சு... இந்த தாய் கிழவி கூட முடில'' என்று மனதுக்குள் ஆடலரசி புலம்பிக் கொண்டே, ''பாட்டி... நானே முடியை கட்டுறேன்'' என்று மெல்லிய குரலில் கெஞ்சினாள்...

''வாயை மூடு...'' என்று திட்டிய குரலரசியின் கையில் எண்ணெய் பாட்டிலும் சீப்பும் கொடுக்கப்பட, ''அங்கே போய் உட்காரு'' என்று சொல்ல, ஆடலரசியும், அங்கே தள்ளி இருந்த இருக்கையில் சென்று அமர்ந்து கொள்ள, குரலரசியோ, வழிய வழிய அவளுக்கு எண்ணெய் வைத்து, முடியை பின்னி கட்டி இருக்க, அவளுக்கு அழுகை தான் முட்டிக் கொண்டு வந்தது...

எதிர்த்து பேச தைரியம் இல்லை...

மௌனமாக இருந்தாள்...

அத்துடன் நிறுத்தி இருந்தால் பரவாயில்லை...

''நெத்தில கண்ணுக்கு தெரியாத அளவு தான் பொட்டு வைப்பியா?'' என்று திட்டிக் கொண்டே, பெரிய பொட்டு ஒன்றையும் வைத்து விட, அவளுக்கு 'ஐயோடா' என்று தான் இருந்தது...

அவளை பார்த்த விசித்ராவுக்கே பாவமாக இருந்தது...

ஆனால் யாருக்கும் எதிர்த்து பேச தைரியம் இல்லை...

அப்படியே வந்து சாப்பிட அமர்ந்த ஆடலரசி மனதுக்குள் குரலரசிக்கு திட்டிக் கொண்டே இருந்தாள்...

அந்த கணம், சட்டென ஒரு நிசப்தம்...

அந்த நிசப்தமே யாத்ரா வருகின்றான் என்று உணர்த்த, எல்லோரும் மாடியை திரும்பிப் பார்த்தார்கள்...

யாத்ரா சரவணன்... பெயருக்கு ஏற்ற கம்பீரம்...

மாடிப் படியில் இருந்து இறங்கிக் கொண்டு இருந்தான்...

வேஷ்டி சட்டை அணிந்து இருந்தான்...

அரசியல் சம்பந்தமாக இன்று வேலை இருக்கிறது என்று அவன் உடையை வைத்து யூகித்துக் கொண்டார்கள்...

அவனோ, ஷேர்ட்டின் கையை முட்டி வரை மடித்து விட்டுக் கொண்டே இறங்க, சட்டென ஹரிஷ்ம் ஆர்யாவும் நேர்த்தியாக அமர்ந்து கொண்டார்கள்...

அவனோ யாரையும் பார்க்காமல் வந்து அமர்ந்து இருந்தான்...

அவனது செக்ரீட்டரி முருகன், வாசலில் நின்று இருந்தான்...

அவனது காவலாளிகள் அவனது ஜீப் அருகே நின்று இருந்தார்கள்...

அவனை எதிர்த்து மூச்சு விட கூட யாருக்கும் தைரியம் இல்லை...

அவனோ கவிழ்ந்து இருந்த உணவு தட்டை

சாப்பிடுவதற்காக திருப்பி வைக்க, ''அண்ணா'' என்றான் ஆர்யா மென்குரலில்...

''ம்ம்'' என்றவன் உணவை எடுத்து தட்டில் வைக்க, ''கம்பெனில வீக்கென்ட் வேலை பார்த்த உங்க செக்ரீட்டரி ஜெய்க்கு ஆக்சிடென்ட் ஆயிடுச்சு... ஆறு மாசம் பெட் ரெஸ்ட் எடுக்கணும்னு சொல்லி இருக்காங்க'' என்றான்...

''அவனுக்கு பணத்தை செட்டில் பண்ணிடு. வேற செக்ரீட்டரி அப்பாய்ண்ட் பண்ணிடு'' என்றான்...

ஆர்யாவோ தயக்கமாக, ''எல்லோரும் கொஞ்சம் பயப்படுறாங்க'' என்று சொல்ல, உணவை மென்று கொண்டே, அவனை பக்கவாட்டாக திரும்பிப் பார்த்தவனோ, ''இந்த வீட்ல மூணு பேர் வெட்டியா இருக்காங்களே...'' என்றான்...

மிதிலா, மதுரா மற்றும் ஆடலரசி என மூவருக்கும் நெஞ்சே அடைத்து விட்டது...

குரலரசியோ, ''அப்போ மிதிலாவை செக்ரீட்டரியாக போட்டுடலாம்'' என்றார்...

அவருக்கோ அப்படியாவது யாத்ரா திருமணம் பற்றி பேச மாட்டானா என்கின்ற நப்பாசை...

மிதிலாவுக்கோ மூச்சே வரவில்லை...

ஆடலரசிக்கு சிரிப்பு வந்து விட்டது...

''சிக்கிட்டா'' என்று நினைத்துக் கொண்டே, சிரிப்பை அடக்க முயன்று தோற்றவளாக, மெதுவாக சிரித்தவள், சட்டென வாயை மூடிக் கொள்ள, யாத்ராவோ சாப்பிட்டுக் கொண்டே, விழிகளை உயர்த்தி, சிரித்துக் கொண்டு இருந்த ஆடலரசி

யை பார்த்தவன், அவளை நோக்கி இடது கையால் சொடக்கிட, அவளோ சட்டென ஏறிட்டுப் பார்த்தாள்.

''நாளைக்கு சட்டர்டே... ஆஃபீஸுக்கு வந்திடு'' என்று சொன்னதுமே, அவள் விழிகள் அதிர்ந்து விரிந்து கொண்டன...

ஷண்முகியோ, ''அவ படிச்சிட்டு இருக்காப்பா'' என்று சொல்ல, ''எந்த காலெஜ்ல வீகென்ட் கிளாஸ் நடக்குது'' என்று கேட்டுக் கொண்டே சாப்பிட, அனைவரும் மௌனமாகி விட்டார்கள்...

ஆடலரசிக்கு தான் ஜீரணிக்க முடியவில்லை...

மறுக்கவும் முடியவில்லை...

என்ன செய்வது என்று தெரியாத தவிப்பு...

சாப்பாடும் இறங்கவில்லை....

சாப்பிடாமல் எழவும் முடியாது...

யாத்ரா சாப்பிட்டு முடியும் வரை அங்கேயே இருந்தாக வேண்டும்...

யாத்ராவும் சாப்பிட்டு விட்டு விறு விறுவென வெளியேற, மதுராவும் மிதிலாவும் பரிதாபமாக ஆடலரசியை பார்க்க, ''இப்படி பார்க்காதீங்கடி'' என்று திட்டிக் கொண்டே எழுந்தவள் வெளியேறி, அவளுக்கான காரில் ஏறிக் கொண்டாள்...

மனம் அவளுக்கு நிதானத்திலேயே இல்லை...

யாத்ரா என்று சொன்னாலே அவளுக்கு கை கால்கள் நடுங்கும்...

அவனிடம் வேலை பார்ப்பதை நினைக்கவே மயக்கம் வந்தது...

'மிதிலாவை செக்ரீட்டரியா போட வேண்டியது தானே... நான் எதுக்கு?' என்று முணுமுணுத்துக் கொண்டே, வண்டியில் சென்றாள்...

அவள் காலேஜும் வந்து விட்டது...

வண்டியில் இருந்து இறங்கியவளோ, நெற்றியில் இருந்த பொட்டை கழட்டி போட்டு விட்டு, முணுமுணுத்துக் கொண்டே நடந்து செல்ல, ''என்ன மேடம் செம டென்க்ஷனா?'' என்று ஒரு குரல்...

சட்டென்று திரும்பிப் பார்த்தாள்...

அங்கே நின்றது அவளது பெஸ்டி அதியமான்...

விறைப்பான தோற்றம்...

அந்த தோற்றத்துக்கு ஏற்ற போல, அவன் போலீஸ்காரன் தான்...

ஏ சி பி அதியமான் என்று சொன்னாலே போலீஸ் டிபார்ட்மெண்டில் ஒரு நடுக்கம்...

அதற்கு அவன் ஆளுமையுடன் சேர்த்து அவன் தந்தையின் பதவியும் காரணம்...

ஆம் அவன் தான் முதலமைச்சர் ஜீவானந்தனின் மகன்...

அவனுக்கு ஒரே தங்கை அனிதா...

அனிதாவின் நண்பி தான் ஆடலரசி...

அனிதாவை காலேஜில் கொண்டு விடுபவன் தான் அதியமான்... அப்படி ஆரம்பமானது தான் அதியமான் மற்றும் ஆடலரசியின் நட்பு...

அதியமான் போலீஸ் என்று சொன்னதுமே

ஆடலரசிக்கு அவனை நண்பனாக மாற்றிக் கொள்ள விருப்பம்...

ஆடலரசியின் சுட்டித் தனம் அதியமானுக்கு பிடித்து விட, இருவரும் மிக நெருங்கிய நண்பர்களாகி விட்டார்கள்... அலைபேசியில் மணிக்கணக்காக பேசிக் கொள்வார்கள்... வயது வேறுபாடு இல்லாத நட்பு...

அனிதாவே, ''நான் உன் ஃப்ரெண்ட் ஆஃற? இல்ல என் அண்ணன் உன் ஃப்ரெண்ட் ஆஃற?'' என்று ஆடலரசியிடம் கோபப்படும் அளவுக்கு அவர்கள் நட்பு...

ஆரம்பத்தில் அவர்கள் நட்பால் தனது முன்னுரிமை பாதிக்கப்படுவதை உணர்ந்த அனிதா, அவர்களை பிரிக்க முயன்று தோற்றவளாக, ''போங்கடா, என்னவோ பண்ணுங்க'' என்று விட்டு விட்டாள்...

ஆடலரசியை அவன் 'கன்னுகுட்டி' என்று அழைப்பதும், அதியமானை அவள், 'மான்குட்டி' என்று அழைப்பதுமாக இருக்கும் போது அனிதாவினால் என்ன தான் செய்ய முடியும்?

அனிதாவுக்கு அவர்கள் காதலிக்கின்றார்களோ என்று சந்தேகம்...

''லவ் பண்ணுறியா?'' என்று ஆடலரசியிடம் கேட்டுப் பார்த்தாள்...

''வாயில அடி, மான்குட்டி என்னோட பெஸ்டி'' என்று விட்டாள் அவள்...

அதியமானிடமும் அதே கேள்வியை கேட்டாள்...

''இல்லடி'' என்றான் அவன்...

ஆனால் அவனுக்குள் அவள் மீது ஒரு தலை காதல் இருந்தது என்னவோ உண்மை தான்...

அவள் படித்து முடிய காதலை சொல்லலாம் என்று நினைத்து இருந்தான்...

காதலை சொல்வதில் அவனுக்கு நிறைய சிக்கல்களும் இருந்தன... நிறைய சிந்திக்க வேண்டியும் இருந்தது...

அவன் முதலமைச்சர் மகனாக இருந்தாலும், அரசியலில் இருந்து ஒதுங்கியவன்...

அவனுக்கு இந்த அரசியலை பார்த்தாலே கோபம்... நேர்மையானவனுக்கு அரசியலில் இருக்கும் ஊழல்களில் பிடித்தம் இல்லை...

ஜீவானந்தன் எத்தனையோ தடவை வலியுறுத்தியும், ''நான் எனக்கு பிடிச்ச வேலையை தான் பார்ப்பேன்...'' என்று சொல்லி ஏ சி பி ஆகி விட்டான்...

அவனுக்கு அரசியலும் பிடிக்காது, அரசியலில் இருக்கும் யாத்ராவையும் பிடிக்காது...

சட்டத் துறை அமைச்சராக இருந்து கொண்டே, சட்டத்தை கையில் எடுக்கும் அவன் மீது கொலை வெறி ஆத்திரம்...

இருவரும் நேரடியாகவும் மறைமுகமாகவும் பல இடங்களில் மோதி இருக்கின்றார்கள்... ஒருவர் அடுத்தவரை எப்படி தாக்கலாம் என்று யோசிக்கும் அளவுக்கு வன்மத்தை வளர்த்து வைத்து இருக்கின்றார்கள்...

ஆடலரசி யாத்ராவின் வீட்டுப் பெண் என்பதால்

தான் அவனுக்கு இந்த காதலை சொல்ல தயக்கம்...

ஆனாலும் அவளை விட்டுக் கொடுக்கவும் முடியவில்லை... அதனாலேயே அவளுடன் நட்பை தொடர்ந்து கொண்டு இருக்கின்றான்...

அவள் படித்து முடித்ததும், யோசித்து இந்த விஷயத்தை சொல்ல வேண்டும் என்று நினைத்து இருக்கின்றான்...

இன்று, அனிதாவை காலெஜில் விட்டதுமே, அனிதாவும் உள்ளே சென்று விட, அதியமானோ ஆடலரசிக்காக காத்துக் கொண்டு வாசலில் நின்று இருக்க, அவளும் அங்கே வந்து சேர்ந்தாள்...

அவள் முகமே அவள் பதட்டமாக இருக்கின்றாள் என்று உணர்த்த, அவளுடன் பேச வந்து விட்டான்...

அத்தியாயம் 2

அவனைக் கண்டதுமே, ''மான்குட்டி இன்னைக்கு என்னாச்சு தெரியுமா?'' என்று சிணுங்கிக் கொண்டே, அவன் அருகே வந்தாள் பெண்ணவள்...

''அது இருக்கட்டும்? எண்ணெய் சட்டில விழுந்து எந்திரிச்ச போல வந்திருக்கியே'' என்று அவள் தலைமுடியை பார்த்துக் கொண்டே கேட்க, அவளோ, ''எல்லாம் அந்த தாய்க்கிழவி பண்ணுன வேலை... அத விடு, அந்த ஹிட்லர் என்னை செக்ரீட்டரியா வீக்கெண்ட் வேலைக்கு ஆஃபீஸுக்கு வர சொல்றான்... காண்டாவுது'' என்று சொல்ல, அதியமானோ சிரித்துக் கொண்டே, பாக்கெட்டில் இருந்த சாக்லெட்டை எடுத்து நீட்டியவன், ''இத சாப்பிடு'' என்றான்...

அவளும் அதனை வாங்கி சாப்பிட்டுக் கொண்டே, ''என்ன பண்ணலாம்னு சொல்லு மான்குட்டி'' என்று சிணுங்களாக கேட்க, அவனோ, ''நான் என்னடி சொல்றது? உன் மாமா கிட்ட நீ தான் பேசணும்'' என்றான்...

''மாமா கீமான்னு சொன்ன வாயை உடைப்பேன்'' என்றாள்...

''போலீஸ்காரனோட வாயை உடைப்பியா?'' என்று அவன் கேட்க, ''ஆமா உடைப்பேன்'' என்று அவள் சொல்ல, அவன் சிரித்து விட்டான்...

''இப்போ என்ன?'' என்று கேட்டான்...

''எனக்கு அவன் கிட்ட வேலைக்கு போக முடியாது. மனுஷனா அவன்? கோபம் வந்தா என்னையே அடிப்பான் மான்குட்டி... பார்ட் டைம் சைக்கோ அவன்'' என்று சொல்ல, அதியமானோ சத்தமாக சிரித்துக் கொண்டே, ''ஆஹ் இதுக்கு வாய்ப்பிருக்கு தான்'' என்றான்...

அவனை முறைத்தவள், ''அடிப்பான்னு சொல்றேன்... அதுக்கு ஆறுதல் சொல்லாம வாய்ப்பிருக்குன்னு சொல்ற... நீ போலீஸ் தானே... அவனை அரெஸ்ட் பண்ணி உள்ளே வைக்க முடியாதா?'' என்று கேட்க, ''அதுக்கு தான் ட்ரை பண்ணிட்டு இருக்கேன்... சீக்கிரம் பண்ணிடலாம்'' என்றான் கண்களை சிமிட்டி...

''அத முதல் பண்ணு... அப்போ தான் எனக்கு நிம்மதி'' என்று சொல்லிக் கொண்டே, அவள் செல்ல, அவள் முதுகை புன்னகையுடன் பார்த்த அதியமானோ தனது வண்டியில் ஏறிக் கொண்டான்...

அவனது புன்னகையும் மென்மையும் அவளிடம் மட்டும் தான்...

அதனை வேறு யாரிடமும் எதிர்பார்க்கவும் முடியாது...

கிட்டத்தட்ட குணத்தில் அவனும் யாத்ரா போல தான்...

ஆனால் நேர்மையான யாத்ரா தான் இந்த அதியமான்...

இதே சமயம், சோர்வாக நடந்தபடி லெக்ஷர் ஹாலினுள் நுழைந்த ஆடலரசியோ நடந்து சென்று அனிதா அருகே அமர, அவளோ, ''அண்ணா கூட பேசுனா ஜாலியா வருவியே... இன்னைக்கு என்னாச்சு?'' என்று கேட்டாள்...

''அந்த சோக கதையை ஏன் கேக்கிற அனிதா?'' என்று ஆரம்பித்தவள் மொத்தமாக சொல்லி முடிக்க, ''அவரை பார்த்தா அசெம்பிலி ல தான் எல்லோருக்கும் பயம்னு அப்பா சொல்லுவார்... வீட்லயும் எதுக்குடி இவ்ளோ பயம்?'' என்று கேட்க, அவளோ, ''எங்க வீடே ஒரு அசெம்பிலி தான் டி'' என்று சலிப்பாக சொல்ல, அனிதாவோ சத்தமாக சிரித்துக் கொண்டாள்...

யாத்ராவின் வீட்டில், ஆர்யாவோ அலுவலகம் கிளம்பாமல் வீட்டிலேயே அங்கும் இங்கும் நடந்து திரிய, ஹரிஷோ, ''இப்போ நீ வர போறியா இல்லையா?'' என்று இத்துடன் பத்தாவது தடவை கேட்டு விட்டான்...

''வர்றேன் டா, கொஞ்சம் வெய்ட் பண்ணு'' என்று சொல்லிக் கொண்டே, அலைபேசியை எடுத்தவன்

யாருக்கோ மெசேஜ் அனுப்ப, ''புரிஞ்சிடுச்சு டா... நீ இந்த காலத்துல வர மாட்டே.'' என்று சலித்தபடி சோஃபாவில் சாய்ந்து அமர்ந்தான் ஹரிஷ்...

சற்று நேரத்தில் சுற்றும் முற்றும் பார்த்துக் கொண்டே, அறைக்குள் இருந்து வெளியே வந்த மிதிலாவோ, 'என்ன?' என்கின்ற தோரணையில் ஆர்யாவைப் பார்த்து கண்களை அசைக்க, அவனோ, விழிகளால், மொட்டை மாடியை காட்டிக் கொண்டே, மேலே ஏறிச் செல்ல, அவளும் அக்கம் பக்கம் பார்த்து விட்டு, அவனை பின் தொடர்ந்து சென்றாள்.

அவள் மொட்டை மாடியை அடைந்த அடுத்த கணமே, வலிய கரங்களால் அவளை இழுத்து, சுவரின் பின் புறம் சாய வைத்த ஆர்யாவோ, அவள் மீது மொத்தமாக சாய்ந்து கொள்ள, 'யாராச்சும் பார்த்துட போறாங்க' என்று பதறினாள் பெண்ணவள்.

''பார்க்கட்டுமே'' என்று சொல்லிக் கொண்டே, அவள் கன்னத்தை பற்றி விழிகளுடன் விழிகளை கலக்க விட்டவனோ, ''செம்ம அழகா இருக்க'' என்றான்...

அவள் கன்னங்கள் சட்டென்று சிவந்து போக, ''இன்னைக்கு யாத்ரா மாமாவுக்கு செக்ரீட்டரின்னு சொன்னதும் உயிரே போயிடுச்சு'' என்று சொன்னாள்.

அவனோ, ''எனக்கும் உன்னை நினச்சு பாவமா போயிடுச்சு... ஆனா உனக்கு வந்ததை தான் உன் தங்கச்சி வாங்கிக்கிட்டாளே'' என்று சொல்ல, அவளோ, ''யாரு பெத்த புள்ளையோ, எனக்கு வர்றதெல்லாம் அவ வாங்கிக்கிறா'' என்று சொல்ல, அவன் சத்தமாக சிரித்துக் கொண்டே, ''ஆஃபீஸ் போகாம உனக்காக தான் வெய்ட் பண்ணிட்டு

இருந்தேன்'' என்று அவள் இதழ்களை பார்த்துக் கொண்டே சொல்ல, அவளோ, வெட்கத்துடன், ''யாரும் பார்த்துட்டாங்கன்னா'' என்றாள்...

''ஏதோ முதல் தடவை போல சலிச்சுக்கிற... இந்த இடத்துல எவ்ளோ தடவை நம்ம கிஸ் பண்ணி இருப்போம்'' என்று கண் சிமிட்டி கேட்க, அவளும், ''ம்ம்'' என்றாள்...

அவனோ அவள் இதழ்களை நெருங்க, இதனை தள்ளி இருந்த மல்லிகை பந்தலினுள் ஒளிந்து இருந்து பார்த்துக் கொண்டு இருந்த மதுராவோ, ''ஆஹ் இன்னைக்கும் நமக்கு ஒரு கிஸ்ஸிங் ஸீன்'' என்று நினைத்தபடியே நின்று இருக்க, அவள் தலையில் ஒரு கொட்டு...

''ஆஹ்'' என்று சொல்லிக் கொண்டே பதறி அவள் திரும்ப, அவள் வாயை மூடிய ஹரிஷோ, ''எதுக்குடி கத்துற?'' என்று கேட்டான்...

அவளோ, அவன் கையை அகற்றிக் கொண்டே, ''நீங்க எங்க இங்க?'' என்று கேட்க, அவனோ, ''இப்படி ஒட்டி நின்னு பார்க்கிறியே... அசிங்கமா இல்லையா?'' என்றான்...

அவளோ, ''நான் ஒன்னும் அத பார்க்க வரலையே. மல்லிகை பந்தல சுத்தி பார்க்க வந்தேன்'' என்று சொல்ல, ''நீ மல்லிகை பந்தல பார்க்க வந்தியா, மஜா ஸீன் பார்க்க வந்தியான்னு எனக்கு தெரியும்'' என்று சொல்ல, அவளோ, ''சரி மஜா ஸீன் தான் பார்க்க வந்தேன்னு வச்சுக்கோங்க... என்னை கொஞ்சம் பார்க்க விடுங்க'' என்று சொல்லிக் கொண்டே, எட்டி ஆர்யா மற்றும் மிதிலாவை பார்க்க முயல, 'அட ச்சீ, இந்த பக்கம் வா' என்று சொல்லி

அவளை இழுத்து எடுத்தவன், ''அவங்களுக்குன்னு ஒரு பிரைவஸி இருக்கும்மா'' என்றான்...

அவளோ, ''ப்ரைவஸின்னா ரூம்ல பண்ணனும்... மொட்டை மாடில பண்ணுனா என்ன அர்த்தம்?'' என்று கேட்க, ஹரிஷோ பெருமூச்சுடன், ''அத விடு, உனக்கு வர போற மாப்பிள்ளை, உன் அக்காவை செட் பண்ணிட்டான்... உனக்கு கொஞ்சம் கூட ஃபீல் இல்லையா?'' என்று கேட்டான்...

அவளோ, ''அவங்க சின்ன வயசுல இருந்தே லவ் பண்ணுறாங்க... சோ நான் அவர் மேல ஒன்னும் ஆசைப்படல'' என்றாள் தோள்களை உலுக்கி...

''அது சரி... அப்போ யாத்ரா அண்ணாவை நீ தான் கட்டிக்கணும் போல'' என்று சொல்ல, நெஞ்சில் கையை வைத்த மதுராவோ, ''இப்படி அபத்தமா பேசாதீங்க மாமா... பயந்து வருது'' என்று சொன்னவளோ, ஒரு கணம் நிறுத்தி, ''பேசாம என்னை நீங்க கல்யாணம் பண்ணிக்கிறீங்களா?'' என்று கேட்டாள்...

அவனோ அவளை அடக்கப்பட்ட சிரிப்புடன் பார்த்துக் கொண்டே, ''இல்ல, எனக்கு ஆடல் இருக்கா'' என்று சொல்ல, அவனை முறைத்த மதுராவோ, ''ஆடலை வேணும்னா யாத்ரா மாமாவுக்கு கட்டி கொடுத்துடலாம்... அவ அவரை சமாளிப்பா... நான் எல்லாம் பாவம்'' என்றாள் முகத்தை தூக்கி வைத்துக் கொண்டே...

அவனோ, அவளை மேலிருந்து கீழ் பார்த்துக் கொண்டே, ''ம்ம் அப்போ யோசிச்சு சொல்றேன்'' என்று சொல்லிக் கொண்டே நகரப் போக, அவன் ஷேர்ட் காலரை பிடித்து இழுத்தவள், ''எப்போ

சொல்வீங்க?'' என்று கேட்க, அவனோ, ''சீக்கிரம் சொல்றேன் டி… கையை எடு… ஷேர்ட் கசங்குது… ஆஃபீஸ் போகணும்'' என்று சொல்லி அவள் கையை அகற்றி இருக்க, அவளோ, ''நல்ல முடிவா சொல்லணும்'' என்றாள்…

''சரி சொல்றேன்'' என்று சிரித்தபடி சொன்னவனுக்கு அவளை பிடித்து இருந்தது என்னவோ உண்மை தான்…

சற்று நேரத்தில் ஆர்யாவும் ஹரிஷும் அலுவலகத்துக்கு கிளம்பி இருந்தார்கள்… போகும் வழியில், ''எப்போ டா வீட்ல சொல்ல போற?'' என்று ஹரிஷ் கேட்க, அவனோ, ''எத டா?'' என்று கேட்டான்…

''ஆஹ் எனக்கு தெரியாதுன்னு நினைச்சியா?'' என்று கேட்க, குரலை செருமிய ஆர்யாவோ, ''சொல்லணும் டா…'' என்றான்…

''அண்ணாவுக்கு மிதிலாவை பேச முதல் சொல்லிடு'' என்று ஹரிஷ் சொல்ல, ''ம்ம்'' என்றான் ஆர்யா…

அன்றைய நாள் எல்லோருக்கும் வழக்கம் போல தான் நகர்ந்தது…

ஆடலரசி மட்டும் தான் பீதியின் உச்சத்தில் இருந்தாள்…

அவள் யாத்ராவை காலையில் சாப்பிடும் நேரத்தில் மட்டும் தான் பார்ப்பாள்…

அதன் பிறகு பார்ப்பது இல்லை…

அவன் பெயரைக் கேட்டாலே பயம்…

அவனது முரட்டு தனம் தொடக்கம் எல்லாமே

அவளுக்கு தெரியும்...

மேலோட்டமாக கேள்விப்பட்டு இருக்கின்றாள்...

அவன் துப்பாக்கியை தனது முதுகில் சொருகி பார்த்து இருக்கின்றாள்... 'பிஸ்டல் வச்சு இருக்கிறது இல்லீகல் தானே, இவர் எதுக்கு வச்சு இருக்கார், அது ஒரிஜினல் ஆஃ்? இல்ல விளையாட்டு துப்பாக்கியா?' என்றெல்லாம் யோசித்து இருக்கின்றாள்...

அவனுடன் ஒரு வார்த்தை கூட அவள் பேசியது இல்லை...

இனி சனி ஞாயிறு தினங்களில் அவனுடன் வேலை செய்ய வேண்டும்...

நினைக்கவே மூச்சடைத்தது...

அன்று இரவு மிதிலாவின் அறைக்குள் சென்றவளோ புலம்ப ஆரம்பித்து விட்டாள்...

''மிதிலா என்னால முடியாது'' என்று சிணுங்க, அவளோ, ''நான் என்னடி பண்ணுறது?'' என்று கேட்டாள்...

அவளை முறைத்தவள், மதுராவிடம், ''நீயாச்சும் என்னை காப்பாத்துடி'' என்று சொல்ல, மதுராவோ, ''ஆமா, நான் ஜான்சி ராணி பாரு'' என்றாள் அவள்...

மிதிலா அருகே வந்து நெருங்கி அமர்ந்த ஆடலரசியோ, அவள் கன்னத்தை பற்றி, ''என் செல்ல அக்கா தானே நீ... நீ சொன்னா அந்த ஹிட்லர் கேட்பான்'' என்றாள்...

அவளை மேலிருந்து கீழ் பார்த்த மிதிலாவோ, ''என்னடி உளறுற?'' என்று கேட்க, ''அவனை நீ தானே கட்டிக்க போற'' என்று ஆடலரசி சொல்ல,

மதுரா பக்கென்று சிரித்து விட்டாள்...

''கொன்னுடுவேன்   பார்த்துக்கோ...   மூணு பசங்களுக்கு   மூணு   பொண்ணுங்கன்னு   தான் சொல்லி   வச்சு   இருக்காங்க...   எந்த   பையனுக்கு எந்த   பொண்ணுன்னு   சொல்லி   இல்ல''   என்று சொல்ல, ''இது என்ன அநியாயமா இருக்கு? ஆர்டர் ல   தானே   கல்யாணம்   பண்ணனும்...   உனக்கு ஹிட்லர்...   மதுராவுக்கு   ஆர்யா   மாமா''   என்று சொல்ல, மதுராவோ, ''ஐயையே'' என்றாள்...

''என்ன ஐயையே''   என்று   ஆடலரசி   கேட்க, ''எனக்கு அவர் வேணாம் பா'' என்றாள் அவள்...

ஆடலரசியோ,   ''அப்போ   பேசாம   நீ   யாத்ரா மாமாவை   கட்டிக்கோ...   மிச்சம்   இருக்கிற   ஹரிஷ் மாமா எனக்கு'' என்றாள்...

''செருப்பு பிஞ்சிடும்'' என்றாள் மதுரா...

''ஹேய்,   கெத்து   டி   ஹிட்லர்...   மினிஸ்டர கட்டிக்க   அலட்டிக்கிற''   என்று   ஆடலரசி   கேட்க, அவளை மேலிருந்து கீழ் பார்த்த மதுரா, ''எலி எதுக்கு இப்போ அம்மணமா ஓடுது?'' என்று கேட்டாள்...

அவளோ   மனதுக்குள்,   'என்   தலையில   கட்டி வச்சிடுவீங்கன்னு பயத்துல தான்' என்று நினைத்துக் கொண்டே, ''அக்கா மேல பாசம் டி'' என்றாள்...

மதுராவோ,   ''உன்   பாசத்தை   தூக்கி   குப்பைல போடு.. நீயே யாத்ரா மாமாவை கட்டி கெத்தா இரு.. நாங்க   எல்லோரும்   உனக்கு   கீழ   இருக்க   தயாரா இருக்கோம்...   உனக்கு   வேலைக்காரியா   கூட   நான் இருக்கேன்... ஆனா அவர் எனக்கு வேணாம்'' என்று சொல்ல, ''க்கும்.. அப்போ ஹரிஷ் மாமாவுக்கு ஏரியா

போடுறியா?'' என்று கேட்டாள் ஆடலரசி...

"கண்டிப்பா" என்று மதுரா சொல்ல, ''அப்போ எஞ்சி இருக்கிற நான் தான் ஹிட்லரை கட்டிக்கணுமா? இதெல்லாம் ஆட்டத்துல சேராது'' என்றாள்...

அவர்கள் சண்டை போட்டுக் கொண்டு இருக்க, அங்கே வந்த விசித்ராவோ, ''எதுக்குடி இவ்ளோ சத்தமா பேசிட்டு இருக்கீங்க... அம்மா காதுல கேட்க போகுது'' என்று சொல்ல, ''சொந்த வீட்ல சிரிச்சு பேச கூட முடியல'' என்று சலித்துக் கொண்ட ஆடலரசியோ, ''அம்மா யாத்ரா மாமாவை கட்டிக்க மதுராவுக்கு இஷ்டமாம்'' என்று சொன்னாள்...

அவள் தலையில் நங்கென்று கொட்டிய மதுராவோ, 'இவ சும்மா உளறிட்டு இருக்காம்மா, அவளுக்கு தான் யாத்ரா மாமா மேல லவ்வாம்' என்று சொல்ல, மிதிலா சத்தமாக சிரித்துக் கொண்டாள்...

''நீங்க அடிச்சுக்கிட்டா போதுமா? அவனுக்கு யாரை பிடிச்சு இருக்கோ.. அவன் கட்டிப்பான்' என்று சொல்ல, ''அடிச்சுக்கிறோமா... க்கும்'' என்று மனதுக்குள் முணுமுணுத்துக் கொண்டார்கள் மூவரும்...

இதே சமயம், முதலமைச்சர் ஜீவானந்தன் வீட்டில் அவர் முன்னே தான் அமர்ந்து இருந்தார்கள் அவர் மனைவி லக்ஷ்மி, அனிதா மற்றும் அதியமான்...

குரலை செருமிய ஜீவானந்தனோ, ''அனிதாவுக்கு மாப்பிள்ளை பார்த்து இருக்கிறேன்'' என்றார்...

அதியமானோ, ''யாரு?'' என்றான் சட்டென்று...

பெருமூச்சுடன், ''நம்ம யாத்ரா'' என்று சொல்லி

முடிக்க முதல், சட்டென்று மேசையை தட்டிக் கொண்டே எழுந்தவன், ''இதுக்கு நான் ஒத்துக்கவே மாட்டேன்... அவன் எல்லாம் மனுஷனா?'' என்று கேட்டான்...

''உன் கிட்ட யார் பெர்மிஷன் கேட்டா?'' என்றார் அவர்...

''அவ என்னோட தங்கச்சி'' என்றான் அவன் அழுத்தமாக...

''அவ பிடிக்கலன்னு சொன்னா நிறுத்திடலாம்'' என்று சொல்லிக் கொண்டே, அனிதாவை பார்த்தார்..

அவள் எப்போதும் தந்தையின் பக்கம் தான்...

யாத்ராவை நினைத்து பயமாக இருந்தாலும், ''எனக்கு சம்மதம் அப்பா'' என்றாள்...

''அனிதா'' என்று அதியமான் அழுத்தமாக அழைக்க, ஜீவானந்தனோ, ''அதியமான்... நீ அரசியல் வேணாம்னு சொன்ன நேரம், உன் முடிவுக்கு மதிப்பு கொடுத்து விலகி நின்னேன் ல... இப்போ உன் தங்கச்சி முடிவுக்கு நீ குறுக்க வரவே கூடாது'' என்றார்...

அவரை முறைத்தவன், ''இப்போ எல்லாரையும் சுட்டு தள்ளுற போல, ஒரு நாள் அவளையும் சுட்டு தள்ளுவான்... அப்போ நான் சொன்னது புரியும்'' என்று சொல்லிக் கொண்டே விறு விருவேனே வெளியேற, அனிதாவோ சற்று மிரட்சியாக ஜீவானந்ததனைப் பார்க்க, அவரோ, ''அவன் சொல்ற போல இல்லம்மா'' என்றார்...

அவளும் சம்மதமாக தலையாட்டிக் கொண்டே எழுந்து சென்று விட, லக்ஷ்மியோ, ''எதுக்குங்க

இப்படி ஒரு முடிவு. அதுவும் அதியமான் வேணாம்னு சொல்லும் போது இத செய்யணுமா? யாத்ரா பற்றி நானும் கேள்விப்பட்டு இருக்கேன்..." என்றார்...

ஜீவானந்தனோ, "நான் இந்த முடிவு எடுத்ததே அதியமானுக்காக தான்" என்றார்...

அவர் புரியாமல் பார்க்க, "யாத்ரா இதுவரைக்கும் மோசமான யாரையும் கொன்னது இல்ல... அவன் கொன்னது எல்லாமே தெரு பொறுக்கிங்க தான்... ஆனா உன் பையன், நீதி நேர்மை நியாயம்னு அவனை சீண்டிட்டே இருக்கான்.. யாத்ரா உன் பையன் மேல கொலைவெறில இருக்கான்.. இப்போ உன் பையன் உயிரோட இருக்க காரணமே நான் மட்டும் தான்... எனக்கு பிறகும் உன் பையன் உயிரோட இருக்கணும்னா யாத்ரா நம்ம குடும்பத்துல ஒருத்தன் ஆகணும்... அதுக்கும் மேல உன் பையன் அரசியல் வேணாம்னு சொல்லிட்டான்... சோ இந்த சாம்ராஜ்ஜியத்தை எடுத்து நடத்த ஒருத்தன் வேணும். அது யாத்ராவா இருந்தா, நம்ம கட்சிக்கு எப்போவுமே வெற்றி தான்... எல்லாதையும் யோசிச்சு தான் இந்த முடிவு எடுத்து இருக்கேன்" என்றார்...

"யாத்ரா கிட்ட பேசிட்டிங்களா?" என்று அவர் கேட்க, ஜீவானந்தனோ, "இன்னும் இல்ல லக்ஷ்மி... நாளைக்கு ஈவினிங் வர சொல்லி இருக்கேன்... பேசிடலாம்" என்று சொல்ல, அவரும் பெருமூச்சுடன் எழுந்து கொண்டார்...

அத்தியாயம் 3

அன்றைய நாள் இரவு, அதியமானுக்கும் தூக்கம் இல்லை, ஆடலரசிக்கும் தூக்கம் இல்லை...

இருவரின் தூக்கத்தையும் கெடுத்த யாத்ராவோ நிம்மதியாக தூங்கிக் கொண்டு இருந்தான்...

அடுத்த நாள் அலாரம் வைத்து நேரத்துக்கே எழுந்து விட்டாள் ஆடலரசி...

நேரத்துக்கு எதுவும் நடக்கவில்லை என்றால் யாத்ராவுக்கு கோபம் வரும் என்று அவளுக்கு தெரியும்...

''நிம்மதியா தூங்கிட்டு இருந்தது வீக்கென்ட் தான்... அதுக்கும் ஆப்பு வச்சாச்சு'' என்று மனதுக்குள் திட்டிக் கொண்டே, எழுந்தவளோ, குளித்து விட்டு வந்தாள்...

வழக்கம் போல சுடிதாரை அணிந்தவளோ, ''நாமளே பின்னிடுவோம்... இல்லன்னா இந்த தாய்க்கிழவி இருக்க வச்சு கோணலா பின்னி விடும்'' என்று திட்டிக் கொண்டே ஆயத்தமாகி வெளியே வர, அங்கே அமர்ந்து இருந்த கிருஷ்ணனோ, ''என்னம்மா இன்னைக்கு உலக அதிசயமா நேரத்துக்கே வந்து இருக்க?'' என்று கேட்டார்...

''உங்களுக்கு பொண்ணா பிறந்த பாவத்துக்கு இன்னும் என்ன எல்லாம் அனுபவிக்க போறேனோ'' என்று புலம்பிக் கொண்டே, அவர் அருகே அமர, ''எதுக்கும்மா சலிச்சுக்கிற?'' என்று கேட்டார் அவர்...

''அப்பான்னு இருக்கீங்களே... உங்க பொண்ண ஒருத்தன் ஆஃபீஸுக்கு கூப்பிடுறானேன்னு தட்டி கேட்க மாட்டிங்களா?'' என்று கேட்க, ''எதுக்கு மாமாவை மரியாதை இல்லாம அவன் இவன்னு பேசுற?'' என்று அவளுக்கு அவர் திட்ட, ''க்கும்,

உங்க கிட்ட நியாயம் கேட்க வந்தது என் தப்பு தான்'' என்று புலம்பிக் கொண்டே எழுந்தவள், சாப்பாட்டு மேசையில் சென்று அமர்ந்து கொண்டாள்...

அவளை தொடர்ந்து ஒவ்வொருவராக வந்து அமர, ''என்னடி ரெடி ஆயிட்டியா?'' மதுரா கேட்க, ''வாயை கிழிச்சிடுவேன் பார்த்துக்கோ'' என்று அவளுக்கு திட்டி விட்டு, கடுப்பாக தான் ஆடலரசி அமர்ந்து இருந்தாள்...

சற்று நேரத்தில் யாத்ராவும் அங்கே வந்து விட்டான்...

இன்று ஜீன்ஸ் அணிந்து ஷேர்ட் அணிந்து, அதனை இன் பண்ணி முட்டி வரை ஷேர்ட்டின் கையை மடித்து விட்டு இருந்தான்...

அரசியல் மீட்டிங்குகளுக்கு செல்லும் வேஷ்டி அணிந்த யாத்ராவுக்கு சரி எதிரான தோற்றம் இன்று.

அவன் வரும் போது நிமிர்ந்து பார்த்த ஆடலரசியோ, அடுத்த கணமே குனிந்து கொண்டாள்.

சாப்பாட்டு மேசையில் வந்து யாத்ரா அமர்ந்ததுமே, எல்லோரும் சாப்பிட ஆரம்பித்து இருந்தார்கள்...

ஷண்முகியோ குரலரசியிடம் கண்களை காட்ட, அவரோ, கண்களை மூடி திறக்க, யாத்ராவோ, ''என்ன விஷயம்?'' என்று கேட்டான்...

குரலரசியோ, ''கல்யாண விஷயம்'' என்றார் இழுவையாக...

''தோணுற நேரம் பண்ணிக்குவேன்'' என்று சொல்லி விட்டு அவன் சாப்பிட, ''மிதிலாவுக்கும் வயசாகுது'' என்றார் குரலரசி...

மிதிலாவுக்கோ நெஞ்சே அடைத்து விட்டது...

யாத்ரா சட்டென அவளை ஏறிட்டுப் பார்க்க, அவளோ தலையை குனிந்து கொள்ள, அவன் விழிகள் ஒரு கணம் ஆர்யாவை வருடி விட்டு மீண்டும் உணவில் நிலைக்க, அவன் ஒற்றை விழி பார்வையிலேயே ஆர்யாவுக்கு குப்பென்று வியர்த்தது...

ஷண்முகியோ, ''யாத்ரா'' என்று ஆரம்பிக்க, ''சீக்கிரம் முடிவு சொல்றேன்'' என்று சொல்லி அந்த பேச்சுக்கு முற்றுப் புள்ளி வைத்து இருந்தான்...

சாப்பிட்டு முடிந்ததுமே, அவனுடன் ஆர்யாவும் ஹரிஷும் எழுந்து கொண்டார்கள்...

ஆடலரசியோ, சாப்பிட்டு முடிக்கவில்லை...

சட்டென எழுந்த யாத்ரா ஆடலரசியை பார்த்து சொடக்கிட சட்டென ஏறிட்டுப் பார்த்தாள்...

இரு விரல்களை அவளை வரும்படி அழைத்து விட்டு, அவன் முன்னே செல்ல, அவனை தொடர்ந்து ஆர்யாவும் ஹரிஷும் செல்ல, ஆடலரசிக்கோ அழுகை வராத குறை தான்...

'நிம்மதியா சாப்பிட கூட முடியல' என்று முணுத்துக் கொண்டே கையை கழுவியவள் அவனை பின் தொடர்ந்து செல்ல, ''பாவமா இருக்கா'' என்றாள் மதுரா...

மிதிலாவும் ஆமோதிப்பாக தலையாட்டிக் கொண்டாள்...

வாசலுக்கு சென்றதுமே, ''நீங்க ஆஃபீஸ் போங்க... இடைல எனக்கு ஒரு வேலை இருக்கு...

முடிச்சிட்டு வந்திடுறேன்'' என்று யாத்ரா சொல்ல, ஆர்யாவும் ஹரிஷும் தங்களது காரில் ஏற செல்ல, ஆடலரசியும் அவர்களை பின் தொடர்ந்தாள்...

''ஹெலோ நீ எங்க போற?'' என்றான் யாத்ரா...

அவளோ சட்டென அவனை நோக்கி திரும்பியவள் அவனை மிரட்சியாக பார்க்க, ''ஜீப் ல ஏறு'' என்று சொல்லிக் கொண்டே தனது ஜீப்பில் பின்னால் ஏறிக் கொள்ள, அவளோ அவனுக்கு பக்கத்து சீட்டில் அமர்ந்து கதவருகே பல்லி போல ஒட்டிக் கொண்டாள்.

வண்டியின் சாரதி ஜீப்பை செலுத்த, அவன் அருகே யாத்ராவின் ப ாடிகார்ட் அமர்ந்து இருந்தான்...

வழக்கமான அவனது உத்தியோக பூர்வ வண்டியில் அவன் ஏறவில்லை... தனிப்பட்ட வண்டி தான்...

அவர்களின் வண்டியும் வேகமாக புறப்பட்டது...

ஆடலரசிக்கோ முள்ளில் அமர்ந்து இருக்கும் உணர்வு...

கைகள் குளிர்ந்து விட்டன...

ஷாலினுள் கையை புகுத்திக் கொண்டே அமர்ந்து இருந்தாள்...

யாத்ராவை இவ்வளவு நெருக்கத்தில் முதல் முறை பார்க்கின்றாள்...

அவனோ அவளை திரும்பி கூட பார்க்கவில்லை..

தொடர்ச்சியான அலைபேசி அழைப்புகள்... பேசிக் கொண்டே வந்தான்...

ஒரு கட்டத்தில், ''அவன் தலையை வெட்டிடு...

அவன் லாம் உசுரோட இருக்கவே அருகதை இல்ல' என்று சொல்ல, அதனைக் கேட்ட ஆடலரசியோ, ''கசாப்பு கடைக் காரன் போலவே பேசுறான்... ச்ச' என்று முணு முணுத்துக் கொண்டாள்... கோபத்தில் பேசுகின்றான் என்று தான் நினைத்து இருந்தாள் தவிர, அந்த வார்த்தைகளில் உண்மை இருக்கும் என்று கனவில் கூட அவள் நினைத்தது இல்லை...

சற்று நேரத்தில் அவர்களின் வண்டி ஒரு குடோனில் வந்து நின்றது. கண்ணாடியூடு பார்த்தாள்.

''இது என்ன இடம்?'' என்று அவள் யோசிக்க, ''இறங்கு'' என்று சொல்லிக் கொண்டே யாத்ரா இறங்க, அவளும் இறங்கினாள்...

அவனோ நடந்து கொண்டே, ''முன்ன பின்ன போட்டு பார்த்து இருக்கியா?'' என்று கேட்டான்...

'முன்ன பின்ன போடுறதா? எதன்னு தெரியலையே, ட்ரெஸ்ஸா இருக்குமோ? நான் ட்ரெஸ் போட்டு தானே இருக்கேன். ஏதாவது படமா இருக்குமோ?' என்றெல்லாம் யோசித்துக் கொண்டே அவள் நடக்க, ''கேக்கிறேன் ல'' என்றான் அவன் அதட்டலாக அவளை பார்க்காமல் நடந்து கொண்டே.

''எந்த படம்னு சொன்னீங்கன்னா, போட்டு பார்த்து இருக்கேனா? இல்லையான்னு சொல்லிடுவேன்'' என்றாள்...

சட்டென நின்று விட்டான்...

பின்னால் திரும்பி அவளை அழுத்தமாக பார்க்க, 'இப்போ என்ன கேட்டுட்டேன்னு முறைக்கிறான்? பதில் சொல்லலைன்னு கெடுப்பாயிட்டானோ' என்று நினைத்தவள், ''பழைய படம் போட்டு

பார்த்தது இல்ல. புது படம் எல்லாமே லேப்டாப் ல போட்டு பார்த்து இருக்கேன்'' என்றாள்...

அவளை மேலிருந்து கீழ் ஒரு மார்க்கமாக பார்த்தவனோ, ''இன்னைக்கு போட்டு காட்டுறேன்'' என்று சொல்லிக் கொண்டே நடக்க, ''பழைய படமா? புது படமா?'' என்று கேட்டாள்...

''கில்லர் மூவி'' என்றான்...

''அப்போ இது தியேட்டர் ஆஹ?'' என்று கேட்க, ''இல்ல லைவ்'' என்றான்...

'ஷூட்டிங் நடக்குற இடம் போல' என்று நினைத்தவளோ, ''யாரு ஹீரோ?'' என்று கேட்டாள்...

அவனுக்கோ அவள் பேச பேச கடுப்பாகி விட்டது..

அவளை திரும்பி முறைத்துப் பார்த்தவன், ''நான் தான் டி'' என்றான்...

''நீங்க நடிப்பீங்களா?'' என்றாள் ஆச்சரியமாக...

அவனோ நெற்றியை நீவிக் கொள்ள, அவன் அருகே நடந்து வந்த அவனது செக்ரீட்டரி முருகனுக்கு சிரிப்பு...

சிரித்தால் யாத்ராவுக்கு பிடிக்காது என்பதால் அடக்கிக் கொண்டே நின்று இருக்க, ''என் கிட்ட இந்தளவு பேசுற முதல் ஆள் நீ தான்'' என்று எரிச்சலாக சொல்லி விட்டு யாத்ரா விறு விறுவென உள்ளே செல்ல, அவளோ, 'இப்போ என்ன கேட்டுட்டேன்னு இப்படி திட்டிட்டு போறான்?' என்று யோசித்தபடி அவளும் உள்ளே சென்றாள்...

அங்கே மூன்று பேர் கட்டி வைக்கப்பட்டு இருந்தார்கள்...

அவர்கள் பின்னே யாத்ராவின் அடியாட்கள் நின்று இருந்தார்கள்...

ஆடலரசிக்கு யாத்ரா பற்றி முழுதாக தெரியாது.. அவள் அறிந்து, கடுமையான அரசியல்வாதி என்றே அவனை தெரியும்...

யாத்ராவின் இந்த அவதாரம் அவளுக்கு புதிது...

அவனோ அவர்கள் மூவரின் முன்னே வந்து நின்றபடி, அவர்களை பார்க்க, மூவருக்கும் வியர்த்து வடிந்தது...

''தெரியாம பண்ணிட்டோம் சார்... எங்களை விட்ருங்க'' என்று அழுகையுடன் அவர்கள் கெஞ்சினார்கள்...

அவனோ, ''அதெப்படி டா தெரியாம பண்ணுவீங்க... ஆறு வயசு குழந்தைன்னு உனக்கு தெரியதா என்ன? அப்படி என்ன வெறி உனக்கு?'' என்று நடுவில் இருந்தவனிடம் கேட்க, அவனோ, ''குடிச்சு இருந்தேன் சார்'' என்றான்...

''குடிச்சுட்டு எப்போவது உன் அம்மாவையும் தங்கச்சியையும் ரேப் பண்ணி இருக்கியா?'' என்று கேட்க, அவன் சட்டென தலை குனிய, ''இல்லைல.. ஆறு வயசு குழந்தைய மட்டும் ரேப் பண்ண தெரியுது ல'' என்று கேட்டுக் கொண்டே, அவனுக்கு அடுத்த பக்கம் இருந்தவனை பார்த்தவன், 'நீ தானே இந்த கேசை ஹாண்டில் பண்ணுன போலீஸ்' என்று சொல்ல, அவனுக்கு வியர்த்து வடிந்தது...

''சார்... எனக்கு இதுல சம்பந்தம் இல்ல'' என்று அவன் தட்டு தடுமாறி சொல்ல, ''உன் பெயர் என்ன?'' என்று கேட்டான்...

''வேலு'' என்றான் அவன்...

''ம்ம் வேலு... உன் பொண்ணுக்கு இப்படி நடந்து இருந்தா, இப்படி தான் ஆக்சிடென்ட்னு கேஸை முடிப்பியா?'' என்று கேட்டான்...

அவனோ இல்லை என்று தலையாட்டினான்...

யாத்ராவின் பார்வை மூன்றாவது இருந்தவனில் படிந்தது...

''நீ தானே அந்த குழந்தையை தூக்கிட்டு போய் நடு ரோட் ல போட்ட டாக்சி ட்ரைவர்?'' என்று கேட்க, அவனோ, ''பணம் கொடுத்தார் சார்... அது தான்'' என்றான்...

''பணம் கொடுத்தா என்ன வேணும்னாலும் பண்ணுவியா? அப்போ நானும் பணம் கொடுக்கிறேன்... உன் பொண்டாட்டியை என் கூட ஒரு நாள் அனுப்புவியா?'' என்று கேட்க, அவனோ சட்டென தலையை குனிய, ''சொல்ல முடியாது.. அனுப்புனாலும் அனுப்புவ'' என்று சொன்னான்...

இவற்றை தூர இருந்து பார்த்துக் கொண்டு இருந்த ஆடலரசியோ முருகனிடம், 'இது ஷூட்டிங் தானே' என்று கேட்க, அவனோ அவளை மேலிருந்து கீழ் பார்த்துக் கொண்டே, 'ம்ம் ஷூட்டிங் தான்' என்றான்..

'கேமிரா மேன், டைரக்டர் எல்லாம் இல்லையா?' என்று அந்த இடத்தை சுற்றி பார்த்துக் கொண்டே கேட்டாள்...

''எல்லாமே யாத்ரா சார் தான்'' என்றான் முருகன்..

ஆடலரசியோ, ''அவர் கையலயும் கேமிரா இல்லையே'' என்று சொல்ல, யாத்ராவோ தனது

முதுகில் இருந்து துப்பாக்கியை எடுத்தான்...

முருகனோ, ''அது தான் பிஸ்டல் இருக்குல்ல'' என்றான்...

''என்ன உளறுறீங்க? விளையாட்டு துப்பாக்கியை வச்சு என்ன பண்ணிட முடியும்? நான் கேக்கிறது கேமரா...'' என்று கையால் சைகையில் காட்ட, முருகனுக்கே சலித்து விட்டது...

''அது தூர வச்சு சூம் பண்ணி எடுத்துட்டு இருக்காங்க... இங்க இருந்து பார்த்தா தெரியாது...'' என்றான்...

அவளோ இதழ்களை பிதுக்கி விட்டு, ''சரி விடுங்க... இந்த படத்துக்கு யார் வசனம்? இப்படி பச்சை பச்சையா பொண்டாட்டியை நைட்டுக்கு அனுப்புவியான்னு எல்லாம் எழுதி இருக்காங்க'' என்றாள்...

முருகனுக்கோ எங்கேயாவது சென்று முட்டிக் கொள்ளலாம் போல இருந்தது...

''யாருன்னு எனக்கும் தெரியல'' என்றான்...

''வேர்ஸ்ட் பிஹேவியர் அந்த ரைட்டருக்கு'' என்று சொல்லி விட்டு மீண்டும் யாத்ராவை பார்க்க, அவன் கையில் இருந்த துப்பாக்கியால், கண நேரத்தில் மூவரின் மார்பிலும் குண்டை பாய்ச்ச, அவர்கள் அப்படியே இருக்கையில் அமர்ந்தபடியே இறந்து போனார்கள்...

ரத்தம் வெளியே பீச்சியது...

''செம்ம ஆக்டிங் ல'' என்றாள் ஆடலரசி...

''ஆக்டிங் ஆஹ்?'' என்று முருகன் வாயை பிளந்து

கொண்டே கேட்க, ஆடலரசியோ, 'ம்ம், செமயா இருக்கு. நச்சுரல் ஆஹ் செத்து போற போல நடிச்சு இருக்காங்க, நான் விஷ் பண்ணிட்டு வந்திடுறேன்' என்று சொல்லிக் கொண்டே, 'இந்த டைரக்டர் இன்னும் கட் சொல்லாம எங்க போய்ட்டார்?' என்று யோசித்தபடி யாத்ரா அருகே வந்து விட்டாள்...

பட ஷூட்டிங் என்று சொன்னதுமே அவளுக்கு குதூகலத்தில் பயம் எல்லாம் பறந்து இருக்க, ''இன்னைக்கு தான் நான் ஷூட்டிங் பார்த்து இருக்கேன்'' என்று இறந்து கிடந்த மூவரையும் பார்த்துக் கொண்டே சொன்னாள்...

யாத்ராவோ அவளை மேலிருந்து கீழ் பார்த்து விட்டு, அங்கே நின்றவனிடம் துப்பாக்கியை நீட்டியவன், ''தண்ணி'' என்று சொல்ல, அவன் கையில் நீர் பாட்டிலை கொண்டு வந்து கொடுத்தான் ஒருவன்...

ஆடலரசியோ, அங்கே நாற்காலியில் இருந்தவாறே தலை தொங்க இறந்து கிடந்த மூவரையும் பார்த்துக் கொண்டே, ''சூப்பரா நடிச்சீங்க...'' என்று சொல்ல, நீரை அருந்திக் கொண்டு இருந்த யாத்ராவுக்கு சட்டென புரையேறியது...

வாய்க்குள் இருந்த நீரும் கூட வெளியே வந்து விட்டது...

அவளை அதிர்ச்சியுடன் திரும்பிப் பார்த்தான்...

அங்கே நின்ற அடியாட்களோ, அடக்க முடியாமல் வாய்க்குள் சிரித்துக் கொள்ள, அவளோ மீண்டும் யாத்ரா முன்னே வந்து நின்று, ''இந்த படம் எப்போ ரிலீஸ் ஆகும்?'' என்று கேட்க, யாத்ராவோ அவளை

அதிர்ந்து பார்த்துக் கொண்டே, வாயை துடைத்தான்..

அங்கே நின்றவர்களுக்கு அதற்கு மேல் சிரிப்பை அடக்க முடியவில்லை... சிரித்து விட்டார்கள்...

யாத்ராவோ அவர்களை ஒற்றைப் பார்வையால் அடக்கி விட்டு, ''என்ன கேட்ட?'' என்று கேட்டுக் கொண்டே, நீர் பாட்டிலை அங்கே நின்றவனிடம் நீட்டினான்... அந்த அடியாளும் அதனை வாங்கிக் கொண்டான்...

அதனை தொடர்ந்து கையை அங்கிருந்த அடியாளை நோக்கி நீட்ட, அந்த அடியாளும் யாத்ராவின் கையில் கத்தியை வைத்தான்...

யாத்ராவோ, அவளை பார்த்துக் கொண்டே, இறந்து கிடந்த மூவரையும் நோக்கி செல்ல, அவளோ, ''படம் எப்போ ரிலீஸ் ஆகும்னு கேட்டேன்'' என்றாள்...

அவனோ, அவளை பார்த்துக் கொண்டே, ''தீபாவளிக்கு ஒன்னு'' என்று சொல்லிக் கொண்டே, முதலாவதாக இருந்தவனின் தலையை சீவ, அது கீழே கொண்டு விழுந்தது மட்டும் அல்லாமல், அதில் இருந்த ரத்தம் அவள் முகத்தில் தெறித்தது...

அவளுக்கோ தூக்கி வாரிப் போட்டது...

அவனோ அதனை எல்லாம் சட்டை செய்யாமல், அடுத்தவன் அருகே சென்று, 'பொங்கலுக்கு ஒன்னு' என்று சொல்லி அவன் தலையையும் சீவியவன், இறுதியாக இறந்து கிடந்தவன் அருகே சென்று, ''வருஷத்துக்கு ஒன்னு'' என்று சொல்லிக் கொண்டே, அவன் தலையையும் சீவி இருந்தான்...

அதிர்ந்து நின்றவளை பார்த்து விட்டு, அங்கே நின்ற அடியாளிடம், ''யாருன்னு கண்டு பிடிக்க முடியாத போல பாடியை டிஸ்போஸ் பண்ணிடு... அந்த அதியமான் தலையை பிய்ச்சுக்கட்டும்'' என்று சொல்லிக் கொண்டே, கத்தியை அங்கிருந்தவனிடம் நீட்டியவனோ கையையும் அவ்விடமே கழுவி விட்டு, ஆடலரசி அருகே வந்தவன், ''போகலாமா?'' என்று கேட்டான்...

அவளோ அதே அதிர்ச்சியுடன், ''ஹான்'' என்று அவனை பார்த்து கேட்க, ''போகலாமான்னு கேட்டேன்'' என்று மீண்டும் கேட்டான்...

அவளுக்கோ மயக்கமே வந்து விட்டது...

அப்படியே கண்கள் சொருக, சட்டென அவன் மார்பில் மயங்கி சரிய, அவனோ, ''பச்'' என்று சொல்லிக் கொண்டே, அவள் தோள்களை பற்றி பிடித்து, ஒற்றைக் கையால், அவள் கன்னத்தை தட்டி, ''ஹெலோ'' என்றான்...

அவள் கண்களை திறக்கவே இல்லை...

அங்கே சுற்றி ஆண்கள் மட்டுமே நின்று இருந்தார்கள்...

''முகத்துல தண்ணிய தெளிடா'' என்றான் யாத்ரா.

அங்கே இருந்த ஒருத்தன் அவள் முகத்தில் நீரை தெளித்து இருக்க, அவள் விழிகள் மெதுவாக விரிய, ''ஆர் யூ ஓகே?'' என்று கேட்டான் யாத்ரா...

அவளுக்கோ அவன் கைக்குள் அவள் நின்று இருப்பது பேரதிர்ச்சி... சட்டென விலகியவள் கண்ணில் தலை இல்லாத உடல்கள் மீண்டும் தென்பட, ''ஐயோ'' என்று சொல்லிக் கொண்டே,

மீண்டும் மயங்கி சரிய, அவள் கீழே விழுந்து விடாமல் வேகமாக வந்து அவளை பிடித்துக் கொண்ட யாத்ராவோ, ''இவளை அழைச்சு வந்தது தப்பா போயிடுச்சு... சட்டு சட்டுன்னு மயங்கி விழுறா'' என்று திட்டிக் கொண்டே சுற்றிப் பார்த்தான்...

வேறு வழி இல்லை... அவன் தான் அவளை தூக்கி ஆக வேண்டும்...

அவளை அப்படியே தூக்கிக் கொண்டே, ''இங்க இருந்து இவளை முதல் வெளியே கொண்டு போகணும்'' என்று சொன்னபடி நடக்க, அங்கிருந்தவர்களுக்கு சங்கடமாகி விட்டது...

யாத்ராவுக்காக எல்லாமே பார்த்து பார்த்து செய்பவர்கள் அவர்கள்... வேறு யாரும் என்றால் அவர்களே தூக்கி இருப்பார்கள்...

ஆடலரசி ஆயிற்றே...

அதுவும் அவன் வீட்டு பெண் ஆயிற்றே...

அவன் தான் தூக்கியாக வேண்டும்...

அப்படியே தூக்கிக் கொண்டே ஜீப்பை நோக்கி நடக்க, முருகனோ, ஓடி வந்து ஜீப்பை திறந்து விட்டான்... அதற்குள் ஏற்றியவனோ, அருகே ஏறிக் கொண்டே, ''ஆடலரசி'' என்று அவள் கன்னத்தை தட்ட போனவன், ஒரு கணம் நிறுத்தி, ''அந்த டிஸ்ஸூவை கொடு... அவ முகத்துல இருக்கிற ரத்தத்தை துடைச்சு விடணும்... இல்லன்னா அத பார்த்தும் மயங்கி விழுவா'' என்று சொல்லிக் கொண்டே, அவனிடம் நீட்டப்பட்ட டிஸ்ஸூவினால் அவள் முகத்தில் இருந்த ரத்தத்தை அழுந்த துடைத்து விட்டான்...

அத்தியாயம் 4

அதனை தொடர்ந்து சாரதியிடம், ''வண்டியை எடு... ஆஃபீஸ் போய் எழுப்பிக்கலாம்...'' என்று சொல்ல, அவர்கள் வண்டி புறப்பட, முருகனும், பைக்கில் அவர்களை பின் தொடர்ந்து சென்றான்...

அலுவலகம் வந்ததுமே, ஜீப்பில் இருந்து இறங்கிய யாத்ராவோ, விறு விறுவென உள்ளே சென்று விட்டான்...

ஆடலரசி, ஜீப்பில் தான் மயக்கத்தில் இருந்தாள்..

அவன் தனது அறைக்குள் வந்ததுமே, ஆர்யாவும் ஹரிஷும் உள்ளே வர, யாத்ராவோ, 'ஜீப் ல ஆடலரசி இருக்கா. அழைச்சிட்டு வாங்க' என்றான்...

அவர்களும், ''சரி அண்ணா'' என்று சொல்லிக் கொண்டே சென்றவர்கள், ஜீப்பை திறந்து பார்த்தார்கள்...

அவளோ மயக்கத்தில் இருக்க, அருகே நின்ற முருகனிடம், 'என்னாச்சு?' என்று கேட்டான் ஆர்யா.

''சார் சம்பவம் பண்ண பாப்பாவை அழைச்சிட்டு வந்தார், அத பார்த்ததுமே மயங்கி விழ ஆரம்பிச்சுடுச்சு'' என்று சொல்ல, ஹரிஷோ, ''அத பார்த்தா எனக்கே ரெண்டு நாளைக்கு தூக்கம் வராது... இவ மயங்கி விழலன்னா தான் அதிசயம்'' என்று முணு முணுத்துக் கொண்டே, ''ஆடல்'' என்று சொன்னபடி நீரை அவள் முகத்தில் தெளிக்க, மெதுவாக கண்களை திறந்தவள், ''நான் எங்க இருக்கேன்?'' என்று கேட்டாள்...

''ஆஹ் சொர்க்கத்துல'' என்றான் ஆர்யா...

அவளோ, ''நான் சொர்க்கத்துல இருக்கிறது ஓகே... நீங்க எப்படி சொர்க்கத்துக்கு வந்தீங்க?'' என்று கேட்க, ஆர்யாவோ அவளை மேலிருந்து கீழ் பார்த்து விட்டு ஹரிஷிடம், ''குசும்பை பார்த்தியா?'' என்று கேட்டான்...

ஹரிஷோ, ''வீட்ல அவ்ளோ பம்முவாளே... இப்போ பேசுற பேச்சை பாரு'' என்று சொல்ல, அவளோ, ''ஷ்ஷ், சத்தமாக பேசாதீங்க... நான் ஒரு ரகசியம் சொல்றேன்'' என்றாள்...

''ம்ம் சொல்லு'' என்றான் ஆர்யா...

அவளோ முருகனை பார்த்து விட்டு, ''அவரை தள்ளி போக சொல்லுங்க, அப்புறம் போட்டு கொடுத்துடுவார்'' என்று சொல்ல, முருகனோ, ''க்கும்'' என்று முணுமுணுத்துக் கொண்டே தள்ளி சென்று விட, அவளோ சுற்றி பார்த்து விட்டு, ''உங்க அண்ணா ஒரு கொலைகாரர்'' என்றாள்...

''அப்படியா?'' என்று ஆச்சரியமான குரலில் கேட்டான் ஆர்யா...

''என்ன அப்படியா? மூணு பேரோட தலையை சதக் சதக்னு வெட்டினார்... அந்த ரத்தம் எல்லாம் என் முகத்துல பட்டு... நினைக்கவே தலை சுத்துது'' என்றாள்...

''அப்புறம்?'' என்றான் ஹரிஷ்...

''எனக்கு தெரிஞ்ச ஒரு போலீஸ் இருக்கான்... அவன் என் பெஸ்டி தான்... அவன் கிட்ட இத சொல்லி உங்க அண்ணாவை அரெஸ்ட் பண்ண வைக்கலாம்'' என்றாள்...

ஹரிஷும் ஆர்யாவும் மாறி மாறி பார்த்துக் கொண்டே, ‘‘யூ ஆர் பிரில்லியண்ட்’’ என்றார்கள் ஒருமித்த குரலில்...

‘‘என் பெஸ்டி யாருன்னு கேட்டா மூக்கு மேல விரல் வைப்பீங்க’’ என்றாள்...

‘‘யார் மூக்கு மேல?’’ என்று ஆர்யா கேட்க, ‘‘உங்க மூக்கு மேல தான்’’ என்றாள்...

‘‘அப்படி யாரும்மா உன் பெஸ்டி?’’ என்று ஹரிஷ் கேட்க, ‘சி எம் பையன், ஏ சி பி மான்குட்டி’ என்றாள்..

‘‘எத மான்குட்டியா?’’ என்று சிரித்தபடி ஆர்யா கேட்க, அவளோ, ‘‘ஐயோ அவன் பேர் மறந்து போச்சே...’’ என்று யோசித்துக் கொண்டே, ‘‘ஆஹ் அதியமான்’’ என்றாள்...

‘‘அட அவனுக்கு மான்குட்டின்னு ஒரு பேர் இருக்கா?’’ என்று ஹரிஷ் கேட்க, ‘‘ம்ம், அவன் கிட்ட சொல்லி இந்த கொலைக்கு நியாயம் வாங்கி கொடுக்கணும்’’ என்றாள்...

‘‘உனக்கு எப்போ இப்படி தைரியம் வந்திச்சு?’’ என்று ஆர்யா கேட்க, அவளோ, ‘‘இந்த கொலையை பார்த்ததுல இருந்து தான்...’’ என்றாள்...

‘‘அது சரி... முதல் ஆஃபீஸுக்கு வா’’ என்றான் ஹரீஷ்...

‘‘என்னோட ப்லானை உங்க அண்ணா கிட்ட சொல்ல மாட்டேன்னு பிங்கி ப்ராமிஸ் பண்ணுங்க’’ என்று கையை நீட்டினாள்.

ஆர்யாவோ, ‘‘யாருடா இவ? தப்பி நம்ம குடும்பத்துல பிறந்துட்டா போல’’ என்று ஹரிஷின்

காதில் முணுமுணுத்துக் கொண்டே, ''சத்தியம்'' என்றான்...

''சத்தியம் இல்ல... பிங்கி ப்ராமிஸ்'' என்றாள்...

ஆர்யாவுக்கோ மயக்கம் வராத குறை தான்...

''நீ இவ்ளோ நாள் அமைதியா இருந்ததை பார்த்து உன்னை ரொம்ப பெரிய இடத்துல வச்சு இருந்தேன்'' என்று சொல்லிக் கொண்டே, ''பிங்கி ப்ராமிஸ்'' என்றான்...

அவளோ ஹரிஷிடம், ''நீங்களும் பண்ணுங்க'' என்று சொல்ல, ஆர்யாவோ, ''பிங்கி ப்ராமிஸ் பண்ணுடா'' என்று சொல்ல, அவனும், ''பிங்கி ப்ராமிஸ்'' என்றான்...

''சரி வாங்க இப்போ உள்ளே போகலாம்.. உங்க அண்ணா கிட்ட பயந்த போல நடிக்கலாம். அப்புறம் நம்ம ப்லானை எக்சிகியூட் பண்ணலாம்'' என்றாள்..

''நடிக்கலாமா? எப்போ எங்களை உன் கூட கூட்டு சேர்த்த?'' என்று ஆர்யா கேட்க, ''நீங்க பிங்கி ப்ராமிஸ் பண்ணுனா, என்னோட கட்சின்னு தானே அர்த்தம்'' என்றாள்...

''ஓஹ் இந்த ப்ராமிஸுக்கு இப்படி எல்லாம் அர்த்தம் இருக்கா? வேற என்ன அர்த்தம் இருக்கு?'' என்று ஹரிஷ் கேட்க, ''ரொம்ப முக்கியம் உனக்கு.. நீயும் ஏன் டா அவ கூட சேர்ந்து இப்படி பேசிட்டு இருக்க?'' என்று ஆர்யா அவனை அதட்ட, ''ச்ச.. அதானே, நானும் ஏன் லூசு போல பேசிட்டு இருக்கேன்'' என்று முணுமுணுத்துக் கொண்டே யாத்ராவின் அறையை நோக்கி சென்றார்கள்...

அறைக்குள் முதலில் நுழைந்தது ஆர்யா மற்றும் ஹரிஷ் தான்... அவர்களுக்கு பின்னே ஆடலரசி வர, அவளை பார்த்துக் கொண்டே, ''மேடம் என்னவாம்?'' என்று கேட்டான் யாத்ரா...

''அதியமான் அவ பெஸ்டியாம்... போட்டு கொடுத்து உங்கள அரெஸ்ட் பண்ண வைக்க போறாளாம்'' என்று ஆர்யா சொல்ல, ''ஹேய் பிங்கி ப்ராமிஸ் மறந்திடுச்சா?'' என்று கேட்டவளின் குரல், தன்னையே பார்த்துக் கொண்டு இருந்த யாத்ராவின் அழுத்தமான பார்வையை பார்த்து அடங்கி போனது.

'எட்டப்பன் போட்டு கொடுத்துட்டானே... ஹிட்லர் வேற இப்படி பாக்கிறான்... நம்மள சாவடிச்சிடுவானோ?' என்று யோசித்தவளுக்கு ஏ சி யிலும் வியர்த்தது...

மேசையில் இரு கைகளையும் ஊன்றி எழுந்தவனோ அவளை நோக்கி அடி மேல் அடி வைத்து நடந்து கொண்டே, ''வெளியே இருங்க, வில் கால் யூ'' என்று ஆர்யாவிடமும் ஹரிஷிடமும் சொல்ல, அவர்கள் வெளியேறி விட, இப்போது அறைக்குள் ஆடலரசியும் யாத்ராவும் மட்டுமே...

அவளுங்கோ குரல் கம்மிப் போக, ''நான் சொல்ல மாட்டேன்... என்னை ஒன்னும் பண்ணிடாதீங்க... அது சும்மா'' என்றாள்...

அவன் பதில் சொல்லவில்லை...

அவளை நோக்கி ஒரு அடி வைத்தான்...

அவள் பின்னால் தனது அடி வைத்து நகர்ந்தாள்...

அவன் ஒவ்வொரு அடி முன்னால் வர, அவள்

ஒவ்வொரு அடி பின்னால் சென்று சுவரிலும் சாய்ந்து விட்டாள்...

அவனோ ஒற்றைக் கையை அவள் அருகே இருந்த சுவரில் ஊன்ற, அவன் நரம்போடிய கையை பார்த்து விட்டு அவனைப் பார்த்தவள், ''யார் கிட்டயும் சொல்ல மாட்டேன்'' என்றாள் நலிந்த குரலில்...

அழுது விடுவாள் போல இருந்தது...

அவனைப் பார்க்காத நேரம் வரும் தைரியம் எல்லாம் பார்த்தவுடன் வடிந்து போகின்றதே...

''நீ அதியமான் என்ன, அவன் அப்பன் கிட்டயும் சொல்லிக்கோ...'' என்று சொல்லிக் கொண்டே, தனது முடியை இழுத்துக் காட்டியவன், ''என்னோட இத கூட புடுங்க முடியாது'' என்றான்...

அவளோ அவனை மிரட்சியாக பார்த்துக் கொண்டே எச்சிலை கூட்டி விழுங்கிக் கொண்டே தலையை குனிந்து கொள்ள, ''இங்க பாருடி'' என்றான்...

ஏறிட்டுப் பார்த்தாள்...

பயத்தில் கண்கள் கலங்கி விட்டன...

கைகள் நடுங்க ஆரம்பித்து விட்டன...

இரு கைகளையும் கோர்த்து நடுக்கத்தை மறைக்க முயன்றாள்...

சற்று முன்னர் வந்த தைரியம் எங்கே போனது என்று தெரியவே இல்லை...

அவன் இல்லை என்றால் மட்டும் வீர வசனம் பேசுபவள், அவனைக் கண்டதும் அடங்கி ஒடுங்கி விடுகின்றாளே...

அவனோ அவளை ஆழ்ந்து பார்த்துக் கொண்டே, ஒற்றை கையை நீட்டி, அவள் கன்னத்தில் வைக்க, அவளோ பயத்தில் வெளிறியே போய் விட்டாள்...

கடைக்கண்ணால் அவன் கையை பார்த்தாள்...

கன்னத்தை தள்ளி எடுக்கும் அளவுக்கு தைரியம் இல்லை...

''பயந்துட்டியா?'' என்று கேட்டான்...

குரலில் ஒரு மென்மை...

அவளோ, ''ம்ம்'' என்றாள் நலிந்த குரலில்...

அவளை பார்த்துக் கொண்டே, கையை விலக்கியவனோ, குரலை செருமிக் கொண்டே, விலகி நின்றபடி, ''சரி வீட்டுக்கு கிளம்பு... நாளைக்கு பார்த்துக்கலாம்'' என்றான்...

அவளோ, அடுத்த கணமே, விறு விறுவென வெளியேற முற்பட, ''வீட்ல யாருக்கும் இந்த விஷயம் தெரிய கூடாது... ஆர்யா, ஹரிஷ் கிட்ட உளறுன போல உளறுனா நடக்கிறது வேற'' என்றான் மிரட்டலாக...

''யார் கிட்டயும் சொல்ல மாட்டேன்'' என்று சொல்லி விட்டு வெளியேறியவளோ, ஆழ்ந்த மூச்சை எடுத்துக் கொண்டே, ''வீட்டுக்கு போக சொல்லிட்டார்'' என்று அங்கிருந்த ஆர்யாவிடம் சொல்ல, 'என் கார்ல போ, ட்ரைவர் கிட்ட நான் கால் பண்ணி சொல்றேன்' என்று அவன் பதிலளிக்க, ஆலுவலகத்தில் இருந்து வேகமாக வெளியேறியவள் காரில் ஏறியதும் தான் அவளுக்கு மூச்சே வந்தது...

காரில் ஏறியவளோ, ''ஹிட்லரை பார்க்கலன்னா

தைரியமா பேசுறேன்... பார்த்ததுமே இப்படி நடுங்குதே, ச்ச'' என்று தனக்குள் புலம்பிக் கொண்டே வீட்டை வந்து அடைந்தவள், யாரிடமும் எதுவும் சொல்லாமல் அறைக்குள் வந்து படுத்துக் கொண்டாள்...

அன்று மாலை யாத்ராவோ ஜீவானந்தனைப் பார்க்க புறப்பட்டு இருந்தான்...

முருகனுடன் தான் சென்றான்...

முருகனோ, ''ஏன் சார் திடீர்ன்னு சி எம் கூப்பிடுறார்?'' என்று கேட்க, அவனோ, ''ம்ம் போனா தெரிஞ்சிடும்'' என்று சொல்லிக் கொள்ள, சி எம் இன் வீடும் வந்து சேர்ந்தது...

ஜீப்பில் இருந்து இறங்கிய யாத்ராவின் கண்ணில் முதலில் தென்பட்டது என்னவோ வாசலில் நிறுத்தி வைக்கப்பட்டு இருந்த போலீஸ் ஜீப்பில் சாய்ந்து நின்று சிகரெட்டை பிடித்துக் கொண்டு நின்ற அதியமான் தான்...

யாத்ரா அவனை அழுத்தமாக பார்த்து விட்டு நகர முற்பட, அதியமானோ சிகரெட்டை ஊதிக் கொண்டே, அவன் முன்னே வந்து நின்றான்...

அவனை மறித்தபடி நின்றான்...

அதியமானை ஏறிட்டுப் பார்த்த யாத்ராவோ, ''சிகரெட் அதிகமா பிடிக்காதீங்க ஏ சி பி சார், ஹெல்த்துக்கு நல்லது இல்ல, என்னால போக வேண்டிய உயிர் அப்புறம் சிகரெட்டால போயிடும்'' என்று சொல்லிக் கொண்டே, அவனை கடந்து செல்ல முற்பட, அவன் மார்பில் சட்டென்று கையை வைத்தான் அதியமான்...

உடனே யாத்ராவுக்கு பின்னால் நின்ற அவன் காவலாளிகள் முன்னே வர, அவர்களை பக்கவாட்டாக திரும்பிப் பார்த்தான் யாத்ரா...

அவனது ஒரே பார்வையில் அடங்கி, அமைதியாகி விட்டார்கள்...

அதியமானோ, ''என் தங்கச்சியை நீ கல்யாணம் பண்ணிக்க கூடாது'' என்றான் அதிகாரமாக...

யாத்ராவோ, ''ஓஹோ தலைவர் அதுக்கு தான் அழைச்சு இருக்காரா?'' என்று சிரித்தபடி கேட்டுக் கொண்டே அவன் மணிக்கட்டை பற்றி, தனது மார்பில் இருந்த அவனது கையை அகற்றிக் கொண்டே, விறு விறுவென உள்ளே செல்ல, அவன் முதுகை அழுத்தமாக திரும்பிப் பார்த்துக் கொண்டே நின்று இருந்தான் அதியமான்...

அத்தியாயம் 5

யாத்ராவு ம் ஜீவானந்தனைத் தேடி அவரது அலுவலக அறைக்குள் நுழைய, ''வா யாத்ரா'' என்றார் அவர்...

''வணக்கம் தலைவரே'' என்று சொல்லிக் கொண்டே, அவனும் அவர் முன்னே இருந்த இருக்கையில் அமர, அவரோ பெருமூச்சுடன், ''நான் தனிப்பட்ட ஒரு விஷயம் பேச தான் வர சொன்னேன்'' என்று சொல்லிக் கொண்டே, அங்கே நின்று இருந்த தனது செக்ரீட்டரியைப் பார்க்க, அவரும் வெளியேறி விட்டார்...

இப்போது இருவர் மட்டுமே அறைக்குள் இருந்தார்கள்...

ஜீவானந்தனோ, ''யாத்ரா, என் பொண்ணு அனிதாவுக்கு கல்யாணம் பண்ணலாம்னு இருக்கேன்'' என்றார்...

யாத்ராவுக்கு விஷயம் தெரிந்தாலும் தெரியாத போலவே, ''சொல்லுங்க தலைவரே, மாப்பிள்ளை பார்க்கணுமா?'' என்று கேட்க, அவரோ இல்லை என்று தலையாட்டி விட்டு, ''மாப்பிள்ளையா வரணும்'' என்றார்...

யாத்ராவோ பெருமூச்சுடன், ''சொல்றேன்னு தப்பா நினைச்சுக்காதீங்க... எனக்கு வீட்ல பொண்ணு ஏற்கனவே நிச்சயம் பண்ணிட்டாங்க'' என்றான்...

ஜீவானந்தனோ, ''நிச்சயம் தானே பண்ணி இருக்காங்க'' என்று கேட்க, ''ஆனா எனக்கும் பிடிச்சு இருக்கே'' என்றான் அழுத்தமாக...

அதற்கு மேல் ஜீவானந்தன் என்ன பேசி விட முடியும்...

ஒரு பெருமூச்சுடன், ''யோசிச்சு சொல்லு, நீ என் வீட்டு மருமகன் ஆனா என் அரசியல் வாரிசு நீ தான்... அடுத்த சி எம் நீ தான்'' என்று ஆசை வார்த்தை காட்டினார்...

ஆசை வார்த்தைகள் எல்லாம் யாத்ராவிடம் செல்லுபடியாகுமா என்ன?

அவனோ, ''ஒரு வாரத்துல முடிவு சொல்றேன்'' என்று சொல்லிக் கொண்டே எழுந்தவனோ, அவரிடம் கையை கூப்பி வணங்கி விட்டு வெளியேற, ஜீவானந்தனுக்கு ஏமாற்றம் தான்...

ஆனாலும் அவனை எதுவும் பண்ண முடியாது என்று அவருக்கு தெரியும்...

வெளியே வந்த யாத்ராவின் மூளையோ வேகமாக செயல்பட்டுக் கொண்டு இருந்தது...

நேரே வீட்டுக்கு தான் கிளம்பினான்...

அவன் நேரத்துக்கே வீட்டுக்கு கிளம்பி வந்ததை புருவம் சுருக்கிப் பார்த்தார் குரலரசி...

அவனோ கையில் இருந்த ஐம்பொன் காப்பை கீழே இறக்கிக் கொண்டே, அவரைப் பார்த்தவன், ''கொஞ்சம் பேசணும்... ஆஃபீஸ் ரூமுக்குள்ள வாங்க'' என்று அங்கே இருந்த குரலரசியிடமும் ஷண்முகியிடமும் சொல்லி விட்டு விறு விறுவென தனது அலுவலக அறைக்குள் செல்ல, குரலரசியோ, ''என்னவாம் டி?'' என்று கேட்டுக் கொண்டே எழுந்தார்...

''யாருக்கு அத்தை தெரியும்? வாங்க போய் பார்க்கலாம்'' என்று சொல்லிக் கொண்டே, அவனது அலுவலக அறையை நோக்கி சென்றார்கள்...

அங்கே யாத்ராவோ தனது இருக்கையில் சாய்ந்து அமர்ந்து கொண்டே, அவர்களை முன்னே இருந்த இருக்கையில் அமரும் படி சைகை செய்ய, அவர்களும் அமர்ந்தார்கள்...

அவனோ தாடியை நீவிக் கொண்டே, அவர்களைப் பார்த்தவன், ''கல்யாணம் பண்ணிக்கலாம்னு இருக்கேன்'' என்றான்...

குரலரசிக்கோ இதழ்கள் எல்லாம் புன்னகை...

''ரொம்ப சந்தோஷம்பா'' என்று சொல்ல,

ஷண்முகியோ, 'மிதிலா' என்று ஆரம்பிக்க, கையை நீட்டி தடுத்தவன், 'அவ பொண்ணு இல்ல' என்றான்.

ஷண்முகியும் குரலரசியும் ஒருவரை ஒருவர் பார்த்துக் கொள்ள, ''சின்ன வயசுலயே மூணு பேருக்கும் அவங்க மூணு பேரும் தான்னு பேசி வச்சோமே'' என்றார் குரலரசி...

''யாருக்கு யாருன்னு பேசி வைக்கலைல'' என்றான் அவன்...

''அப்போ மதுராவா?'' என்று ஷண்முகி கேட்க, அவனோ, அழுத்தமாக இல்லை என்று தலையாட்டினான்...

குரலரசியோ, ''ஆடல் இன்னும் படிச்சு முடிக்கலையே'' என்றார்...

''அத பத்தி எனக்கு கவலை இல்ல. அடுத்த மாசமே கல்யாணம்...'' என்றான்...

''மூத்த பொண்ணுங்க ரெண்டு பேர் இருக்கும் போது கடைசி பொண்ணுக்கு கல்யாணம் பண்ணுறது சரியா வருமா?'' என்று ஷண்முகி கேட்க, அவனோ இதழ் குவித்து ஊதிக் கொண்டே, ''நான் ஆசைப்பட்டு கல்யாணம் பண்ணுனேன்னு சொன்னா தான் தப்பாயிடும்... ஜாதகம் பொருந்திச்சுன்னு சொல்லுங்க'' என்றான்...

குரலரசி, புரியாமல் பார்க்க, ''மூணு பேரோட ஜாதகமும் பொருத்தம் பார்க்க கொடுத்து இருக்குன்னு இப்போ போய் சொல்லுங்க... நாளைக்கு யாருன்னு சொல்லிடுங்க... ஜாதகம் பொருந்தி கல்யாணம் பண்ணுன போலவே இருக்கட்டும்'' என்றான்...

ஷண்முகியோ, ''எதுக்கு திடீர்னு ஆடலரசி?'' என்று கேட்க, அவனோ, ''தோணிச்சு'' என்று மட்டும் சொல்ல, குரலரசிக்கும் ஷண்முகிக்கும் எதுவும் புரியவில்லை...

அவனை எதிர்த்து பேசவும் முடியாது...

கேள்வி கேட்கவும் முடியாது...

சம்மதமாக தலையாட்டிக் கொண்டே எழுந்தவர்கள், விஷயத்தை ஏனையவர்களிடம் சொன்னதும் தான் தாமதம், ஆடலரசிக்கும் மதுராவுக்கும் மிதிலாவுக்கும் நடுங்க ஆரம்பித்து விட்டது...

அன்று இரவு மூவருக்குமே தூக்கம் வரவில்லை..

யாத்ராவோ தனது பேல்கனியில் நின்று இருந்தான்...

அவனை தேடி வந்து இருந்தான் ஆர்யா...

அவன் எதற்காக வந்து இருக்கின்றான் என்று யாத்ராவுக்கு தெரியும்...

''அண்ணா'' என்று அவன் ஆரம்பிக்க முதல், ''மிதிலாவை கல்யாணம் பண்ணிக்க மாட்டேன்'' என்றான் வானத்தையே வெறித்துப் பார்த்தபடி...

சட்டென ஆர்யாவின் இதழ்கள் விரிய, ''தேங்க்ஸ் அண்ணா'' என்று முடிக்கவில்லை, ''ஆனா இந்த விஷயம் யாருக்கும் இன்னைக்கு தெரிய கூடாது... நாளைக்கு பொண்ணு யாருன்னு பாட்டி சொல்வாங்க'' என்று சொல்ல, 'சரி' என்று சொல்லி விட்டு அவன் புன்னகையுடன் கிளம்பி விட்டான்...

அடுத்த நாள் காலையிலேயே மிதிலா ஆர்யாவுக்கு, ''வீட்ல சொல்லிடுங்க ப்ளீஸ்'' என்று மெசேஜ் அனுப்பி இருக்க, ''என்னை மீறி எதுவும் நடக்காது... ஃபீல் பண்ணாதே'' என்று அவன் பதில் அனுப்பி இருந்தான்...

''எனக்கு பயமா இருக்கு'' என்று அவள் பதிலனுப்பிக் கொண்டு இருந்த சமயம், அவளின் அறையை திறந்து கொண்டே உள்ளே வந்தார்கள் மதுராவும் ஆடலரசியும்...

''இன்னைக்கு ஆஃபீஸ் போகலையா நீ?'' என்று மிதிலா கேட்க, ''அடுத்த வாரம் வர சொல்லி இருக்கான் அந்த ஹிட்லர்... இப்போ அதுவா முக்கியம்? உன்னை கல்யாணம் பண்ணி வைக்காம எதுக்கு எங்க ஜாதகத்தையும் பார்க்கணும்?'' என்று புலம்பினாள் ஆடலரசி...

''ஹேய் மெதுவா பேசுடி'' என்று சொல்லிக் கொண்டே அறைக் கதவை மூடிய மதுராவோ, ''அப்படி மட்டும் நடந்திச்சு.. நான் கல்யாணத்துக்கு முதல் நாள் யாராவது பிச்சைக்காரனை கூட்டிட்டு ஓடி போயிடுவேன்'' என்று சொல்ல, மிதிலாவோ, ''யாத்ரா மாமாவுக்கு யார் ஜாதகம் பொருந்தும்னு தெரியலையே...'' என்று பயத்துடன் சொல்ல, மதுராவோ, ''என்னை மட்டும் இந்த கண்டத்துல இருந்து காப்பாத்து கடவுளே'' என்க, ''எனக்கும் சேர்த்து வேண்டிக்கோ டி'' என்றாள் மிதிலா..

ஆடலரசியோ, ''நான் மட்டும் என்ன தக்காளி தொக்கா.. எனக்கும் சேர்த்து வேண்டிக்கோ'' என்று சொல்ல மிதிலாவும் மதுராவும் அவளை மேலிருந்து கீழ் பார்த்தார்கள்..

''ஹேய் இப்படி பார்க்காதீங்கடி... கழுத்தில மாலை போட்டு கோவில்ல வெட்ட நிக்கிற ஆடு போலவே தெரிவேனே நான்'' என்றாள்...

''நம்பலன்னாலும் அதான் நெசம்'' என்று மிதிலா சொல்ல, ''சாவடிச்சிடுவேன் உன்னை... இந்த வீட்ல தெரியாம பிறந்து தொலைச்சிட்டேன்... பிறந்ததுல இருந்தே நான் தான் இங்க பலியாடு... உங்களுக்கெல்லாம் மிதிலா மதுரான்னு ஸ்டைல் ஆஹ் பெயர் வச்சிட்டு எனக்கு மட்டும் ஆடலரசின்னு ஒரு குடும்ப பேர்... இதுல ஆடல் ஆடலன்னு செல்ல பேர் வேற.. ச்சை.. அதாவது பரவாயில்ல... அந்த ஹிட்லருக்கு நான் தான் செக்ரீட்டரி... அவன் ஒரு பார்ட் டைம் சைக்கோ.. உங்களுக்கெல்லாம் அவனை பத்தி தெரியாது டி..'' என்று சொல்ல மதுராவோ, ''மெதுவா பேசுடி கேட்டுட போகுது...'' என்று சொல்ல, ''கேட்கட்டும்... கேட்டு தொலையட்டும்... எனக்கு ஆத்திரங்கள் வருது... இந்த கல்யாண விஷயத்துலயாவது கடவுள் கருணை காட்டணும் என் மேல ...'' என்று சொல்லிக் கொண்டு இருக்கும் போதே, ''என்ன பண்ணிட்டு இருக்கீங்க '' என்று கேட்டுக் கொண்டே கதவை திறந்தார் குரலரசி...

சட்டென மூவரும் எழுந்து நிற்க, ''பேசிட்டு இருக்கோம் பாட்டி'' என்றாள் மிதிலா..

குரலரசியுடன் ஷண்முகி, கிருஷ்ணன் மற்றும் விசித்ராவும் வந்து இருக்க, முடிவை சொல்ல வந்து இருக்கின்றார்கள் என்று அவர்களுக்கு புரிந்தது..

''யாத்ராவுக்கு அடுத்த மாசம் கல்யாண நாள் குறிச்சாச்சு... பொண்ணு யாருன்னா'' என்று சொல்ல

மூவருக்கும் நெஞ்சில் நீர் வெற்றி போக அவரோ கையை நீட்டி, 'ஆடல் தான்' என்றார். அவளுக்கோ அதனை கேட்டதுமே இதயம் நின்றே விட்டது..

அப்படியே மிதிலாவை பிடித்துக் கொண்டவள், ''என்னை புடிடி மயக்கமா வருது'' என்று சொல்லிக் கொண்டே, கண்களை மூடியவளுக்கு அவசரத்துக்கு மயக்கம் வேறு வரவில்லை...

''இந்த மயக்கம் வேற வந்து தொலைக்க மாட்டேங்குது'' என்று முணுமுணுத்துக் கொண்டே, கண்களை திறந்தவள், ''நிஜமாவா பாட்டி'' என்று கேட்டாள் தழுதழுத்த குரலில்...

''ம்ம் காலேஜுக்கு லீவு போடு... அடுத்த வாரமே கல்யாண பத்திரிகை அடிச்சு வந்திடும்...'' என்று சொல்ல, அவளுக்கு என்ன செய்வது என்றே தெரியவில்லை...

மறுக்கும் அளவுக்கு தைரியமும் இல்லை...

யாரையும் காதலித்து இருந்தால் கூட மறுத்து இருக்கலாம்...

இப்போது என்ன தான் அவளால் செய்து விட முடியும்?

அப்படியே தொய்ந்து அமர்ந்தாள்.

''சாப்பிட வாங்க, யாத்ரா லேட்டா தான் வருவான்'' என்று சொல்லிக் கொண்டே குரலரசி அங்கிருந்து நகர,

அனைவரும் சாப்பிட சென்றார்கள்...

மிதிலா, ஆர்யா, மதுரா, ஹரிஷ் என்று எல்லோருக்கும் நிம்மதி...

இதில் நிம்மதி இல்லாமல் தவித்தது என்னவோ ஆடலரசி தான்...

உணவும் இறங்கவில்லை...

சாப்பிட்டு முடித்ததுமே, ஆர்யாவும் ஹரிஷ்ம் அங்கிருந்து கிளம்பி விட்டார்கள்...

குரலரசியோ, ''கல்யாணம் பத்தி பேசணும்னு யாத்ரா சொன்னான்... எல்லோரும் ஹால் லேயே இருங்க'' என்று சொல்ல, ஏனையவர்கள் ஹாலில் அவனுக்காக காத்துக் கொண்டே அமர்ந்து இருந்தார்கள்...

அந்த இடமே நிசப்தமாக இருந்தது...

ஷண்முகியோ, ''ஆடல்'' என்று அழைக்க, அவளும் பதறி எழுந்து கொண்டே அவர் முன்னே வந்து நின்றவள், ''அத்தை'' என்றாள்...

''என்னடி என் பையனை கல்யாணம் பண்ணிக்க சம்மதம் தானே...'' என்று கேட்க அவளுக்கு இல்லை என்று சொல்ல தைரியம் இருந்தால் தானே...

''ம்ம்'' என்றாள் நலிந்த குரலில்...

''அவனை கட்டிக்க நீ கொடுத்து வச்சு இருக்கணும்'' என்றார்.

''நாசமா போச்சு'' என்று நினைத்துக் கொண்டவளோ, ''ம்ம்'' என்றாள் வலுக்கட்டாயமாக சிரித்துக் கொண்டே... அந்த நேரம் ஜீப் வரும் சத்தம் கேட்டது...

ஆடலரசிக்கு இதயமே நின்று விட்டது... வந்து கொண்டு இருப்பவன் யாத்ரா அல்லவா??

அனைவரும் வாசலை திரும்பி பார்க்க, உள்ளே விறு விறுவென நடந்து வந்து கொண்டு இருந்தது யாத்ரா தான்...

அவனைப் பார்த்ததுமே, ''உனக்காக தான் பார்த்துட்டு இருக்கோம் யாத்ரா'' என்றார் குரலரசி...

''ம்ம்'' என்று சொன்னவனோ, கையை நீட்டி அங்கே அருகே நின்று இருந்த ஆடலரசியின் துப்பட்டாவை இழுத்து எடுக்க அவளுக்கோ தூக்கி வாரிப் போட்டது.. சுற்றி அத்தனை பேர் இருந்தும் அவனது அத்துமீறலை யாருமே கேட்கவில்லை... கேட்கும் தைரியமும் யாருக்கும் இல்லை...

அதனால் கையை துடைத்தான்.. கையில் ரத்தம்..

அவள் விழிகளோ அவன் கையில் இருந்த ரத்தத்தில் படிய மூச்சடைத்து போனது...

அவன் அவளை பார்க்கவே இல்லை...

''நாசமா போனவன் என் புது துப்பட்டா டா'' என்று மனதுக்குள் தான் அவளால் திட்ட முடிந்தது.

ஷண்முகியோ, ''கைல எப்படி ரத்தம்? எப்படி அடி பட்டிச்சு?'' என்று கேட்க, அவனோ, ''எனக்கு அடி படல, ஐ ஆம் ஃபைன்'' என்றான்...

ஆடலரசியோ, 'க்கும், உங்க பையனுக்கு அடி பட வாய்ப்பே இல்ல... உங்க பையன் தான் நாலு பேரை அடிச்சிட்டு வந்து இருப்பான், இல்ல இல்ல கொன்னுட்டு வந்து இருப்பான்' என்று மனதுக்குள் நினைத்துக் கொண்டாள்...

யாத்ராவோ, இப்போது அவளை திரும்பிப் பார்த்துக் கொண்டே, கையில் இருந்த துப்பட்டாவை நீட்டினான்.. அவளுக்கோ ரத்தம் படிந்த அந்த

துப்பட்டாவை வாங்கவே விருப்பம் இல்லை...

"ம்" என்றான் அவளை அழுத்தமாக பார்த்துக் கொண்டே அதட்டும் குரலில்... சட்டென வாங்கிக் கொண்டாள்...

அவளை ஒரு கணம் பார்த்து விட்டு குரலரசி யை பார்த்தவன், "தாலி மட்டும் கட்டுறேன்... ரெஜிஸ்டர் பண்ண மாட்டேன், இத பத்தி பேச தான் நினைச்சு இருந்தேன்" என்றான்.

அவரோ, "ஏன் யாத்ரா?" என்று கேட்க அவனோ, "சலிச்சு போற நேரம் டைவர்ஸூன்னு அலைய முடியாது... தாலியை கழட்டி எறிஞ்சுட்டு வேலையை பார்க்கலாம்" என்றான்.

அவன் அப்படி சொன்னது எல்லோருக்கும் அதிர்ச்சி..

ஆனால் ஆடலரசிக்கு கொண்டாட்டம்... மனதிற்குள் குத்தாட்டம் போட்டாள்...

"ஒரே நாளில சலிச்சு போயிடணும்ப்பா" என்று கடவுளை வேண்டினாள்...

ஷண்முகியோ, 'அவ ரொம்ப நல்ல பொண்ணு' என்று சொல்ல, 'நான் ரொம்ப கெட்டவன்' என்று சொல்லிக் கொண்டே விறு விறுவென மாடியேறி சென்றான்.

அத்தியாயம் 6

எல்லோரும் அவன் முதுகையே வெறித்துப் பார்த்துக் கொண்டே அமர்ந்து இருக்க, விசித்ராவோ, "என்னம்மா இப்படி பேசிட்டு போறான்?" என்று மனம் கேட்காமல் குரலரசியிடம் கேட்க, அவரோ, "அப்படி எல்லாம் ஒன்னும் நடக்காது... இங்க

தானே இருக்க போறாங்க... பார்த்துக்கலாம்'' என்று சொன்னார்...

யாத்ராவை மீறி யாரும் பேச முடியாதே...

கிருஷ்ணனோ, ''ஆடல் முகத்தை பாருங்க, ரெஜிஸ்டர் வைக்கிறது இல்லன்னு சொன்னதுமே சோர்வா ஆயிட்டா'' என்று சொல்ல, அவளோ, ''எத?'' என்று கேட்டுக் கொண்டே அவரை பார்க்க, அவரோ, ''நீ மனசு கஷ்டப்படாதே ஆடல்.. அப்படி எல்லாம் பிரிய நாங்க விட மாட்டோம்'' என்றார்...

அவளுக்கோ எங்கேயாவது சென்று முட்டிக் கொள்ளலாம் போல இருக்க, ''என் மனசை நீங்க ரொம்ப நல்லாவே புரிஞ்சு இருக்கீங்கப்பா'' என்று பற்களை கடித்துக் கொண்டே சிரித்தபடி சொல்ல, மதுராவும் மிதிலாவும் அவள் சொன்ன தோரணையில் வாய்க்குள் சிரித்துக் கொண்டார்கள்..

அதனை தொடர்ந்து எல்லோரும் அவரவர் அறைக்குள் சென்று விட, மிதிலாவின் அறைக்குள் மீண்டும் மதுராவும் ஆடலரசியும் ஒன்று கூடி விட்டார்கள்...

ஆடலரசியோ, ''மிதிலா, நீ தானே அந்த ஹிட்லரை கட்டிக்கணும்... நீ தானே மூத்த பொண்ணு... இல்லன்னா இந்த மதுரா கட்டிக்கணும். என்ன எதுக்குடி இந்த கடவுள் கோர்த்து விட்டார்?'' என்று புலம்பிக் கொண்டே கட்டிலில் அமர, மதுராவோ, ''கடவுளுக்கு மிதிலா லவ் மேட்டர் தெரிஞ்சு இருக்கு'' என்றாள்...

''என்னது லவ்வா?'' என்று ஆடலரசி அதிர, மிதிலாவோ, ''ஹேய் சும்மா இருடி'' என்று அதட்ட,

''இதுக்கு பிறகு மறைச்சு என்ன பயன்?'' என்று கேட்டாள் மதுரா...

''யாரை லவ் பண்ணுறா அவ?'' என்று ஆடலரசி அதிர்ச்சியுடன் கேட்க, ''ஆர்யா'' என்று கண் சிமிட்டி சொன்னாள் மதுரா...

மிதிலாவோ, ஆடலரசியை தயக்கமாக பார்க்க, ''இது எப்போ? என்னை காலேஜ் அனுப்பிட்டு இது தான் பண்ணி இருக்கீங்களா?'' என்று கேட்க, ''அது நிறைய நாளா நடக்குதுடி'' என்று மதுரா சொல்ல, ''எனக்கு அப்போ யாருமே உண்மையான இல்லை? இந்த கடவுளும் உண்மையா இல்ல, நீங்க எல்லோரும் ஜாலியா இருக்கீங்க... நான் தான் சிக்கிட்டு தவிக்கிறேன்'' என்று சிணுங்கிக் கொண்டே அமர்ந்து இருந்தாள்... மதுராவோ, ''நீ எதுக்கு ஃபீல் பண்ணுற? எங்க எல்லோரையும் விட நீ முதல் கல்யாணம் பண்ணிக்க போற... அப்போ நாங்க தானே ஃபீல் பண்ணனும்'' என்றாள்...

''க்கும், நான் இந்த ஹிட்லரை கல்யாணம் பண்ணுறதுக்கு வாழ்க்கை முழுக்க சந்நியாசியா இருந்திடுவேன்'' என்றாள்...

அவளை பார்க்க மதுராவுக்கும் மிதிலாவுக்கும் பாவமாக தான் இருந்தது...

அவளை மேலும் பேசி பேசி காயப்படுத்த விரும்பவில்லை...

ஜாலியாக பேச நினைத்து இருந்தார்கள்... மூவருக்கும் நெருங்கிய வயது என்பதால் வெளிப்படையாகவும் பேசி சிரித்துக் கொள்வார்கள்.

''சரி விடு... யாரை கல்யாணம் பண்ணுனாலும்

எங்களுக்கு முதல் சம்பவம் நடந்திடும் ல'' என்றாள் மதுரா...

''ஆமா இது ரொம்ப முக்கியம்... அதுக்கு முதல் நான் பேசியே ஹிட்லரை சலிக்க வச்சிடுவேன்'' என்று சொல்ல, மதுராவும் மிதிலாவும் மாறி மாறி பார்த்துக் கொண்டார்கள்...

மதுராவோ, ''அத விடு... மிதிலா மொட்டை மாடில என்ன பண்ணுவா தெரியுமா?'' என்று பேச்சை மாற்றினாள்...

மிதிலாவோ, ''சும்மா இருடி'' என்று மதுராவுக்கு கிள்ள, ஆடலரசியோ, ''நீ சொல்லு மதுரா... என்ன பண்ணுவா?'' என்று ஆர்வமாக கேட்டாள்...

''இதெல்லாம் இப்போ முக்கியமா?'' என்று மிதிலா கேட்க, மதுராவோ, ஆடலரசியை பார்த்து இதழ்களை குவித்து சைகை செய்ய, வாயில் கையை வைத்த ஆடலரசி, ''கிஸ்ஸா?'' என்று கேட்டாள்...

மிதிலாவின் கண்கள் விரிய, ''நீ எப்போ டி பார்த்த?'' என்று மதுராவிடம் கேட்க, ''ஆஹ நாங்க எல்லாம் லேசர் கண்ணாக்கும்'' என்று சொல்ல, மிதிலாவுக்கு சங்கடம்...

''ச்சீ போங்கடி'' என்று திட்டிக் கொண்டே, குளியலறைக்குள் செல்ல, ஆடலரசியோ, ''அவ கிடக்கிறா... நீ சொல்லு... எங்க கிஸ்ஸு?'' என்று கேட்டாள்...

மதுராவோ, இதழ்களை தொட்டு காட்ட, ''ஆத்தாடி... லிப் லாக் ஆஹ?'' என்று கேட்டாள்...

''ம்ம்'' என்று மதுரா கண் சிமிட்டி சொல்ல,

''ஐயோ நான் மிஸ் பண்ணிட்டேனே... இனி எப்போ அடிப்பாங்க?'' என்று கேட்டாள்...

''அவ கிட்ட தான் கேட்கணும்'' என்று மதுரா சொல்ல, ஆடலரசியோ, ''ஹேய் மிதிலா, இனி எப்போ மொட்டை மாடி போவ?'' என்று சத்தமாக கேட்டாள்...

உள்ளே இருந்த மிதிலாவோ, ''செருப்பால அடிப்பேன்'' என்று திட்ட, ''நீ சொல்லலன்னா விடு... நான் ஆர்யா மாமா கிட்ட ஈவினிங் கேட்டுக்கிறேன்'' என்று சொல்ல, மதுரா சத்தமாக சிரித்துக் கொண்டே, ''உனக்கு அவ்ளோ தைரியம் இருக்கா?'' கேட்க, அவளோ, ''எனக்கு ஹிட்லரை பார்த்தா மட்டும் தான் பயம்... மத்தபடி நான் சிங்கப் பெண்ணாக்கும்'' என்று இல்லாத காலரை இழுத்து விட்டு சொல்லிக் கொண்டே, ''பார்க்கலாம் டி... ஐயாயிரம் பேட்'' என்றாள்...

''சரிடி பார்க்கலாம்'' என்று அவளும் சொல்லிக் கொண்டாள்...

அதனை தொடர்ந்து வேறு விஷயங்களை பேசி சிரித்தார்கள்...

அறைக்குள் வந்த ஆடலரசிக்கு இப்போது தான் மனம் பாரமாக இருந்தது...

அவர்களுடன் பேசி சிரிக்கும் போது இந்த உணர்வு இருக்கவே இல்லை...

யாத்ராவுடன் எப்படி வாழ்க்கையை கொண்டு செல்வது என்று தடுமாற்றம்...

ஆனாலும் இத்தனை பேர் வீட்டில் இருக்கும்

போது சமாளிக்கலாம் என்று நம்பிக்கையும் இருக்க, நடப்பது நடக்கட்டும் என்ற மனநிலைக்கு பெண்ணவள் வந்து விட்டாள்...

அவள் நினைத்தாலும் இந்த திருமணம் நிற்க போவது இல்லை...

காரணமே இல்லாமல் கவலைப்பட்டு என்ன பயன்? என்று நினைத்து விட்டாள் போலும்...

அதியமானிடம் சொல்வதா? இல்லையா என்ற யோசனை... அலைபேசியை எடுத்தவள் என்ன நினைத்தாளோ தெரியவில்லை...

'நாளைக்கு நேர்ல சொல்லிக்கலாம்' என்று அவளாகவே ஒரு முடிவை எடுத்துக் கொண்டாள்...

அன்று மாலை ஹாலில் தான் மிதிலா, மதுரா மற்றும் ஆடலரசி அமர்ந்து இருந்தார்கள்...

குரலரசியும் ஷண்முகியும் வெளியே சென்றால் தான் அவர்கள் ஹாலில் வந்து அமர்வார்கள்...

மற்றும்படி அறைக்குள் முடங்கிக் கொள்வார்கள்...

யாத்ராவும் வெளியே சென்று இருக்க, ஹாலில் அமர்ந்து தொலைக்காட்சி பார்த்துக் கொண்டு இருந்தார்கள் மூவரும்... அப்போது கார் வரும் சத்தம் கேட்டது...

மிதிலா சட்டென எழுந்து கொள்ள, ''யார் வர்றதுன்னு பார்ப்போம்... எதுக்கு அவசரப்படுற'' என்று கேட்டுக் கொண்டே எட்டிப் பார்த்தாள் ஆடலரசி...

வந்தது என்னவோ ஹரிஷ்ம் ஆர்யாவும் தான்...

ஆடலரசியோ, ''உன் ஆள் தான் வர்றார்'' என்று சொல்ல, மிதிலா பெருமூச்சுடன் அமர்ந்து கொள்ள, உள்ளே வந்த ஆர்யாவின் விழிகள் மிதிலாவில் படிந்து மீண்டது...

ஆனால் அங்கே மதுராவும் ஆடலரசியும் இருந்ததால் கடந்து செல்ல தான் முற்பட்டான்...

''மாமா'' என்று ஒரு அழைப்பு...

யோசனையுடன் திரும்பிப் பார்த்தான்... ஆடலரசி தான் அழைத்து இருந்தாள்...

அவள் வழக்கமாக இப்படி எல்லாம் அழைப்பது இல்லை...

இத்தனை நாட்கள் அந்த வீட்டில் அப்படி ஒரு இறுக்கம் இருக்கும்...

மிதிலா, மதுரா, விசித்ரா மற்றும் கிருஷ்ணன் தாண்டி ஆடலரசி யாருடனும் பேச மாட்டாள்...

யாத்ராவை நினைத்து வந்த பயம், ஆர்யா மற்றும் ஹரிஷையும் பின் தொடர்ந்து இருந்தது...

சுருக்கமாக சொல்லப் போனால், தனது குடும்பத்தை தவிர ஏனையவர்களிடம் அவள் அவளாக இல்லை...

நேற்று தான் அவர்களுடன் கொஞ்சமாவது பேசி இருக்கின்றாள்...

இன்று மிதிலா காதலிக்கின்றாள் என்று அறிந்ததும் ஒரு தைரியம் அவளுக்கு...

யாத்ரா போல அவர்கள் இருக்க மாட்டார்கள் என்று நம்பிக்கை...

அவள் அவனை அழைத்ததும் ஹரிஷும் திரும்பிப் பார்த்தான்...

''நான் ஆர்யா மாமாவை தான் கூப்பிட்டேன்'' என்றாள் ஆடலரசி...

ஹரிஷோ, ஆர்யாவை பார்க்க, அவனோ, ''என்ன விஷயம்?'' என்று ஆடலரசியிடம் கேட்டான்...

''இனி எப்போ மொட்டை மாடி போவீங்க?'' என்று அவள் கேட்டதும் தான் தாமதம் மிதிலாவுக்கு நெஞ்சே அடைத்து விட்டது...

''ஆடல்'' என்றாள் அதட்டலாக...

''ஹேய் நீ தான் சொல்லலைல, நான் மாமா கிட்ட கேட்டுக்கிறேன்'' என்று சொல்ல, ஆர்யாவுக்கு சட்டென புரியவில்லை...

''எதுக்கு?'' என்று கேட்டான்...

ஆடலரசியோ, ''மதுராவுக்கு மட்டும் ஃப்ரீ ஷோ காட்டி இருக்கீங்க... எனக்கு இல்லையா?'' என்றாளே பார்க்கலாம்...

மதுராவோ, ''ஆத்தி நான் இல்ல'' என்று சொல்லிக் கொண்டே, அங்கிருந்து எழுந்தவள் விறு விறுவென அறைக்குள் ஓடிச் செல்ல, ஹரிஷோ, அடக்கப்பட்ட சிரிப்புடன், அங்கிருந்து அகன்று இருக்க, ஆர்யாவின் விழிகள் விரிய, அப்படியே மிதிலாவைப் பார்த்தான்.

அவளோ, ''ஹையோ'' என்று சொல்லிக் கொண்டே, தலையை பிடித்தபடி குனிந்து இருக்க, ஆடலரசியோ, ''அவளை பார்க்காம, என் கிட்ட சொல்லுங்க'' என்றாள்...

அவனோ அவளை முறைத்துக் கொண்டே,

''போகும் போது சொல்றேன்'' என்று பற்களை கடித்தபடி சொன்னவன் விறு விறுவென செல்ல, ஆடலரசியோ, ''இப்போ எதுக்கு கோச்சுக்கிட்டு போறார்?'' என்று கேட்டுக் கொண்டே மிதிலா அருகே அமர, அவளோ, ஆடலரசியை பார்த்தவள், ''ஏன்டி?'' என்று எரிச்சலாக கேட்டாள்...

''சும்மா ஒரு ஜெனரல் நாலேட்ஜ்க்கு தான்'' என்று ஆடலரசி சொன்னதுமே, ''அது தான் உனக்கு கல்யாணம் ஆக போகுதே.. அப்போ தெரிஞ்சுக்கோ, இப்போ எப்படி அவரை சமாளிக்க போறேன்னு தெரியலையே'' என்று புலம்பிக் கொண்டே எழுந்து கொள்ள, ''இவர் ஹிட்லர் போல இல்ல தானே... எதுக்கு பயப்படுற?'' என்று கேட்டாள்...

''ஆ்ஷ், குட்டி ஹிட்லர்... ஹரிஷ் மாமா தான் ஸ்வீட்...'' என்று சொல்லிக் கொண்டே செல்ல, ''ஓஹோ, அப்போ இறங்கு வரிசைல டெர்ரர் டு சாஃப்ட் ஆ்ஷ்? இவ குட்டி ஹிட்லருக்கே சலிச்சுக்கிறாளே... நான் லாம் பெரிய ஹிட்லர் கிட்ட சிக்கிட்டு எப்படி தான் சமாளிக்க போறேனோ' என்று முணுமுணுத்துக் கொண்டாள்...

அறைக்குள் சென்ற மிதிலாவோ, அலைபேசியை எடுக்க, அவளுக்கு ஆர்யாவிடம் இருந்து அழைப்பு வந்தது... எடுத்து காதில் வைத்த அடுத்த கணம், ''மொட்டை மாடிக்கு வா'' என்று கடுப்பாக சொல்லி விட்டு வைத்து விட்டான்...

அவளோ, ''என்னை திட்ட போறார்'' என்று முணுமுணுத்துக் கொண்டே, சுற்றும் முற்றும் பார்த்தபடி மாடியேறி செல்ல, அங்கே சுவரில் சாய்ந்து மார்புக்கு குறுக்கே கையை கட்டிக்

கொண்டே நின்று இருந்தான் ஆர்யா...

அவளோ சுற்றிப் பார்த்து யாரும் இல்லை என்று உறுதி செய்து கொண்டே, அவன் அருகே செல்ல, அவனோ அவளை முறைத்துக் கொண்டே, ''இப்படி தான் எல்லோர் கிட்டயும் உளறி வைப்பியா?'' என்று சீறினான்...

அவளோ, ''ஐயோ நான் எதுவும் சொல்லவே இல்லை... மதுரா தான் நம்மள பார்த்து இருக்கா...'' என்று சொல்லும் போதே அவன் அதட்டலால் அவள் கண்கள் கலங்கி சட்டென இரு துளிகள் உருண்டு விழுந்தன...

''இப்போ எதுக்கு அழுற?'' என்று அவன் கேட்க, ''திட்றீங்க... நான் தான் எதுவுமே பண்ணலையே... நீங்க தான் மொட்டை மாடிக்கு வா, மொட்டை மாடிக்கு வான்னு அடிக்கடி கூப்பிட்டு இப்படி ஆயிடுச்சு...'' என்றாள் சிணுங்கிக் கொண்டே...

அவள் மிகவும் மென்மையானவள் ஆயிற்றே... சட்டென கண்களை கசக்கி விட்டாள்...

அவனுக்கோ அவள் அழுகை ஒரு மாதிரி ஆகி விட, ''சரி விடு'' என்று சொல்லிக் கொண்டே, அவள் கையை பற்ற, அவளோ, ''இன்னைக்கு மார்னிங் ஆடல் தான் பொண்ணுன்னு தெரியும் வரை எனக்கு உயிரே போயிடுச்சு'' என்றாள்...

அவனோ சத்தமாக சிரித்துக் கொண்டே, ''இது எனக்கு நேத்து நைட்டே தெரியும்'' என்றான்...

அவளோ, ''அப்போ ஏன் என் கிட்ட சொல்லவே இல்ல?'' என்று கேட்க, ''அண்ணா சொல்ல வேணாம்னு சொன்னார்'' என்று சொன்னான்...

''தெரிஞ்சும் என் கிட்ட சொல்லாம டென்ஷன் பண்ணிடீங்கள்ல... நான் உங்க கூட பேசவே மாட்டேன்'' என்று கோபமாக சொல்லி விட்டு, அவள் நகர முற்பட, அவளது கையை பற்றி தன்னை நோக்கி இழுத்தவன், அவள் இதழ்களை அடைத்து இருக்க, ஆரம்பத்தில் முரண்டு பிடித்தவள், இறுதியில் அடங்கிப் போனாள்...

இதே சமயம் ஆடலரசிக்கு என்ன செய்வது என்றும் தெரியவில்லை...

யாத்ராவை திருமணம் செய்ய மனதளவில் தன்னை தயார் படுத்த முயன்று கொண்டு இருந்தவளுக்கு முதலிரவை எல்லாம் நினைத்து சற்று பயமாக இருந்தது...

''இந்த ஹிட்லரை பார்க்கவே பயமா இருக்கு... மீதி எல்லாம் எப்படி?'' என்று தனக்குள் கேட்டு சிணுங்கியவளோ, ''இந்த ஃபெர்ஸ்ட் நைட் நடக்காம தடுத்தாகணும்... அது நடக்க முதலே நான் அவனுக்கு சலிச்சு போயிடணும்'' என்று புலம்பிக் கொண்டாள்...

அன்று யாத்ரா வந்ததும் வராததுமாக, ஆடலரசியை தனது அலுவலக அறைக்குள் அழைத்து இருக்க, அவளுக்கோ மயக்கம் வராத குறை தான்...

செய்தி சொல்ல வந்த காமாட்சியிடம், ''என்னை தானா அக்கா நிஜமா கூப்பிடுறார்?'' என்று கேட்க, ''ஆமாம்மா'' என்றார் அவர்...

பயத்துடன் தான் அவனை தேடிச் சென்றாள்...

அறையை தட்ட, ''கம் இன்'' என்றான்... கதவை திறந்து கொண்டே உள்ளே செல்ல, அவனோ

தாடியை நீவிக் கொண்டே அவளைப் பார்த்தவன், ''கல்யாண விஷயத்தை அதியமான் கிட்ட சொல்லிட்டியா?'' என்று கேட்டான்...

அவளுக்கோ தொண்டை கம்ம, ''இன்னும் இல்ல'' என்று சொல்ல, ''அவனை லவ் பண்ணுறியா என்ன?'' என்று கேட்டான்...

அவசரமாக இல்லை என்று தலையாட்டியவள், ''பெஸ்டி'' என்றாள்...

'என்ன கருமமோ.. இனியும் அவன் கிட்ட சொல்ல கூடாது. நானே சொல்லிக்கிறேன்' என்றான்.

அவளும், ''ம்ம்'' என்று சொல்லி விட்டு வெளியேறி இருந்தாள்...

வெளியேறியவள் மனமோ, 'இந்த கண்ணை கொஞ்ச நேரமே பார்க்க முடியல... வாழ்க்கை முழுக்க எப்படி தான் பார்க்க போறேனோ' என்று புலம்பிக் கொண்டது...

அவள் எதிர்பார்த்ததை விட அவர்களது திருமண ஏற்பாடு மின்னல் வேகத்தில் நடந்தது...

அத்தியாயம் 7

அடுத்த நாள் ஆடலரசி காலேஜுக்கு சென்றாள்...

அதியமானுடன் பேசினாள்...

ஆனாலும் திருமண விஷயத்தை பற்றி மூச்சு கூட விடவில்லை...

யாத்ரா சொல்ல வேண்டாம் என்று சொல்லி விட்டானே...

அதனை மீறி அவளால் எப்படி சொல்ல முடியும்?

''கன்னுகுட்டி என்ன ரொம்ப டல்லா இருக்க?'' என்று அதியமான் கேட்டும் பார்த்தான்...

அவளோ, ''ஒன்னும் இல்லடா'' என்று அதையும் சோர்வாக சொன்னவளுக்கு சிரிப்பதே பெரும் பாடாகி போனது...

அந்த ஒரு வாரம் எப்படி நகர்ந்தது என்று தெரியவே இல்லை...

வெள்ளிக்கிழமை அவர்களது திருமண பத்திரிகை அடித்தாகி வந்து விட்டது...

அன்று காலேஜில் இருந்து சோர்வாக வந்தவளிடம், ''கல்யாண பத்திரிகை வந்திருக்கு... பாரு ஆடல்'' என்றார் குரலரசி...

''அதுக்குள்ளயா?'' என்று ஆடலரசி கேட்க, ''இன்னும் கல்யாணத்துக்கு மூணு வாரம் தான் இருக்கு'' என்று குரலரசி நினைவு படுத்த, அவளுக்கு மனமே விட்டுப் போய் விட்டது...

ஒரு பெருமூச்சுடன் கல்யாண பத்திரிகையை பார்த்தாள்...

யாத்ரா சரவணன், ஆடலரசி என்று அவர்கள் பெயர்கள் ஒன்றாக இருந்தன...

''நல்லா இருக்கு'' என்று வேறு வழி இல்லாமல் அவள் சொல்ல, ''உன் ஃப்ரெண்ட்ஸுக்கு கொடுக்க பத்திரிகை எடுத்துக்கோ'' என்றார் ஷண்முகி...

''ம்ம்'' என்று சொல்லிக் கொண்டே ஒரு பத்து பத்திரிகையை எடுத்தவள், அறைக்குள் நுழைந்து

கொண்டே கதவை தாழிட்டு விட்டு கட்டிலில் குப்பற படுத்துக் கொண்டே, ''அச்சோ இன்னும் மூணு வாரம் தானா இருக்கு'' என்று புலம்ப ஆரம்பித்து விட்டாள்...

அடுத்த நாளும் அவளுக்கு நிம்மதி இல்லை...

யாத்ராவுடன் கம்பெனிக்கு செல்ல வேண்டும்...

அவன் அதிசயமாக இன்று வேஷ்டி கட்டி வந்தான்...

வந்ததுமே வாசலில் நின்ற முருகனிடம், ''கல்யாண பத்திரிகை எல்லாம் எடுத்து வச்சுக்கோ'' என்று சொல்ல, அவனும் அதனை எடுத்து வைத்துக் கொண்டான்...

''இன்னைக்கு யாரை கொல்ல போறானோ?'' என்று எரிச்சலுடன் புலம்பிக் கொண்டே தான் சாப்பிட சென்று அமர்ந்தாள் ஆடலரசி...

சாப்பிட்டு முடித்ததுமே யாத்ராவுடன் ஜீப்பில் ஏறிக் கொண்டாள்...

''இன்னைக்கு டைரக்ட் ஆஃற ஆஃபீஸுக்கு தான்'' என்றான் அவன் அவளைப் பார்க்காமலே...

அவளுக்கு அப்போது தான் மூச்சே வந்தது...

ஜன்னலினூடு வெளியே பார்த்துக் கொண்டே அமர்ந்து இருந்தாள்...

சற்று நேரத்தில் அவர்களின் அலுவலகமும் வந்து விட்டது...

அவன் முன்னே விறு விறுவென நடக்க, அவளோ அவனை கஷ்டப்பட்டு பின் தொடர, சட்டென திரும்பிப் பார்த்தவன், ''நல்லா சாப்பிடுற தானே...

ஸ்பீடா நடக்க மாட்டியா?'' என்று கேட்டான்...

அவளோ, 'நான் என்ன மெஷினா?' என்று மனதுக்குள் கேட்டுக் கொண்டே அறைக்குள் அவனை தொடர்ந்து நுழைந்தாள்...

அவனும் தனது இருக்கையில் அமர்ந்து கொண்டே, ''உட்கார்'' என்று கண்களால் முன்னே இருந்த இருக்கையை காட்ட, அவளும் அமர்ந்தாள்...

''கல்யாண கார்டுக்கு நான் சொல்ற பேர் எல்லாம் எழுதணும்'' என்று சொல்லிக் கொண்டே பெல்லை அழுத்தியவன், முருகனை உள்ளே அழைக்க, முருகனும் உள்ளே வந்தான்...

''கார்ட் எல்லாம் இவ கிட்ட கொடு'' என்று சொல்ல, அவனும் அதனை மேசையில் வைத்து விட்டு சென்று இருக்க, அவளிடம் பேனாவை நீட்டியவன், ''எழுது'' என்றான்...

அவளுக்கு மறுக்க முடியாத நிலை...

'என்னை வச்சு செய்யுறான்' என்று மனதுக்குள் புலம்பிக் கொண்டே அவன் சொல்லும் பெயர்களை எழுதினாள்...

அவளோ பல வாட்ஸ் அப் க்ரூப்பில் இருக்கின்றாள்...

தொடர்ச்சியாக அவள் அலைபேசிக்கு மெசேஜ் வந்து கொண்டே இருக்க, அவளோ மேசையில் இருந்த தனது அலைபேசியை கடைக்கண்ணால் பார்க்க, அது யாத்ராவின் கண்ணில் பட்டு தொலைத்தது...

கையை நீட்டி, அலைபேசியை எடுத்து தனது

ஷேர்ட் பாக்கெட்டினுள் போட்டுக் கொண்டவன், ''இப்போ நான் சொல்ற பேரை எழுது'' என்றான்...

''ம்ம்'' என்று பாவமாக முகத்தை வைத்தபடி சொன்னவளோ, பேனாவை கல்யாண பத்திரிகையில் வைக்க, ''அதியமான்'' என்றான் அழுத்தமாக...

சட்டென ஏறிட்டு அவனைப் பார்த்தாள்...

''எழுது'' என்றான் அவளை உறுத்து விழித்துக் கொண்டே...

அவளும் அவன் பெயரை எழுதி இருக்க, அவனோ பெருமூச்சுடன், அவள் எழுதி முடித்த திருமண பத்திரிகை எல்லாவற்றையும் எடுத்துக் கொண்டே விறு விறுவென வெளியேறி விட, அவளோ, 'என்னோட ஃபோனையும் தூக்கிட்டு போறான்... நாசமா போனவன்' என்று வாய்க்குள் புலம்பிக் கொண்டாள்...

இதே சமயம், தனது அலுவலகத்துக்கு வந்து சேர்ந்தான் அதியமான்...

பெயருக்கு ஏற்ற போல விறைப்பான தோற்றத்தில் வேகமாக நடந்து வந்தவனை நோக்கி ஓடி வந்த போலீஸ் அதிகாரி செல்வமோ, ''காட்டுல கிடந்த பாடீஸ்க்கு எந்த எவிடென்சும் இல்ல சார்'' என்றான்.

அவனை பார்க்காமலே நடந்த அதியமானோ, ''இருந்தாலும் அழிச்சிருப்ப'' என்று சொல்ல, ''சார்'' என்றான் அவன் அதிர்ச்சியுடன்...

சட்டென நின்று அவனை அழுத்தமாக திரும்பிப்

பார்த்த அதியமானோ, ''அந்த கொலை பண்ணுனது யாருன்னு எனக்கு நல்லாவே தெரியும்.. அவனை பார்த்து இங்க இருக்கிறவனுங்க பயபடலாம்.. ஆனா நான் எப்போவும் பயப்படமாட்டேன். ஒரு நாளைக்கு சிக்குவான்... அன்னைக்கு இருக்கு அவனுக்கு'' என்று சொல்லிக் கொண்டு இருக்கும் போதே எச்சிலை கூட்டி விழுங்கி கொண்ட செல்வமோ அதியமானுக்கு பின்னால் எட்டிப் பார்த்தான்.

அதியமானும் அவனை பார்த்து விட்டு திரும்பிப் பார்க்க அங்கே வேஷ்டியின் நுனியை தூக்கிக் கொண்டே நடந்து வந்தது வேறு யாருமல்ல யாத்ரா தான்...

அவனைக் கண்டதுமே போலிஸ்காரர்கள் விலகி நிற்க, அவனோ அதியமானை கேலியாக பார்த்துக் கொண்டே நடந்து வந்தான்.

அதியமானின் முகமோ இறுகிப் போக, அவன் முன்னே வந்து நின்றவனோ, ''வணக்கம் சார்'' என்றான்.

அதியமானிடம் முறைப்பு மட்டுமே... செல்வமோ யாத்ராவை பார்த்து சாலியூட் அடிக்க அதியமான் இப்பொது செல்வத்தை எரித்து விடுவது போல பார்க்க, அவனோ என்ன செய்வது என்று தெரியாமல் குனிந்து கொண்டான்.

அதனை பார்த்து சத்தமாக சிரித்த யாத்ராவோ, ''ஏ சி பி சார்... ஈஸி'' என்று சொல்லிக் கொண்டே தனது அருகே நின்ற முருகனைப் பார்க்க அவனும் கல்யாண பத்திரிகையை எடுத்து நீட்டினான்..

யாத்ராவோ அதனை அதியமானிடம் நீட்டி,

''சார் எனக்கு அடுத்த மாசம் கல்யாணம்... நீங்க என்ன சார் என்னை வேணாம்னு சொல்றது. எனக்கு உங்க தங்கச்சி வேணாம்'' என்று சொன்னவன் முகம் இறுக, மேலும் தொடர்ந்தவனோ, ''உன் இடத்துல வேற யாரும் இருந்தா இந்த நேரத்துக்கு அவன் செத்து புல்லு முளைச்சு இருக்கும். சி எம் பையனா போய்ட்ட... அதோட நல்லவனாவும் போயிட்டே... உன் அப்பா ஆட்சில இருந்து இறங்குற அன்னைக்கு உனக்கு சங்கு நான் ஊதுறேன் டா... அப்படி ஏதாவது பண்ணிடுவேனோன்னு தான் உன் தங்கச்சியை கட்டி வச்சு என்னை எமோஷனல் ஆஹ் டைட் பண்ண உன் அப்பா நினைச்சார்... தலைவரும் நம்மள போல குறுக்கு புத்தி காரர் ல.. அதனால தான் உன் தங்கச்சியை நானே வேணாம்னு சொன்னேன்.. சி எம் பொண்ண கல்யாணம் பண்ணிக்க யாரும் மாட்டேன்னு சொல்வாங்களா?? அதுவும் அடுத்த சி எம் ஆக வாய்ப்பு வர்ற நேரம் வேணாம்னு சொல்வாங்களா? ஆனா நான் சொல்லுவேன்...'' என்று சொல்ல, அதியமானோ நக்கலாக சிரித்துக் கொண்டே, ''ரொம்ப சந்தோஷம்... உனக்கு சாலியூட் அடி க்கிற போலீஸ் இல்லடா நான்... தங்கச்சியை கல்யாணம் பண்ணி வச்சா உன்னை ஒன்னும் பண்ண முடியாதுன்னு யோசிச்சிட்டே இருந்தேன்... இப்போ தான் நிம்மதியா இருக்கு... பை தெ வே... தேங்க்ஸ்...'' என்று சொன்னான்...

யாத்ராவோ, ''ரொம்ப சந்தோஷப்படாதே... கல்யாண பத்திரிகையை பிரிச்சு பாரு... ஆப்பை உனக்கு ஆழமா சொருகி இருக்கேன்...'' என்றதுமே சட்டென பத்திரிகையை திறந்து பார்த்தான்.

மணப்பெண் இடத்தில், ஆடலரசியின் பெயர்...

தூக்கி வாரிப் போட்டது அவனுக்கு...

''உன் தங்கச்சி பேர் அங்க இருந்து இருந்தா கூட உனக்கு இவ்ளோ வலிச்சு இருக்காதுல'' என்று கேட்டுக் கொண்டே அவன் தோளில் தட்ட, அதியமானோ, ''திஸ் இஸ் நாட் ரைட் யாத்ரா... ஷீ இஸ் இன்னசென்ட்... நம்ம பிரச்சனைல அவ எதுக்கு இடைல?'' என்று கேட்டான்...

யாத்ராவோ, '' உன்னோட கன்னுகுட்டி இன்னசென்ட் ஆஹ் இருக்கட்டும். கல்யாணத்துக்கு அப்புறம் நான் வயலென்ட் ஆஹ் மாத்திடுறேன்'' என்று கண் சிமிட்டி சொல்லிக் கொண்டே காலை உயர்த்தி வேஷ்டியின் நுனியை பிடிக்க, அதியமானுக்கோ தூக்கி வாரிப் போட்டது...

அவன் ஆடலரசியை அழைக்கும் பெயர் எப்படி யாத்ராவுக்கு தெரியும் என்று அதிர்ச்சி...

யாத்ராவோ, ''அவ என் வீட்டு பொண்ணு, யார் கூட பழகுறா, யார் கூட பேசுறான்னு எதுவுமே எனக்கு தெரியாம நடக்காது... அவ மனசுல எதுவும் இல்ல, ஆனா உன் மனசுல என்ன இருக்குன்னு எனக்கு நல்லாவே தெரியும். நீ அவளை உண் மையா லவ் பண்ணுறதா இருந்தா கூட, என்னை மீறி அவளை நீ கல்யாணம் பண்ணிக்கவே முடியாது... ஏன்னா அவ விதவையாக கூடாதுன்னு ஆசைப்படுறேன்'' என்று கண் சிமிட்டி சொல்ல, சட்டென அதியமானின் முகம் இறுக, ''ஏய்'' என்று ஆரம்பித்தவன் சட்டென தன்னை நிதானப்படுத்திக் கொண்டான்...

யாத்ராவோ சத்தமாக சிரித்துக் கொண்டே, ''கல்யாணத்துக்கு வந்திடு'' என்று சொல்லிக் கொண்டே ஒரு நக்கல் சிரிப்புடன் நடக்க, அதியமானுக்கோ சட்டென இதயத்தில் ஒரு வலி...

அலைபேசியை எடுத்து அவசரமாக ஆடலரசிக்கு அழைத்தான்...

அவள் அலைபேசி மணி ஒலித்தது அந்த இடத்தில் தான்... சுற்றி பார்க்க, நடந்து சென்ற யாத்ராவோ தான் வைத்து இருந்த அவளது அலைபேசியை தூக்கிக் காட்டிக் கொண்டே அவனுக்கு முதுகு காட்டி நடக்க, அவனோ, ''ஷீட்'' என்று வாய்க்குள் முணுமுணுத்துக் கொண்டான்.

தனது அறைக்குள் வந்தவனுக்கு நிலை கொள்ளவே முடியவில்லை...

மேசையில் இருந்த திருமண பத்திரிகையையே வெறித்துப் பார்த்துக் கொண்டு இருந்தான்...

இன்னும் திருமணத்துக்கு மூன்று வாரங்கள் இருந்தன...

இந்த திருமணம் நடந்தால் அவன் காதலுடன் சேர்த்து, யாத்ரா முன்னால் அவன் தோற்றுப் போவது போல அல்லவா ஆகி விடும்?

யாத்ரா செய்யும் கொலைகளால், போலீஸாருக்கு பொதுமக்களின் மத்தியில் ஏற்கனவே மதிப்பு இல்லை...

சட்டத்துக்கு புறம்பாக நடக்கும் அவனை கட்டுப்படுத்தவும் அதியமானினால் முடியவில்லை..

அந்த ஆத்திரத்தின் விளைவே, யாத்ரா மீது அளவு

கடந்த வன்மத்தை உண்டாக்கி இருந்தது...

யாத்ராவுக்கோ அவன் செயல்களுக்கு இடையூறு செய்யும் ஒரே போலீஸ்கரனான அதியமான் மேல் கடுப்பு...

இப்படி இருவருக்கும் இடையான புகைச்சல் ஆடலரசியினால் அடுத்த கட்டத்துக்கு நகர்ந்து இருந்தது...

மேசையில் இருந்த திருமண பத்திரிகையை ஆத்திரத்துடன் கிழித்து குப்பை தொட்டிக்குள் போட்டான்...

அப்போதும் ஆத்திரம் அவனுக்கு அடங்கவில்லை.

சட்டென எழுந்தவன், விறு விறுவென சென்றது என்னவோ கைதிகள் அடைக்கப்பட்டு இருந்த சிறையை நோக்கி தான்...

அவனைக் கண்டதுமே வாசலில் நின்ற போலீஸ்காரனோ, ''திருடுனதை பத்தி வாயை திறக்கவே மாட்டேங்குறான் சார்'' என்று சொன்னதுமே, கையில் இருந்த கடிகாரத்தை கழட்டி அவனிடம் கொடுத்து, விட்டு, இன் பண்ணி இருந்த ஷேர்ட்டை வெளியே எடுத்து விட்டவன், அதன் மேலிரு பட்டன்களையும் திறந்து விட்டுக் கொண்டே உள்ளே நுழைந்தான்...

அவன் உள்ளே நுழைந்ததும் தான் தாமதம், அங்கே இருந்த குற்றவாளியோ அந்த இடமே அதிரும் அளவுக்கு அலற ஆரம்பித்து விட்டான்...

யாத்ரா மேல் இருந்த கோபம் எல்லாம் அவன் மீது தான் அதியமான் காட்டி இருக்க, திடகாத்திரமான

படிக்கட்டு தேகம் கொண்ட அவனின் அடியை தாங்கிக் கொள்ளவே குற்றவாளியினால் முடியயவில்லை...

அடித்த அடி தாங்க முடியாமல், அவனும் குற்றத்தை ஒப்புக் கொண்ட பின்னர் தான் அவனை விட்டான் அதியமான்...

அப்படியே கையை உதறிக் கொண்டே வெளியே வந்தவனோ, அங்கிருந்த நீர்க் குழாயில் கையை கழுவ, அவன் கையில் இருந்து ரத்தம் வழிந்தது...

அதனைப் பார்த்த செல்வமோ, ''உயிரோட இருக்கானா சார்?'' என்று கேட்க, ''உயிர் மட்டும் தான் இருக்கு'' என்று சொல்லிக் கொண்டே, கையை டிஸ்ஸூவினால் துடைத்தவன், கைக்கடிகாரத்தை வாங்கி கட்டிக் கொண்டே, நடந்து சென்றான்...

இன்னும் அவன் மனம் அடங்கிய பாடு இல்லை..

அடுத்து என்ன செய்வது என்றும் தெரியயவில்லை..

எதிலும் கவனம் செலுத்த முடியயவில்லை...

அவனுக்கு ஆடலரசியை மிகவுமே பிடிக்கும்... மனதளவில் அவன் உறுதியானவன் தான்...

ஆனாலும் விட்டுக் கொடுக்கும் அளவுக்கு அவனால் இந்த திருமணத்தை இயல்பாக எடுத்துக் கொள்ள முடியயவில்லை...

அவள் வேறு யாரையும் திருமணம் செய்வதாக இருந்தால் கூட ஒதுங்கி இருப்பான்...

அதுவே யாத்ரா என்று சொன்னதும் அவனால் ஒதுங்கிக் கொள்ளவே முடியயவில்லை...

தன்னை பழி வாங்க தான் திருமணம்

செய்கின்றான் என்று யூகித்துக் கொண்டவனுக்கு, அவளால் எப்படி சந்தோஷமாக இருக்க முடியும் என்கின்ற கேள்வி தான்...

அவளுக்கும் யாத்ராவை பிடிக்காது என்று அவனுக்கு நன்கு தெரியும்...

சிறிது நேரம் அலுவலகத்தில் இருந்து யோசித்தவன், அடுத்த கணமே, தனது பிரத்தியேக கெஸ்ட் ஹவுஸுக்கு கிளம்பி விட்டான்...

தன்னை நிலைப்படுத்த அவனுக்கு தனிமை தேவைப்பட்டது...

அந்த தனிமை அவனது கெஸ்ட் ஹவுசில் தான் கிடைக்கும்...

இதே சமயம் யாத்ரா ஜீவானந்தனை தேடி சென்றான்...

அவரிடம் பத்திரிகையை வைக்க, அவரோ, 'இது தான் நீ யோசிச்சு சொல்றேன்னு சொன்னியா?' என்று கேட்க, ''பிடிச்சிருக்கே தலைவரே'' என்று சொல்ல, அவரும் பெருமூச்சுடன், ''சரிப்பா நல்லா இரு'' என்று சொல்லி விட்டார்...

அத்தியாயம் 8

இதே சமயம் யாத்ராவின் அலுவலக அறைக்குள் இருந்த ஆடலரசிக்கோ சலிப்பாக இருந்தது...

கையில் அலைபேசியும் இல்லை...

வேலையும் இல்லை... அந்த அறையையே சுற்றி சுற்றி பார்த்தபடி அமர்ந்து இருந்தவள் பொறுமை இழந்து வெளியே வந்தோள்...

அங்கே வேலை செய்பவர்களோ வேலையில் மும்முரமாக இருக்க, ஆடலரசியை நோக்கி வந்த சிற்றூழியனோ, ''என்ன மேடம் வேணும்?'' என்று கேட்டான்...

அவளோ, ''ஆர்யா சார், ஹரிஷ் சார்'' என்று ஆரம்பிக்க, ''மீட்டிங் ல இருக்காங்க'' என்றான் அவன்...

''அப்போ யார் கூட தான் நான் பேசுறது?'' என்று எரிச்சலாக கேட்க, அவனோ திரு திருவென விழித்து விட்டு, ''டீம் ஹெட் யாரையும் வர சொல்லவா?'' என்று கேட்டான்...

அவளோ, ''எனக்கு இந்த ஐ டி பத்தி எல்லாம் ஒன்னும் தெரியாது... நானே போய் பார்க்கிறேன்... லேடி டீம் ஹெட் யாரும் இருக்காங்களா?'' என்று கேட்க, ''புனிதா மேடம் இருக்காங்க...'' என்று புனிதாவின் அறையை நோக்கி கையை நீட்ட, ''தேங்க்ஸ்'' என்று சொல்லிக் கொண்டே விறு விறுவென அந்த அறையை நோக்கி சென்றவள், ''எக்ஸ்கியூஸ் மீ'' என்று சொல்லிக் கொண்டே கதவை திறக்க, புனிதாவோ, ''வாங்க மேடம்'' என்று சொல்லிக் கொண்டே எழுந்து நின்றாள்.

''எதுக்கு மேடம் எல்லாம்? எனக்கு பேச்சு துணைக்கு யாரும் இல்ல... அது தான் வந்தேன்'' என்றாள்...

புனிதாவுக்கு என்ன செய்வது என்று தெரியவில்லை...

வலுக்கட்டாயமாக சிரிக்க, ''எத்தனை வயசு அக்கா உங்களுக்கு?'' என்று கேட்டோள் அவள்

நெற்றி வகிட்டில் இருந்த குங்குமத்தை பார்த்துக் கொண்டே...

''முப்பது வயசு'' என்று புனிதா சொல்ல, ''குழந்தைங்க இருக்கா?'' என்று கேட்டுக் கொண்டே அவள் முன்னே இருந்த இருக்கையில் அமர்ந்தவள், ''உட்காருங்க'' என்றாள்...

அவளும் அமர்ந்து கொண்டே, ''ம்ம் ஒரு பையன் ஒரு பொண்ணு'' என்றாள்...

''எத்தனை வயசு?'' என்ற அடுத்த கேள்வி ஆடலரசியிடம் இருந்து...

''பையனுக்கு அஞ்சு வயசு... பொண்ணுக்கு மூணு வயசு'' என்று அவள் சொல்ல, ஆடரசியோ, ''சின்ன குழந்தைங்களை விட்டுட்டு சனிக்கிழமைல வேலைக்கு வந்து இருக்கீங்களே'' என்றாள்...

''இங்க ஷிஃப்ட் பேஸிஸ் தான்'' என்றாள்...

''ஆனாலும் வீட்ல எல்லோரும் இருக்கும் போது நீங்க இங்க வர்றது கஷ்டமா இல்லையா?'' என்று ஆடலரசி கேட்க, ''வீக்கெண்ட் ஷிஃப்ட் செய்து தானே ஆகணும்'' என்றாள் புனிதா...

''அந்த ஹிட்லர் இப்படி தான்... அவனும் சந்தோஷமா இருக்க மாட்டான்... சுத்தி இருக்கிறவங்களையும் சந்தோஷமா இருக்க விட மாட்டான்'' என்று சொல்ல, திரு திருவென விழித்த புனிதாவோ, ''யாரு ஹிட்லர்?'' என்று கேட்டாள்...

''அது தான் அந்த யாத்ரா...'' என்று ஆடலரசி சொல்ல, ''ஐயோ'' என்று சொல்லிக் கொண்டே, அதிர்ச்சியில் புனிதா எழுந்து நிற்க, ''இப்போ

எதுக்கு எந்திரிக்கிறீங்க? உட்காருங்க... அவனுக்கெல்லாம் அவ்ளோ சீன் இல்ல... மனுஷனா அவன்?'' என்று கேட்டாள் அவள்...

அவள் பேச பேச புனிதாவுக்கு தான் வியர்த்து வடிந்தது...

அங்கே இருந்த சி சி டி வியைப் பார்த்துக் கொண்டே, ''இதெல்லாம் இப்போ பேசணுமா?'' என்று கேட்டாள்...

''ம்ம் பேசி தான் ஆகணும்... எனக்கு இருக்கிற ஆத்திரத்துக்கு அவனுக்கு திட்டணும் போலவே இருக்கு... யார் கிட்டயும் சொல்லி திட்டுனா தான் மனசு ஆறும்'' என்றாள்...

''அதுக்கு நான் தானா கிடைச்சேன்?'' என்று பாவமாக கேட்டாள் புனிதா...

''இன்னைக்கு நீங்க தான் கிடைச்சீங்க... அவன் எல்லாம் மனுஷனா? அவன் கிட்ட எப்படி தான் வேலை பார்க்கிறீங்களோ... சரியான வில்லன் அவன்... சேலெரி எல்லாம் ஒழுங்கா கொடுக்கிறானா?'' என்று கேட்க, புனிதாவுக்கு மயக்கமே வர, ''அதெல்லாம் சரியா வந்திடும்'' என்றாள் புனிதா சங்கடமாக... எப்படி அவளை இங்கே இருந்து அகற்றுவது என்று புனிதாவுக்கு தெரியவே இல்லை...

''எனக்கு மட்டும் பவர் இருந்திச்சுன்னா அந்த ஹில்டரை துண்டு துண்டா வெட்டி அப்படியே காக்காய்க்கு போடுவேன்'' என்று சைகை மூலம் வெறியோடு சொல்ல, ''மேடம்'' என்று ஒரு சத்தம்...

சட்டென திரும்பிப் பார்த்தாள்...

வாசலில் நின்ற சிற்றூழியனோ, ''உங்கள யாத்ரா சார் வர சொன்னார்'' என்று சொல்ல, ''ஆத்தி எப்போ வந்தார்?'' என்று அதிர்ந்து கேட்டுக் கொண்டே ஆடலரசி எழுந்து கொள்ள, ''போச்சு'' என்று சொல்லிக் கொண்டாள் புனிதா...

ஆடலரசிக்கு இப்போது வியர்த்து வடிந்தது...

''நான் பேசுனது கேட்டு இருக்காதுல'' என்று புனிதாவிடம் கேட்க, அவளோ, ''தெரியலயே'' என்று சொல்ல, ஆடலரசியோ, ''சரி போய் என்னன்னு பார்க்கிறேன்'' என்று சொல்லிக் கொண்டே யாத்ராவின் அறைக்குள் மெதுவாக நுழைய, லேப்டாப் முன்னே இருந்த யாத்ராவோ விழிகளை உயர்த்தி அவளைப் பார்த்தவன், கண்களால் உள்ளே அழைத்தான்...

அவளும் தயங்கி தயங்கி உள்ளே வர, ''சிட்'' என்றான் கண்களால் முன்னே இருந்த இருகையில்..

அவளும் எச்சிலை கூட்டி விழுங்கிக் கொண்டே அமர, தனக்கு முன்னே இருந்த லேப்டாப்பை அவளை நோக்கி திருப்ப, அதில் அவள் புனிதாவுடன் பேசியது திரையில் விழுந்தது...

''ஆத்தி'' என்று சொன்னபடி வாயை இரு கைகளாலும் மூடியவளுக்கு இதயம் வேகமாக துடிக்க, கைகளும் கால்களும் நடுங்க, ''சார்'' என்றாள் இழுவையாக...

அவள் இதுவரை அவனை அழைத்தது இல்லை..

இப்போது தான் முதன்முறையாக ''சார்'' என்றே அழைக்கின்றாள்...

யாத்ராவோ, ''என்னை துண்டு துண்டா வெட்ட

போறியா?'' என்று கேட்டுக் கொண்டே, அருகே ஆப்பிளில் சொருகி இருந்த கத்தியை எடுத்து அவள் முன்னே வைத்தவன், ''எங்க வெட்டு பார்ப்போம்'' என்றான்...

அவளுக்கு பயத்தில் கண்களும் கலங்கி விட்டன.

அவள் மனமோ, 'கோபத்துல நம்மள சொருகிடுவானோ? வேற வழி இல்ல, சரண்டர் ஆயிடு ஆடல்' என்று தனக்கு தானே சொல்லிக் கொண்டே, கீழே குனிந்தாள்...

யாத்ராவோ, ''கீழே என்ன பண்ணுற?'' என்று கேட்டு முடிக்க முதல், சட்டென தவழ்ந்து வந்து அவன் காலை பற்றிக் கொண்டவளோ, ''தெரியாம பண்ணிட்டேன் சார்'' என்றாள்...

அவன் விழிகள் அதிர்ந்து விரிய, ''எந்திரி'' என்றான் பற்களை கடித்துக் கொண்டே...

''கத்தியை என் மேல சொருவிட மாட்டேன்னு சத்தியம் பண்ணுங்க... அப்போ தான் எழும்புவேன்'' என்றாள்...

''ஹேய் அப்படி எல்லாம் பண்ண மாட்டேன்... எழும்பு'' என்றான் அதட்டலாக...

''சத்தியம் பண்ணுங்க, அப்போ தான் நம்புவேன்'' என்றாள்...

''இம்சை பண்ணாம எழும்புடி'' என்று சொல்ல, அவளோ, ''சத்தியம் பண்ணுனா தான் எழும்புவேன்'' என்றாள்...

அவனுக்கோ எரிச்சலாகி விட, ''சத்தியமோ எதுவும் பண்ண மாட்டேன்... எழும்பு'' என்றான்...

அவளோ உணர்ச்சிவசப்பட்டு, ''தாய் கிழவி மேல சத்தியமா?'' என்று கேட்க, சட்டென அவன் புருவம் சுருங்க, ''தாய்கிழவியா? அது யாரு?'' என்றான்...

அவளுக்கு அப்போது தான் நிதர்சனம் உரைத்தது...

வாயில் இரு கைகளையும் வைத்துக் கொண்டவளோ, 'ஆத்தாடி அதையும் உளறிட்டேனோ? இன்னைக்கு சொதப்பிட்டே இருக்கேனே' என்று மனதுக்குள் புலம்பிக் கொண்டே, இரு கைகளையும் மார்பில் வைத்தவள், ''நான் தான் சார் தாய்க்கிழவி... எனக்கு நானே வச்சுக்கிட்டே செல்ல பெயர்'' என்றாள்...

அவனோ அவளை சந்தேகமாக பார்க்க, ''அப்படி எல்லாம் பார்க்காதீங்க சார்... நான் தான் தாய்க்கிழவி... இப்போ நான் போறேன்... நீங்க தாய்க்கிழவின்னு கூப்பிடுங்க... சட்டென திரும்பிப் பார்ப்பேன்... அப்போவாவது நான் தாய்க்கிழவின்னு நம்புவீங்கல்ல'' என்று கேட்டாள்...

அவனோ அவளை மேலிருந்து கீழ் ஒரு மார்க்கமாக பார்த்தவன், 'என் கண் முன்னாடி நிற்காம கிளம்புடி. ஏதாவது சொல்லிட போறேன்' என்று வாசலைக் காட்ட, அவளோ, 'அப்பாடா தப்பிச்சுட்டேன்' என்று நினைத்துக் கொண்டே வேகமாக வெளியேறி இருந்தவளுக்கு அதன் பிறகு தான் மூச்சே வந்தது...

வெளியே இருந்த சோஃபாவிலேயே நீண்ட நேரம் அமர்ந்து இருந்தாள்...

கால்களை ஆட்டிப் பார்த்தாள்... சரிந்து அமர்ந்து பார்த்தாள்...

சும்மா அவளால் இருக்கவே முடியவில்லை...

அவளை சி சி டி வியில் பார்த்த யாத்ராவோ, 'கொஞ்ச நேரம் அவளால சும்மா இருக்க முடியல... சரியான ஹைப்பர் ஆஃன இருக்கா' என்று முணுமுணுத்துக் கொண்டே, முருகனை அழைத்தவன், 'ட்ரைவர் கிட்ட சொல்லி, ஆடலரசி யை வீட்ல ட்ராப் பண்ண சொல்லு' என்று சொல்ல, முருகனும் ஆடலரசியிடம் வந்தவன், ''உங்கள வீட்டுக்கு கிளம்ப சொல்லி சார் சொன்னார்' என்று சொன்னதுமே, ''ஹையா'' என்று துள்ளி எழுந்தாள்.

அதையும் சி சி டி வியில் பார்த்த யாத்ராவோ, நெற்றியை சலிப்பாக வருடிக் கொண்டே, ''இவ என்ன மேக் னு தான் தெரியல'' என்று முணுமுணுத்துக் கொண்டான்...

முருகனோ அவளை விசித்திரமாக பார்த்துக் கொண்டே, ''வாங்க'' என்று அழைக்க, அவளோ, ''என் ஃபோன்'' என்றாள்...

முருகனோ, ''சார் கிட்டயா?'' என்று கேட்க, ''ம்ம்... நீங்களே வாங்கி கொடுங்க'' என்றாள்...

அவனோ, 'ஐயோ எனக்கு பயம்' என்று சொல்ல, 'உங்கள விட எனக்கு பயம்... ப்ளீஸ் ப்ளீஸ் வாங்கி கொடுங்க' என்று கெஞ்ச ஆரம்பித்து விட்டாள்...

அவளை மேலிருந்து கீழ் பார்த்த முருகனோ, 'ம்ம்' என்று தலையாட்டி விட்டு யாத்ராவின் அறைக்குள் செல்ல, யாத்ராவே அலைபேசியை பாக்கெட்டில் இருந்து எடுத்து மேசையில் வைத்தவன், 'ம்ம்' என்றான்...

முருகனும் அதனை எடுத்துக் கொண்டே

வெளியே வந்து ஆடலரசியிடம் நீட்ட, அதனை வாங்கிய ஆடலரசியோ, ''அட இத்தனை மிஸ்ட் கால்ஸ் வந்து இருக்கே'' என்று சொல்லிக் கொண்டே அதனை பார்த்தபடி யாத்ராவின் ஜீப்பில் ஏற ஜீப்பும் புறப்பட்டது...

போகும் வழியில், ''மான்குட்டி எடுத்து எடுத்து இருக்கான்?'' என்று யோசித்துக் கொண்டே அவனுக்கு அழைத்தாள்...

வீட்டில் இருந்த ஜிம்மில் த்ரெட் மில்லை ஓடிக் கொண்டே அதனைப் பார்த்த அதியமானுக்கு எடுத்து பேச மனம் இடம் கொடுக்கவில்லை.

ஏனோ ஒரு அழுத்தம்...

அலைபேசியை அணைத்து விட்டான்...

இதழ்களை பிதுக்கிய ஆடலரசியோ, ''பிஸியா இருக்கான் போல'' என்று நினைத்துக் கொண்டே, சாரதியான மாறனிடம், ''ஒரு பாட்டு போடுங்க அண்ணா'' என்று சொல்ல, அவனோ, ''சார் நியூஸ் மட்டும் தான் கேட்பார் மேடம்'' என்றான்...

''இங்க உங்க சார் இல்லைல, நான் மட்டும் தானே இருக்கேன்...'' என்று சொன்னவளோ ஒரு கணம் நிறுத்தி, ''என் கிட்ட பென் ட்ரைவ் இருக்கு... இதுல இருக்கிற பாட்டை போடுங்க'' என்று கைப்பையில் இருந்த பென் ட்ரைவை நீட்ட, அதனை போட்டான் மாறன்...

அதிலோ நிறைய வகையான பாடல்கள் மாறி மாறி ஒலிக்க, அவளும் அவற்றை முணுமுணுத்துக் கொண்டே வீடு வந்து சேர்ந்து விட்டாள்...

இறங்கும் போது அவளும் பென்ட்ரைவை எடுக்க மறந்து விட்டாள்...

மாறனும் மறந்து விட்டான்...

அவனும் பாடலை கேட்டுக் கொண்டே அலுவலகத்துக்கு மீண்டும் வந்து சேர்ந்து இருக்க, சற்று நேரத்தில் யாத்ரா வண்டியில் ஏறினான்...

ஆடலரசி வராத காரணத்தினால் வண்டியில் ட்ரைவர் அருகே தான் ஏறினான்... அவனது பாடிகாட் கஜன் பின்னால் ஏறி இருந்தான்...

வண்டியில் ஏறி அமர்ந்ததுமே, சாரதியும் வண்டியை ஸ்டார்ட் செய்து ஓட்ட ஆரம்பிக்க, யாத்ராவும் ரேடியோவை போட்டான்...

''கட்டிப்புடி கட்டிப்புடி டா'' என்ற பாடல் ஒலிக்க, மாறன் சட்டென்று அதிர்ந்து விட, யாத்ராவை பயத்துடன் திரும்பப் பார்த்தான்...

அவனோ, ''டேய் முன்னால பாருடா'' என்று திட்டிக் கொண்டே, ஒற்றைக் கையால் ஸ்டீரிங் வீலை திருப்பி, வண்டியை ஓரமாக கொண்டு வந்தான்...

சற்று விட்டு இருந்தால் முன்னால் வந்த வண்டியில் மோதி இருப்பான்...

மாறனும் சட்டென பிரேக்கை அழுத்தி, வண்டியை பார்க்கிங்கில் போட்டவன், ''சார்'' என்று முடிக்க முதல், அவன் கன்னம் மறுபக்கம் திரும்பியது...

ஆம் அறைந்து இருந்தான் யாத்ரா...

''விட்டு இருந்தா மோதி இருப்ப... இடியட்...

கீழே இறங்குடா'' என்று சொல்லிக் கொண்டே, விறு விறுவென ஜீப்பை விட்டு இறங்கியவன், அடுத்த பக்கத்தினால் வந்து ட்ரைவர் சீட்டில் ஏறிக் கொள்ள, நடு வீதியில் நின்று இருந்த மாறனோ, ''சார், அந்த பாட்டு மேடம் தான் போட்டாங்க'' என்றான் குரல் நடுங்க...

அவனை ஒரு அழுத்தமான பார்வை பார்த்தான் தவிர, எதுவும் சொல்லாமல், வண்டியை உயர் வேகத்தில் கிளப்பி இருந்தான்...

போகும் வழியில் பின்னால் இருந்த பாடிகாட் கஜனோ, ''சார் நான் வண்டியை ஓட்டவா??'' என்று கேட்க, ''ஏன் நீயும் எங்கேயும் கொண்டு வண்டியை விடுறதுக்கா? உன் வேலையை மட்டும் பாரு...'' என்று சொல்லிக் கொண்டான் யாத்ரா...

வீட்டுக்கு வந்து ஜீப்பை பார்க் செய்த யாத்ராவோ, பென்ட்ரைவை உறுவி எடுத்துக் கொண்டே வீட்டினுள் நுழைந்தவன், ''எங்க அவ?'' என்று ஹாலில் இருந்த மதுராவிடம் கேட்க, அவளோ, ''யாரு?'' என்றாள் மென்குரலில்...

''உனக்கொரு புத்திசாலி தங்கச்சி ஒருத்தி இருக்காளே... அவ தான்'' என்று சொல்ல, ''ரூம்ல'' என்று கையை அவளது அறையை நோக்கி காட்ட, அவனோ விறு விறுவென அவள் அறையை நோக்கி சென்றான்...

அங்கே நின்றவர்களோ, ''எதுக்கு இவ்ளோ கோபமா இருக்கார்?'' என்று மாறி மாறி கேட்டுக் கொள்ள, ஆடலரசியின் அறைக் கதவு தட்டப்பட்டது.

''எஸ்'' என்று ராகமாக சொல்லிக் கொண்டே

கதவை திறந்த ஆடலரசிக்கு தூக்கி வாரிப் போட்டது...

அங்கே சிவந்த கண்களுடன் நின்று இருந்தது என்னவோ யாத்ரா சரவணன் தான்...

அத்தியாயம் 9

அவனைக் கண்டதுமே அவள் இதழ்கள் நடுங்க, எச்சிலை கூட்டி விழுங்கிக் கொண்டாள்...

அவனோ அவள் கழுத்தை பிடித்து உள்ளே தள்ளிக் கொண்டே சுவரில் சாய வைக்க, அவள் விழிகள் பயத்தில் இன்னும் விரிந்து கொள்ள, ''சாவடிச்சுடுவேன் டி... எப்போ பார்த்தாலும் இரிடேட் பண்ணிட்டே இருக்க... உன்னால ட்ரைவர் இன்னைக்கு ஆக்சிடென்ட் பட பார்த்தான்... உனக்குன்னு ஒரு லிமிட் இருக்கு... அத தாண்டி நீ பண்ணிட்டு இருக்க... என்னை யாருமே இந்தளவு இரிடேட் பண்ணுனது இல்ல.. இத்தனை நாள் நீ எப்படி வேணும்ம்னாலும் இருந்து இருக்கலாம். ஆனா இனி நான் சொல்ற போல தான் இருக்கணும். இல்லன்னா கட்டிக்க போற பொண்ணுன்னு கூட பார்க்காம சாவடிச்சிடுவேன்'' என்று சொல்லி விட்டு அவள் கழுத்தில் இருந்த கையை எடுத்தவன், அடுத்த கையில் இருந்த பென்ட்ரைவை தூக்கி கட்டிலில் எறிந்து விட்டு விறு விறுவென வெளியேற, ஆடலரசிக்கோ கண்ணில் இருந்து சட்டென நீர் வழிந்தது...

கண்ணீரை துடைத்துக் கொண்டாள்...

அவன் வெளியேறியதுமே, அவள் அறைக்குள் வந்த மதுராவோ சுவரில் சாய்ந்து நின்ற ஆடலரசி

அருகே வந்து, ''என்னடி?'' என்று கேட்க, அவளோ அழுகையுடன், ''எனக்கு இந்த கல்யாணம் வேணாம் மதுரா... ஏதாவது பண்ணு ப்ளீஸ்'' என்று கேட்டவள் விம்மி அழ ஆரம்பித்து விட்டாள்...

மதுராவோ, ''அழாத ஆடல்... வெளியே கேட்டுட போகுது'' என்று சொல்லிக் கொண்டே அவசரமாக சென்று கதவை தாழிட, ஆடலரசியோ கட்டிலில் வந்து படுத்தவள் அழுகையை நிறுத்தவே இல்லை.

மதுராவுக்கு அவளை பார்க்கவே பாவமாக இருந்தது...

'எதுக்கு அழுற?' என்று கேட்க, 'இந்த கல்யாணம் பண்ணுனா, நான் நானா இருக்க முடியாது மதுரா... ஒரு மெஷின் போல இருக்கணும்... பயந்து பயந்து வாழணும்... எனக்கு பயமா இருக்கு...'' என்றாள்...

மதுராவோ, அவள் தலையை வருடி விட்டாள்...

அவளுக்கும் என்ன சொல்வது என்று தெரியவே இல்லை...

யாத்ராவை மீறி யாரும் அந்த வீட்டில் விரலை கூட அசைக்க முடியாது...

''இப்போ என்ன தான்டி பண்ணுறது? என்னால என்ன பண்ணிட முடியும்?'' என்று கேட்க, கண்களை துடைத்துக் கொண்டே எழுந்து அமர்ந்த ஆடலரசியோ, ''ஆமா உன்னால என்ன தான் பண்ண முடியும்?'' என்று கேட்டுக் கொண்டே, மதுராவை பார்த்தவள், ''பேசாம நான் ஓடி போயிடவா?'' என்று கேட்டாள்...

''யார் கூட?'' என்று மதுரா கேட்க, ''தனியா

தான்'' என்று சொல்ல, அவளோ, ''மாமாவை மீறி இத பண்ண முடியும்னு நினைக்கிறியா?'' என்று கேட்க, ஆடலரசியோ, ''முடியாது தான்.. ஆனாலும் எனக்கு இந்த கல்யாணத்துல துளி கூட விருப்பம் இல்ல... சொல்லவும் முடியல, மெல்லவும் முடியல'' என்று புலம்பி தள்ளியவள், ஒரு கட்டத்துக்கு பிறகு நிதானத்துக்கு வந்து இருந்தாள்...

மதுராவோ அவளை அணைத்து விடுவித்தவள், 'கல்யாணத்துக்கு அப்புறம் மாமா மாறிடுவார்' என்று சொல்ல, 'மாறிட்டாலும்' என்று திட்டிக் கொண்டே, குளியலறைக்குள் நுழைந்து இருந்தாள் ஆடலரசி...

யாத்ராவுக்கோ நிறைய வேலைகள் இருக்க, வெளியே சென்று விட்டு இரவு பத்து மணிக்கு தான் வீட்டுக்கே வந்தான்...

ஆடலரசியுடன் சற்று கடினமாக நடந்த உணர்வு அவனுக்கும் இருந்தது...

அவள் அறையை நோக்கி சென்றவன் கதவை தட்ட முயன்றான்...

அதன் பிறகு என்ன நினைத்தானோ தெரியவில்லை, கதவை தட்டாமல் தனது அறையை நோக்கி சென்று இருந்தான்...

அடுத்த நாள் ஞாயிற்றுக் கிழமை... ஆடலரசியை அலுவலகத்துக்கு வர வேண்டாம் என்று யாத்ரா சொல்லி அனுப்பி இருக்க, அவள் நாள் அறைக்குள்ளேயே கழிந்தது...

திங்கட்கிழமை காலையில் வழக்கம் போல அனைவரும் சாப்பிட உட்கார்ந்து இருந்தார்கள்...

மேசையில் வந்து அமர்ந்த ஆடலரசியோ யாரையும் நிமிர்ந்து பார்க்கவே இல்லை...

மௌனமாக குனிந்தபடி இருந்த சாப்பிட, யாத்ராவோ அவளை ஒரு கணம் பார்த்து விட்டு தான் சாப்பிட ஆரம்பித்தான்...

குரலரசியோ, ''யாத்ரா, கல்யாணத்துக்கு ட்ரெஸ் எடுக்கணும்'' என்று சொல்ல, ''இன்னைக்கே எடுக்கலாம்... நான் ஃப்ரீ தான்... ஒன்பது மணிக்கு ட்ரெஸ் எல்லாம் வீட்டுக்கே வரும்... செலெக்ட் பண்ணிட்டிங்கன்னா ஓகே'' என்றான்...

ஷண்முகியோ, ''ஆடலுக்கு காலேஜ் இருக்கு'' என்று சொல்ல, ''ஒரு நாள் போகலைன்னா ஒன்னும் ஆயிடாது'' என்றான் அவன்...

ஆடலரசி என்ன பதில் கூறி விட முடியும்? அவனை ஏறிட்டுப் பார்க்கவே இல்லை...

அவள் என்ன செய்ய வேண்டும் என்று அவன் தானே முடிவையே எடுக்கின்றான்...

ஒரு பெருமூச்சுடன் அமர்ந்து இருந்தாள்...

சாப்பிட்டு முடிந்ததும் எல்லோரும் அவரவர் வேலையை பார்க்க, யாத்ரா ஹாலில் தான் அமர்ந்து இருந்தான்...

ஆடலரசிக்கு அங்கே இருக்கவும் முடியவில்லை..

எழுந்து வெளியே வந்தவள் கண்ணில் பட்டது என்னவோ கார் அருகே நின்று இருந்த மாறன் தான்... அவன் கண்கள் கலங்கி இருந்தன...

தவிப்புடன் தான் நின்று இருந்தான்...

அவனை நோக்கி வந்த ஆடலரசியோ, ''என்னாச்சு அண்ணா?'' என்று கேட்க, ஒன்றும் இல்லை என்கின்ற ரீதியில் அவன் தலையாட்டினான்...

''சொல்லுங்க அண்ணா'' என்று அவள் கேட்க, ''வேலை போயிடும்னு பயமா இருக்கு...'' என்றான் அவன்...

''என்னாச்சு?'' என்று அவள் மீண்டும் கேட்க, முதல் நாள் நடந்ததை சொன்னவனோ, ''என் மேல தான் தப்பு மேடம்... நான் கவனமா இருந்து இருக்கணும்... சார் பார்க்கலன்னா மோதி இருப்பேன்..'' என்று சொல்ல, அவளுக்கோ லேசான குற்ற உணர்வு எட்டிப் பார்த்தது... அவள் நேரடியாக காரணம் இல்லை என்றாலும் ஏதோ ஒரு வகையில் அவளும் காரணம் அல்லவா?

தான் சொல்லி யாத்ரா கேட்க மாட்டான் என்று அவளுக்கு தெரியும்... ஆனால் அதற்காக மாறனை அப்படியே விட்டு விடவும் மனம் இல்லை... அந்த கணம் வெளியே வந்த யாத்ராவோ, ''நீ எதுக்கு இங்க வந்த?'' என்று கேட்டுக் கொண்டே, அவனை நோக்கி வர, மாறனோ, ''சார் நேற்று தெரியாம'' என்று இழுத்தவனுக்கு அழுகை நிற்கவே இல்லை...

ஆடலரசியோ மனதுக்குள், 'கல் நெஞ்சக் காரன்' என்று யாத்ராவுக்கு திட்டியவள் யாத்ராவின் முகத்தை பார்க்கவே இல்லை...

''என்னடா தெரியாம? உனக்கு ஆயிரம் பிரச்ச னை இருந்தாலும் உன்னோட ஃபோகஸ் தப்பவே கூடாது... உன் ஃபோகஸ் தப்புதுன்னா, நீ அந்த வேலைக்கு சரிப்பட்டு வர மாட்ட'' என்றான்...

''இனி இந்த தப்பு நடக்காது சார்'' என்று அவன் அழுகையுடன் சொல்ல, ''என் முன்னாடி நின்னு அழாதே... எரிச்சலா இருக்கு... பாவமேன்னு நிற்க வச்சு பேசிட்டு இருக்கேன்... இதுக்கப்புறம் நான் நானா இருக்க மாட்டேன்'' என்று சொல்லிக் கொண்டே, அருகே நின்ற ஆடலரசியை பார்த்தவன் ''உனக்கென்ன இங்க வேலை?'' என்று கேட்டான்..

அவளோ தலையை குனிந்து கொண்டே, ''அவருக்கு வேற வேலை கொடுக்கலாமே... பாவம்'' என்றாள் காற்றுக்கும் கேட்காத குரலில்...

சட்டென யாத்ராவின் புருவம் இடுங்க, ''ஓஹோ எனக்கே ஆடர் போடுறியா?'' என்று கேட்டான்...

அவளோ அவசரமாக, ''ஐயோ அப்படி இல்ல... நானும் அதுக்கு இன்டைரக்ட் ஆஃப் காரணம்... அதனால கில்டியா இருக்கு... அது தான்'' என்று அப்போதும் தலையை குனிந்து கொண்டே சொல்ல, அவனோ அவளை அழுத்தமாக பார்த்து விட்டு, அங்கே இருந்த முருகனை பார்த்தவன், ''இவனுக்கு ஆஃபீஸ்ல வேலை ஒன்னு போட்டு கொடு'' என்று சொல்லி விட்டு விறுவிறுவென உள்ளே செல்ல, ஆடலரசியோ கண்களை மூடி ஒரு பெருமூச்சு ஒன்றை விட்டாள்...

மாறனோ, ''நன்றி மேடம்'' என்று சொல்ல, ஆடலரசி பதில் சொல்லவில்லை...

மௌனமாகவே உள்ளே சென்றவள் யாரையும் பார்க்காமல் தனது அறைக்குள் நுழைந்து கொண்டாள்...

சற்று நேரத்தில் கடையில் இருந்து திருமண ஆடைகள் வீடு தேடி வந்து இருந்தன...

ஆடலரசியும் வந்து அமர்ந்து விட்டாள்...

எதிலும் மனம் லயிக்கவே இல்லை...

ஒவ்வொருத்தரும், ''இது நல்லா இருக்கு'' என்று ஒவ்வொரு புடவையை ஆடலரசியிடம் நீட்ட, அவளுக்கு எதனை எடுப்பது என்றும் தெரியவே இல்லை...

புடவைகளை பார்த்தாள் தவிர எதனையும் கவனம் செலுத்தி அவதானிக்க முடியவில்லை... மனம் ஏனோ அழுத்தமாக இருந்தது...

யாத்ரா, அங்கிருந்த இருக்கையில் அமர்ந்து கொண்டே, புடவைகளையும் பார்த்தான்... அவளையும் பார்த்தான்...

ஷண்முகியோ, ''புடிச்சிருக்குன்னா புடிச்சிருக்குன்னு சொல்லு, பிடிக்கலைன்னா பிடிக்கலன்னு சொல்லு, இப்படியே இருந்தா என்ன அர்த்தம்?'' என்று கேட்டார்...

அவளோ சட்டென நிதானத்துக்கு வந்தவளோ, ''எனக்கு செலெக்ட் பண்ண தெரியல அத்தை'' என்று சொல்ல, அவரோ யாத்ராவை பார்த்து, ''நீயாச்சும் செலெக்ட் பண்ணலாமே'' என்றார்...

அவனோ முட்டியில் கையை ஊன்றி எழுந்தவன், அவள் அருகே வந்து சற்று குனிந்து அங்கிருந்த ஒரு புடவையை எடுத்தவன், ''இது நல்லா இருக்கு'' என்று சொல்லி விட்டு, விறு விறுவென வெளியேறி விட்டான்...

ஆடலரசி அந்த புடவைய பார்க்கவே இல்லை.

ஜடம் போல அப்படியே அமர்ந்து இருந்தாள்...

அதனை தொடர்ந்து ஏனையவர்களும் உடை களை தெரிவு செய்து இருந்தார்கள்... ஜாக்கெட்டுக்கு அளவுகளும் கொடுத்தார்கள்...

அனைவரும் அங்கிருந்து அகன்ற பின்னர் தனது அறைக்குள் நுழைந்த ஆடலரசியோ, இப்போது தான் கட்டிலில் கிடந்த தனது திருமண புடவையை பார்த்தாள்...

இளஞ்சிவப்பு நிறத்தில் கற்கள் பதிக்கப்பட்ட அழகான புடவை...

இதழ்களுக்குள் விரக்தி சிரிப்பு.. சந்தோஷப்படவும் முடியவில்லை...

அதனை எடுத்து அலுமாரிக்குள் வைத்து விட்டு, அலைபேசியை எடுத்தவளோ, 'இந்த மான்குட்டி கூட பேசி எத்தனை நாள் ஆச்சு' என்று முணுமுணுத்துக் கொண்டே அவனுக்கு அழைத்தாள்...

அவனும் முதல் நாள் எல்லாம் அவளுடன் பேசவே இல்லை...

இன்றும் அவள் அழைப்பை துண்டித்து இருந்தான்...

''இருக்கிற டென்ஷன் ல இவன் வேற'' என்று முணுமுணுத்தவளோ, எழுந்து சென்றது என்னவோ விசித்ராவை தேடி தான்...

அறைக்குள் வந்தவளை புருவம் சுருக்கி பார்த்த விசித்ராவோ, ''என்னம்மா?'' என்று கேட்க, அவளோ அவர் மடியில் வந்து படுத்துக் கொண்டே, ''அம்மா'' என்றாள் இழுவையாக...

''சொல்லும்மா'' என்றார் அவர்...

''இந்த கல்யாணம் வேணாம்மா'' என்றாள்...

''ஏன் மா?'' என்றார் அவர்...

''எனக்கு அவரை பார்த்தாலே பயமா இருக்கும்மா'' என்று சொல்ல, ''யாத்ரா ரொம்ப நல்லவன் மா... எதுக்கு சும்மா பயப்படுற... கொஞ்சம் கண்டிப்பானவன்... அவ்வளவு தான்'' என்றார்...

''உங்களுக்கு அவனை பத்தி தெரியலம்மா'' என்று சொல்லிக் கொண்டே எழ, அவரோ, ''குடிப்பழக்கம் இருக்கா?'' என்று கேட்டார்...

இல்லை என்று தலையாட்டினாள்...

''சிகரெட் பிடிக்கிறானா?'' என்று கேட்டார்...

''இல்லை'' என்றாள்...

''பொண்ணுங்க பழக்கம் இருக்கா?'' என்று கேட்டார்...

அதற்கும் இல்லை என்று தலையாட்ட, ''இப்படி ஒரு மாப்பிள்ளை கிடைக்க கொடுத்து வச்சு இருக்கணும்'' என்றார் அவர்...

அவளோ, அவரை மேலிருந்து கீழ் பார்த்துக் கொண்டே, ''உங்க கிட்ட பேச வந்தது என் தப்பு தான்... எனக்கு சொல்லவும் முடியல... மெல்லவும் முடியல'' என்று சொல்லிக் கொண்டே எழுந்து வெளியேற, அவரோ அவள் முதுகை பெருமூச்சுடன் பார்த்துக் கொண்டே அமர்ந்து இருந்தார்...

அவர் நினைத்தாலும் அவர் பேச்சு அந்த வீட்டில் சபையேறாது என்று அவருக்கு தெரியும்.. அதனால் எப்போவுமே அவரிடம் மௌனம் மட்டுமே...

அன்றைய நாள் அப்படியே நகர, அடுத்த நாள் காலேஜுக்கு சென்றாள் ஆடலரசி...

அங்கே சென்றவள் கண்ணில் அனிதாவை காலேஜில் விட வந்த அதியமான் தென்பட்டான்...

அவனோ அவளை பார்த்தும் பார்க்காமல் தனது ஜீப்பை எடுக்க, ''மான்குட்டி'' என்று அழைத்துக் கொண்டே ஜீப் முன்னே வந்து நின்றாள்...

சட்டென பிரேக் போட்டவன், ''பார்த்து வர மாட்டியா... அடிச்சு இருந்த என்ன ஆகி இருக்கும்?'' என்று கடுப்பாக கேட்டுக் கொண்டே இறங்க, அவளோ, 'நீ அடிக்க மாட்டான்னு தெரியும்' என்றாள்.

''இப்போ என்னடி?'' என்றான் கடுப்பாக...

''நான் கால் பண்ணுனதும் ஏன் எடுக்கல?'' என்று அவள் கேட்க, ''மேடம்முக்கு தான் கல்யாணம் நடக்க போகுதே'' என்றான் கேலி குரலில்...

'ஹேய் என்னை நீயும் ஹேர்ட் பண்ணாதே' என்று சொன்னவளது கண்ணில் இருந்து கண்ணீர் வழிய, அதனை துடைத்துக் கொண்டாள்...

''இப்போ என்னாச்சு? எதுக்கு அழுற?'' என்று கேட்ட அதியமானுக்கு அவள் கண்ணீரை பார்க்க என்னவோ போல இருந்தது...

அவளோ, ''மனசு ரொம்ப கஷ்டமா இருக்கு'' என்றாள் இதழ்களை பிதுக்கி அழுது கொண்டே... ''அழாதடி.. வா தனியா பேசலாம்'' என்று சொல்லிக் கொண்டே, அவள் கையை பற்றி அங்கிருந்த மரநிழலுக்கு அழைத்து வந்து, ஸ்டோன் பென்ச்சில் அமர்ந்தான்...

அவளோ கண்ணீரை டிஸ்ஸூவினால் துடைத்துக் கொண்டே, ''இந்த கல்யாணத்த எப்படியாவது நிறுத்தணும்'' என்றாள்...

''பிடிக்கலன்னு சொல்ல வேண்டியது தானே'' என்றான் அவன்...

''அப்படி எல்லாம் சொல்லிட முடியாது... உனக்கு அந்த ஹிட்லர் பத்தி தெரியல'' என்றாள்...

''அவனை பத்தி நல்லாவே தெரியும்... உனக்கு தான் எங்க ரெண்டு பேரை பத்தியும் தெரியல'' என்றான்...

அவளோ, ''இந்த கல்யாணம் எப்படி ஃபிக்ஸ் ஆச்சு தெரியுமா?'' என்று ஆரம்பித்து எல்லாமே சொல்லி முடித்தாள்...

அவனோ, 'ஜாதகம் எல்லாம் ஒன்னும் இல்ல... இது பக்கா ப்லான்', என்று நினைத்துக் கொண்டே, ''என் கூட ஓடி வந்திடு'' என்றான்...

அவளோ, ''ஆஃற, அப்புறம் அம்மா, அப்பா எல்லோரும் பாவம்... என்னையும் தப்பா பேசுவாங்க... நான் வர மாட்டேன்'' என்றாள்...

''அப்போ வேற வழி இல்லை... கல்யாணம் பண்ணிக்கோ'' என்று சொல்ல, அவளோ, ''அவன் மனுஷனே இல்ல தெரியுமா?'' என்று சொல்லிக் கொண்டே சுற்றும் முற்றும் பார்த்தவள், ''என் கண் முன்னாடியே மூணு பேரை கொன்னான்'' என்று அந்த விஷத்தையும் சொன்னாள்...

''பொறுக்கி'' என்று வாய்க்குள் திட்டிய அதியமானுக்கு அவனை எதுவும் செய்ய முடியாது என்று தெரியும்...

மேலும் ஆடலரசியை இந்த கேஸினுள் இழுத்து விடவும் அவனுக்கு விருப்பமில்லை...

மெளனமாக கேட்டுக் கொண்டான்...

அனைத்தையும் சொல்லி முடித்தவளோ, ''ஐயோ உன் கிட்ட உளறிட்டேனே... இத யார் கிட்டயும் சொல்ல மாட்ட தானே... அவனுக்கு தெரிஞ்சா நான் செத்தேன்'' என்று கேட்க, அதியமானோ, ''சொல்ல மாட்டேன் டி'' என்றான்...

அவளோ, ''எனக்கு இன்னைக்கு க்ளாஸுக்கு போகவே இஷ்டம் இல்ல... எங்கயாச்சும் ஐஸ்க்ரீம் கடைக்கு அழைச்சு போறியா?'' என்று கேட்க, அவனோ, ''எனக்கு டியூட்டி இருக்குடி'' என்றான்...

''ப்ளீஸ் மான்குட்டி... உன் கூட பேசும் போது மனசு ரிலாக்ஸ் ஆயிடுது...'' என்று கெஞ்ச, ''சரி வா'' என்று சொல்லிக் கொண்டே, அவளை அழைத்துக் கொண்டே ஐஸ்க்ரீம் கடையை நோக்கி வண்டியை செலுத்தினான்...

அத்தியாயம் 10

அவனுடன் ஐஸ்க்ரீம் சாப்பிட்டு விட்டு, அடுத்த பாடத்துக்கு தான் கல்லூரிக்குள் வந்தாள்...

உள்ளே வந்து அனிதா அருகே அவள் அமர்ந்ததுமே, ''அண்ணா கூட என்னை விட்டுட்டு எங்கடி போய்ட்டு வந்த?'' என்று அனிதா கேட்க, அவளோ, ''ஐஸ்க்ரீம் சாப்பிட்டேன் டி'' என்றாள்...

அவளை முறைத்த அனிதாவோ, ''என்னை விட்டுட்டு போயிட்டே தானே... என் கூட பேசாதே'' என்று சொல்ல, அவள் கையை பற்றிய ஆடலரசியோ, ''ரொம்ப மூட் அப்செட் ஆஹ இருக்கேன் அனி.. கொஞ்சம் புரிஞ்சுக்கோ'' என்றாள்.

அனிதாவும், ''அதனால தான் சும்மா விடுறேன்... கேள்விப்பட்டேன்... கல்யாணமாமே'' என்றாள்...

''ம்ம் அந்த ஹிட்லர் கூட... எனக்கு எப்படி இந்த கல்யாணத்த நிறுத்துறதுன்னே தெரியல... ரொம்ப கஷ்டமா இருக்கு...'' என்றாள்...

அவர்கள் பேசிக் கொண்டு இருந்த நேரம் லெக்ஷரரும் வந்து விட, அவர்கள் பேச்சு அந்த இடத்துலயே தடைப்பட்டது...

பார்க்கும் நபர்களிடம் எல்லாம், எப்படி கல்யாணத்தை நிறுத்துவது என்று தெரியவில்லை என புலம்ப மட்டும் தான் ஆடலரசியால் முடிந்தது.

கல்யாண வேலை அதன் பாட்டுக்கு விரைவாக நடந்து கொண்டு தான் இருந்தது...

நாட்கள் எப்படி விரைவாக கடந்தது என்று தெரியவில்லை... இன்னும் திருமணத்துக்கு மூன்று நாட்கள் மட்டுமே மீதம் இருந்தன...

இன்றுடன் அவள் கல்லூரிக்கு விடுப்பு எடுக்க வேண்டும்... இனி திருமணம் முடிந்து ஐந்து நாட்களின் பின்னர் தான் மீண்டும் கல்லூரிக்கு மீண்டும் வருவாள்...

அதனால் அன்று காலையிலேயே அதியமானுடன் மர நிழலில் அமர்ந்து பேசிக் கொண்டு இருந்தாள்..

''இந்த கல்யாணத்த நிறுத்த முடியாதா மான்குட்டி??'' என்று கேட்டாள் மீண்டும்...

அவனோ சலிப்பாக நெற்றியை நீவியவன், ''நீ மட்டும் சரின்னு சொன்னா, என்னால நிறுத்த முடியும்...'' என்று சொல்ல, அவளோ, ''கல்யாணம்

நின்னா வீட்ல எல்லோருக்கும் பிரச்சனை. வேற வழி இல்ல. அந்த ஹிட்லர கட்டிக்கிறேன்'' என்றாள்.

''என்னடி மாறி மாறி பேசுற?'' என்று கடுப்பாகி விட்டான் அதியமான்...

அவனுக்கு காதலை இப்போது சொல்வது சரியாக தென்படவில்லை...

அவளது நடவடிக்கை அவன் மீது அவளுக்கு காதல் இருப்பதாக உணர்த்தவில்லை...

யாத்ராவை திருமணம் செய்ய முடியாது என்று தான் சொல்கின்றாள் தவிர, அதியமானை திருமணம் செய்ய வேண்டும் என்று அவள் சொல்லவே இல்லையே...

இந்த நிலையில் காதலை சொல்லி, அவளை குழப்பத்தில் ஆழ்த்தி, தன்னை விட்டு விலக்கி வைக்க அதியமானுக்கு இஷ்டம் இல்லை...

அவள் காதலியாக தன்னுடன் இல்லை என்றாலும் நண்பியாகவாவது இருக்க வேண்டும் என்று நினைத்துக் கொண்டான்...

அவள் மட்டும் காதலிப்பதாக சொல்லி இருந்தால், எந்த விலை கொடுத்தாவது இந்த திருமணத்தை நிறுத்தி இருப்பான்...

இப்போது அவனுக்கும் வேறு வழி இல்லை... வேறு யாரும் என்றால் அவன் நடவடிக்கை வேறாக இருந்து இருக்கும்...

யாத்ரா மேல் கோபம் இருந்தாலும், அவன் ஆள் பலம் பற்றியும் அதிகார பலம் பற்றியும் அறிந்தவன் அவன்... ஜீவானந்தன் தான்

சொல்வதை கேட்பதை விட யாத்ரா சொல்வதை தான் கேட்பார் என்று அவனுக்கு நன்றாக தெரியும்..

அதனால் தான் அவன் பெரிதாக இந்த கல்யாண விஷயத்தில் மூக்கை நுழைக்கவில்லை...

நுழைத்தும் பயன் இல்லை என்று அவன் அறிவான்... அவன் நடைமுறை அறிந்தவன்... அதன் படி நடப்பவன்...

அவனால் ஆடலரசியை நினைத்து கவலைப்பட மட்டும் தான் முடிந்தது...

அதியமானை சோகமாக பார்த்த ஆடலரசியோ, ''நிஜமாவே எனக்கு என்ன பண்ணுறதுன்னு தெரியல மான்குட்டி... அவ்ளோ சீக்கிரம் இந்த கல்யாணத்தை நிறுத்திட முடியாது... ஆனாலும் என்னால அவனை கல்யாணம் பண்ணிக்கவும் முடியாது'' என்றாள்...

அதியமானோ பெருமூச்சுடன், ''கல்யாணம் பண்ணுறதா முடிவெடுத்துட்ட மைண்டை ப்ரிபெயார் பண்ணிக்கோ'' என்றான்...

அவளோ, ''ஆனாலும் எனக்கு கஷ்டமா இருக்கு... எனக்கு அவனை பார்த்தாலே நடுங்கும்... இதுல ஃபெர்ஸ்ட் நைட் எல்லாம் நினைச்சே பார்க்க முடியல... இவ்ளோ நாளும் அத பத்தி யோசிக்கல.. இப்போ அத நினைச்ச ஈலே பயமா இருக்கு... ஃபெர்ஸ்ட் நைட்டை எப்படி நிறுத்துறதுன்னு சொல்லுடா மான்குட்டி'' என்றாள் கெஞ்சுதலாக...

அவள் பேசுவது அவனுக்கு அசௌகரிகமாக இருந்தாலும், காட்டிக் கொள்ள விரும்பாமல்,

‘‘பேசாம மயங்கி விழுந்துடு... அதுவா நின்னிடும்’’
என்றான்...

அதனைக் கேட்டு சந்தோஷமாக சிரித்த
ஆடலரசியோ, ‘‘ஆஹ் நிஜமா நின்னிடும்ல, நீ
போலீஸ்காரன்... சொன்னா சரியா தான் இருக்கும்...
நிஜமா நின்னுடும் ல’’ என்று மீண்டும் மீண்டும்
கேட்க, ‘‘நம்பிக்கை தானே வாழ்க்கை’’ என்றான்
அவன்...

அவளோ, ‘‘அப்பாடா இப்போ தான் நிம்மதியா
இருக்கு... இனி நான் அடுத்த வாரம் முடிய தான்
உன்னை பார்க்க முடியும்... உன்னை ரொம்ப மிஸ்
பண்ணுவேன்... கல்யாணத்துக்கு வருவ தானே’’
என்று கேட்டாள்...

அதியமானுக்கு திருமணத்துக்கு செல்லும்
எண்ணம் துளி கூட இல்லை...

‘‘ம்ம் பார்க்கலாம்... வேலை இருக்கு’’ என்றான்...

‘‘வந்துடு மான்குட்டி’’ என்றாள் குழைவாக...

அவனிடம் பெருமூச்சு மட்டுமே...

அன்று அவளை விட்டு பிரியும் போது ஏனோ ஒரு
அழுத்தம் அவனுள்...

இன்று தான் அவளை அவனது கன்னுக்குட்டியாக
அவன் பார்க்க முடியும்... அடுத்த முறை அவளை
பார்க்கும் போது அவள் யாத்ரா சரவணனின்
ஆடலரசியாக அல்லவா இருப்பாள்...

அன்று அவளது நண்பர்களுக்கு கேன்டீனில்
பேச்சிலர் பார்ட்டி வேறு வைத்தாள்...

அவளது நண்பிகளோ, ‘‘உனக்கு தான்

ஃபெர்ஸ்ட் நம்ம செட்ல கல்யாணம் ஆக போகுது... எக்ஸ்பீரியன்ஸ் ஷேயார் பண்ணுடி'' என்று கலாய்க்க, ''செருப்பு பிஞ்சிடும்'' என்று அவர்களுக்கு திட்டி விட்டாள்...

அன்று வீட்டுக்கு வந்தவளுக்கோ அலங்காரங்களை பார்த்ததுமே மூச்சடைத்தது...

தளர்ந்த நடையுடனேயே அறைக்குள் நுழைந்து கொண்டவள், அப்படியே கட்டிலில் படுத்து விட, அவள் அறைக்குள் வந்து சேர்ந்தார்கள் மிதிலாவும் மதுராவும்...

''என்னடி கல்யாண ஃபீல் கொஞ்சமும் இல்லாம தூங்குற?'' என்று அவர்கள் கேட்டுக் கொண்டே கட்டிலில் அமர, ''அது ஒன்னு தான் இப்போ குறைச்சல்'' என்று புலம்பிக் கொண்டாள்...

மிதிலாவோ, ''மைண்ட் ஐ ப்ரிபெயார் பண்ணிக்கோ ஆடல்... இப்படியே சோர்வா இருந்து எதுவும் ஆக போறது இல்ல'' என்று சொல்ல, சட்டென எழுந்து அமர்ந்த ஆடலரசியோ, ''ஏன்டி சொல்ல மாட்டீங்க.. பலியாக போறது நான் ல... என் இடத்துல இருந்து பார்த்தா தெரியும். இது வரைக்கும் ஒரு தடவை கூட அந்த ஹிட்லரை மாமான்னு கூப்பிட்டது இல்ல'' என்று சொல்ல, ''இனி கூப்பிடு'' என்றாள் மதுரா...

''பேசாதே... பேசாதே... நீ பேசாதே...'' என்று தலையணையை தூக்கி அவளுக்கு அடித்தவள், ''நீ உண்மையான அக்கான்னா இந்த கல்யாணத்த நிறுத்தி... நீயே மணமேடைல போய் உட்காரணும்'' என்று சொல்ல, ''நான் ஏன் டி வான்டெட் ஆஃற சுடு காட்டுக்கு போகணும்?'' என்று கேட்டாள் மதுரா...

அவளை முறைத்த ஆடலரசியோ, ''அப்போ நீ என்னோட அக்கா இல்லையா?'' என்று கேட்க, ''இல்லை'' என்றாள் தோள்களை உலுக்கி...

''ச்ச, இந்த வீட்ல நான் பிறந்ததுக்கு யாராச்சும் பிச்சைக்காரங்க வீட்ல பிறந்து இருக்கலாம்... சந்தோஷமா பிச்சை எடுத்துட்டாவது இருந்து இருப்பேன்'' என்று புலம்பிக் கொண்டே மீண்டும் படுக்க, ''இப்போ எதுக்கு புலம்பிட்டே இருக்க... நாங்களும் இங்க தானே இருக்க போறோம்... எங்களை மீறி என்ன நடந்திட போகுது'' என்று கேட்டாள் மிதிலா...

சட்டென மீண்டும் எழுந்து அமர்ந்த ஆடலரசியோ, ''எங்க உன் முகத்தை காட்டு...'' என்று முகத்தை திருப்பிப் பார்த்தவள், ''கொஞ்சம் கூட இப்படி எல்லாம் மாஸ் ஆஹ் பேச உனக்கு அசிங்கமா இல்லையா?'' என்று கேட்க, அவளோ குரலை செருமிக் கொண்டே, ''சரி சரி, விடு'' என்றாள்...

''ஐயோ என் வாழ்க்கையே போச்சே'' என்று மீண்டும் புலம்பிக் கொண்டே கட்டிலில் படுத்தாள் ஆடலரசி...

அடுத்த இரு நாட்களும் வேகமாக நகர்ந்தன... யாத்ராவும் வீட்டில் இருக்கவில்லை... அவனுக்கு தலைக்கு மேல் வேலை... திருமண வேலைகளை முன்னே நின்று பார்த்தது என்னவோ ஆர்யாவும் ஹரிஷும் தான்...

திருமணத்துக்கு முதல் நாள் இரவு அது...

மருதாணி வைப்பதற்காக வீட்டிற்கு ஆட்கள் வந்து இருக்க, ஹாலில் தான் எல்லோரும் அமர்ந்து

மருதாணி வைத்துக் கொண்டு இருந்தார்கள்...

மிதிலாவோ புன்னகையுடனேயே மருதாணியை பார்த்துக் கொண்டு இருக்க, ஆர்யாவோ அவளை தூர இருந்து பார்த்துக் கொண்டே வேலைகளை செய்து கொண்டு இருந்தான்...

குரலரசியோ, ''மிதிலா, நீ ஒன்னும் கவலைப்படாதே'' என்றார்...

அவளோ, ''எதுக்கு பாட்டி?'' என்று மென் குரலில் கேட்க, ''உனக்கு முன்னாடி ஆடலுக்கு கல்யாணம் நடக்குதுன்னு கவலைப்படாதே... அடுத்து உனக்கும் ஆர்யாவுக்கும் தான் கல்யாணம், யாத்ரா இல்லன்னா என்ன... ஆர்யா உனக்கு தான்'' என்று சொல்ல, ஆடலரசியோ, 'க்கும், அந்த ஹிட்லர் கிடைக்கலன்னு அவளுக்கு சந்தோஷம் தான்... இந்த தாய்க்கிழவி அதெல்லாம் தெரியாம உளறிட்டு இருக்கு' என்று மனதுக்குள் முணுமுணுத்துக் கொள்ள, யாத்ராவின் ஜீப் வரும் சத்தம் கேட்டது...

வீட்டில் நிசப்தம்...

எல்லோரும் வாசலை திரும்பிப் பார்க்க, ஆடலரசியோ தலையை குனிந்தபடியே அமர்ந்து இருந்தாள்...

அவனை பார்க்கும் அளவுக்கு கூட அவளுக்கு தைரியம் இல்லை...

உள்ளே வந்தவனோ, அவளை ஒரு கணம் பார்த்து, ''கல்யாண வேலை எல்லாம் ஓகே யா?'' என்று ஆர்யாவிடம் கேட்க, ''எல்லாம் பக்கா அண்ணா'' என்றான் அவன்...

''ம்ம்'' என்று சொல்லி விட்டு, அவன் அறைக்குள் சென்று விட்டான்...

இப்போது தான் ஆடலரசிக்கு மூச்சே வந்தது...

அன்று இரவு விசித்ரா அவளுக்கு ஊட்டி விட, அதனை சாப்பிட்டு விட்டு கட்டிலில் வந்து விட்டத்தை பார்த்துக் கொண்டே படுத்து இருந்தாள் ஆடலரசி...

நாளை முதல் இந்த அறை அவளுடையது அல்ல..

அவன் அறைக்குள் செல்ல வேண்டும்...

நினைக்கவே மலைப்பாக இருந்தது...

ஏற்கனவே சொந்த வீட்டில் சுதந்திரம் இல்லாத உணர்வு அவளுக்கு... இப்போது இருக்கும் கொஞ்ச சுதந்திரமும் மொத்தமாக போய் விடும் என்று பயந்து போனாள்...

அப்படியே படுத்தவள், எப்போது தூங்கினாள் என்று தெரியவில்லை...

''ஆடல்'' என்று அடுத்த நாள் காலையில் வாசல் கதவு தட்டும் சத்தம் கேட்டு தான் பதறி எழுந்தாள்...

இன்று அவளது திருமணம்...

ஆழ்ந்த மூச்சை எடுத்துக் கொண்டே கதவை திறக்க, ''இன்னும் குளிக்கலையா? சீக்கிரம்... லேட் ஆனா யாத்ரா கடுப்பாயிடுவான்'' என்று ஷண்முகி சொல்லிக் கொண்டே உள்ளே வர, அவளோ, ''இதோ குளிக்க தான் அத்தை'' என்று சொல்லிக் கொண்டே அவசரமாக குளியலறைக்குள் சென்றவள், குளித்து விட்டு வெளியே வந்த சமயம், அவளை அலங்காரம் செய்பவர்கள் வந்து இருந்தார்கள்...

அவளோ கண்ணாடி முன்னே அமர்ந்து இருக்க, அவளுக்கான அலங்காரமும் செய்யப்பட்டது...

புடவையில் பேரழகியாக இருந்தாள்...

மிதிலாவோ, ''செம்ம அழகா இருக்க ஆடல்... வழக்கமா சுடிதார் ல சின்ன பொண்ணு போல இருப்ப புடவைல பெரிய பொண்ணு போல இருக்க'' என்று சொல்ல, அவளுக்கு அதற்கும் ஒரு பெருமூச்சு தான்..

''சிரிடி'' என்றாள் மதுரா...

''நீ மனசு வச்சா சிரிக்கிறேன்'' என்றாள் அவள்...

''இல்ல நீ சிரிக்கவே தேவல'' என்று மதுரா சொல்ல, மிதிலாவோ, இருவரும் பேசியதை கேட்டு சிரித்துக் கொண்டாள்...

சற்று நேரத்தில் ஆடலரசி ஆயத்தமாகி விட்டாள்...

அவளை அழைத்துக் கொண்டே மிதிலாவும் மதுராவும் வெளியே வர, குரலரசியோ, ''புடவைல பெரிய பொண்ணு போல இருக்கா'' என்று சொல்லிக் கொண்டார்...

யாத்ரா நேரத்துக்கே திருமண மண்டபத்துக்கு ஷண்முகியுடனும் ஆர்யாவுடனும் கிளம்பி இருந்தான்...

இப்போது ஆடலரசியும் ஏனையவர்களுடன் திருமண மண்டபத்துக்கு கிளம்பி இருந்தாள்...

திருமண மண்டபமும் வந்து விட்டது... நிறைய போலீஸ் காவல்கள் இருந்தன...

மினிஸ்டரின் திருமணம் என்றால் கேட்கவும் வேண்டுமா...

அத்தனை சோதனைகள்... அத்தனை பாது காப்புகள்...

முதலமைச்சரும் வருவதாக சொல்லி இருக்க, எல்லாமே பலத்த பாதுகாப்புக்கு மத்தியில் தான் நடந்து கொண்டு இருந்தது... ஆடலரசியும் காரில் இருந்து இறங்கி மணப்பெண் அறைக்குள் சென்று அமர்ந்து விட்டாள்...

இன்னும் சற்று நேரத்தில் திருமணம்... அவளால் இன்னும் நிலை கொள்ளவே முடியவில்லை... கனவில் நடப்பது போல இருந்தது...

இறுதி நேரத்தில் இந்த திருமணம் நின்று விடாதா என்று நப்பாசை வேறு அவளுக்கு...

ஆனால் அவள் விதி, 'பொண்ண வர சொல்லுங்க' என்று ஐயர் சொல்லும் வார்த்தைகள் தான் காதில் ஒலித்தன...

'அப்போ என் வாழ்க்கை அவ்ளோ தானா?' என்ற புலம்பலுடனேயே மண மேடையை நோக்கி நடந்தாள்...

அங்கே நிறைய அரசியல் பிரமுகர்கள் வந்து இருந்தார்கள்...

ஜீவானாந்தனுடன் லக்ஷ்மியும் அனிதாவும் வந்து இருந்தார்கள்...

அதியமான் வரவில்லை...

யாத்ராவோ வேஷ்டி சட்டையில் கழுத்தில் மாலையுடன் மணமேடையில் அமர்ந்து இருந்தான்... ஜீவானந்தனோ அங்கே அமர்ந்து இருந்த அனிதாவிடம், ''இந்தப் பொண்ணு உன் ஃப்ரெண்ட்

தானே... மூத்த ரெண்டு பொண்ணுங்க இருக்கும் போது எதுக்கு கடைசி பொண்ண கட்டிக்கிறான்?'' என்று கேட்க, அவளோ, ''தெரியலப்பா'' என்று இதழை பிதுக்கினாள்...

''உன் அண்ணனுக்கும் இந்த பொண்ணு கூட பழக்கம் இருக்குல்ல, அவன் ஏன் கல்யாணத்துக்கு வரல'' என்று கேட்க, அதற்கும், ''தெரியலப்பா'' என்றாள் அவள்...

அவரோ, பெருமூச்சுடன், ''உனக்கு என்ன தான் தெரியும்'' என்று முணுமுணுத்துக் கொண்டார்...

மணமேடையில் வந்து அமர்ந்த ஆடலரசியோ, அருகே இருந்த யாத்ராவை திரும்பியும் பார்க்கவில்லை...

குனிந்த தலை நிமிராமல் இருந்தவளோ ஐயர் சொல்லிக் கொடுத்த மந்திரங்களை உச்சரித்தாள்.. அவளுக்கோ இறுதி நொடி வரை இந்த திருமணம் நின்று விடாதா? என்கின்ற ஏக்கமும் எதிர்பார்ப்பும் இருக்க தான் செய்தது...

அவள் வேண்டுதல் பலிக்கவில்லை போலும், தாலிக்கயிறை எடுத்து யாத்ராவிடம் கொடுத்த ஐயரோ, ''கெட்டிமேளம், கெட்டி மேளம்'' என்று சொல்லிக் கொண்டே மந்திரத்தை உச்சரிக்க, அவனோ அவள் கழுத்தில் மங்கள நாணை அணிவித்து மூன்று முடிச்சையும் இட்டான்...

தலையை குனிந்து இருந்த பெண்ணவளோ கண்களை மூடி ஆழ்ந்த மூச்சொன்றை விட்டபடி, 'போச்சு... என் வாழ்க்கை மொத்தமா போச்சு' என்று மனதுக்குள் முணுமுணுத்துக் கொண்டாள்...

அத்தியாயம் 11

அதனை தொடர்ந்து சம்பிரதாயங்கள் நடந்தன...

இருவரும் ஒருவரை ஒருவர் பார்த்துக் கொள்ளவும் இல்லை...

சம்பிரதாயங்களை மட்டும் முடித்து இருந்தார்கள்..

அவள் மனமோ, 'இவன் முகத்தை பார்த்தா, சம்பவம் எல்லாம் பண்ண மாட்டான் போல... என்னை பார்க்கவே இல்லையே... நமக்கு சந்தோஷம் தான்' என்று நினைத்துக் கொண்டாள்...

வரவேற்பு நிகழ்வில் விருந்தினர்கள் பரிசை கொடுத்து புகைப்படம் எடுத்து விட்டு சென்றார்கள்.

யாத்ரா அருகே நின்றாள் தவிர, அவன் ஸ்பரிசம் பாடாத அளவுக்கு இடைவெளியில் தான் பெண்ணவள் நின்றாள்...

யாத்ரா அவளைப் பற்றி அலட்டிக் கொள்ளவே இல்லை. வந்தவர்கள் சரியாக உபசரிக்கப்பட்டார்களா என்று மட்டுமே கவனித்தான்... அதனை தொடர்ந்து இருவரும் பந்தியில் உட்கார்ந்து சாப்பிட்டார்கள்...

அப்போதும் பேச்சு வார்த்தை இல்லை...

அந்த நேரத்தில் அவர்களை வீடியோ எடுத்துக் கொண்டு இருந்த புகைப்படக்காரனோ, ''சார் ஊட்டி விடலாமே'' என்று சொன்னதும் தான் தாமதம், யாத்ரா ஏறிட்டு ஒரு பார்வை தான் பார்த்தான்...

''இல்ல சார்... இதுவே நல்லா இருக்கு'' என்று அவன் தனது வேலையை தொடர, அதனை பார்த்த ஆடலரசிக்கு சிரிப்பு...

கஷ்டப்பட்டு சிரிப்பை அடக்கிக் கொண்டே அமர்ந்து இருந்தாள்...

மாலை மூன்று மணி போல, அனைத்தும் முடிய, எல்லோரும் வீட்டுக்கு கிளம்பி விட்டார்கள்...

ஆடலரசிக்கு இதயம் வேகமாக துடிக்க ஆரம்பித்து விட்டது... இனி அவளுடைய நேரம் அவனுடன் அல்லவா கழிய வேண்டும்...

வீட்டிற்கு வந்து இறங்கியதுமே, அவர்களுக்கு ஆரத்தி எடுக்கப்பட்டது...

இருவரும் வீட்டில் செய்ய வேண்டிய சம்பிரதாயங்களையும் செய்து முடித்தார்கள்...

அதனை தொடர்ந்து, யாத்ரா வெளியே சென்று விட்டான்...

குரலரசியோ, ''கல்யாண நாள் ல கூட வீட்ல நிற்க மாட்டானா?'' என்று புலம்பிக் கொள்ள, ஆடலரசியோ பழக்க தோஷத்தில் தனது அறைக்குள் செல்ல முயல, ''எங்க போற?'' என்று கேட்டார் ஷண்முகி...

''ரூமுக்கு அத்தை'' என்று அவள் சொல்ல, ''இனி அவன் ரூம் தான் உன் ரூம்'' என்று சொன்னதும் அவளுக்கு மயக்கம் வாராத குறை தான்...

''ம்ம்'' என்று தலையாட்டிக் கொண்டே அவன் அறையை நோக்கி நடந்தாள்...

முதல் முறை அவன் அறைக்குள் நுழைகின்றாள்...

கட்டில் பூக்களினால் அலங்கரிக்கப்பட்டு இருந்தது...

அருகே பால் மற்றும் பழங்கள் வைக்கப்பட்டு இருந்தன...

''இன்னைக்கு வரலைன்னா சந்தோஷம்'' என்று முணுமுணுத்துக் கொண்டே, அங்கு வைக்கப்பட்டு இருந்த தனது உடைப்பெட்டியில் இருந்து உடைகளை எடுத்துக் கொண்டே குளிக்க சென்றாள்.

அவள் அவதானித்தவரை அவளில் அவன் எந்த ஆர்வமும் காட்டவில்லை...

அதனால் ஒரு வித தைரியம் அவளுக்கு...

குளித்து விட்டு மஞ்சள் நிற புடவை அணிந்து வெளியே வந்தவளோ தன்னை கண்ணாடியில் பார்த்தாள்...

கழுத்தில் புது தாலி தொங்க, நெற்றியில் குங்குமத்தை வைத்தவளது விழிகளோ அந்த அறையை அளந்தன...

அங்கே ஒரு புக் ஷெல்ஃப் இருந்தது...

அதில் நிறையவே புத்தங்கள் இருந்தன...

ஒரு மேசை இருந்தது. அதில் லாப்டாப் இருந்தது..

ஒரு சோஃபா இருந்தது... மேலும், கட்டில், அலுமாரி என வழக்கமான தளபாடங்கள் இருந்தன..

முக்கியமாக நேர்த்தியாக இருந்தது...

நேரத்தைப் பார்த்தாள்... நேரம் ஒன்பது மணியாக இருந்தது...

''பேசமா தூங்கிடலாம்'' என்று அவள் நினைத்து முடிக்கவில்லை, ''என்னடா? இன்னும் அவனை பிடிக்கலையா?'' என்று அலைபேசியில் பேசிக் கொண்டு வரும் யாத்ராவின் குரல் தான் கேட்டது...

தூக்கி வாரிப் போட்டது அவளுக்கு... அவனோ,

''சரி, அவனை பிடிச்சதும் எனக்கு ஒரு கால் பண்ணு'' என்று சொல்லிக் கொண்டே அலைபேசியை வைத்தவனோ அறையை திறந்தான்...

அறைக்குள் நுழைந்த யாத்ராவை பார்த்ததுமே சட்டென்று எழுந்து நின்றாள் ஆடலரசி...

அவனோ முதுகில் இருந்த பிஸ்டலை உருவி அங்கிருந்த மேசையில் வைக்க அவளுக்கோ மூச்சடைத்தது...

பயம் இருந்தாலும் பேசாமல் இருக்க முடியாது... பேசி ஆக வேண்டும்...

''மாமா'' என்றாள் மெல்லிய குரலில்..

மிக மிக மெல்லிய குரலில்... முதன் முறை அவனை 'மாமா' என்று அழைக்கின்றாள்...

அவளை திரும்பி பார்த்துக் கொண்டே ஷேர்ட்டின் பட்டன்களை அவன் கழட்ட, சட்டென்று தலையை குனிந்து கொண்டவளோ, ''சாந்தி முகூர்த்தத்தை கொஞ்சம் தள்ளி போடலாமா??'' என்று கேட்டாள்...

''தள்ளின்னா ஒரு வாரமா??'' என்று கேட்டான்.

அவன் கேட்பதன் அர்த்தம் புரிந்தது...

''ஒரு ஆறு மாசம்'' என்றாள் அவனை பார்க்காமலே...

அவனோ புருவம் இடுங்க ஷேர்ட்டை கழட்டி ஹங்கேரில் போட்டு விட்டு, ''ஒரு மாசம்னா விரதம் இருக்கிறன்னு நினச்சு இருப்பேன்... ஆறு மாசம் என்ன பண்ண போற ??'' என்று கேட்டான்.

அவளோ, ''இப்படி சாந்தி முகூர்த்தம் எல்லாம்

நான் எதிர்பார்க்கவே இல்ல... அதனால கொஞ்சம் பழகி பார்த்து...'' என்று முடிக்கவில்லை, அவளை நெருங்கி நின்றவன், ''அப்போ எத நினச்சு கல்யாணம் பண்ணுன??'' என்று ஒற்றை புருவம் உயர்த்தி கேட்டான்.

வழக்கமாக அதட்டலாக பேசுபவன் இன்று கொஞ்சம் மென்மையாக பேசுவது போல அவளுக்கு தோன்றியது...

அதனால் அவளுக்கு கொஞ்சம் தைரியமும் மேலிட்டது... அவள் பேசவில்லை என்றால் சாந்தி முகூர்த்தம் நடந்து விடும்... அதனால் பயத்தை எல்லாம் தள்ளி வைத்து விட்டு பேசி ஆக வேண்டிய கட்டாயம்...

பேச முடிவெடுத்து விட்டாள்...

அவனை ஏறிட்டுப் பார்த்தவள், ''ரெஜிஸ்டர் பண்ண தேவலைன்னு சொன்னீங்க... அப்புறம் சலிக்கும் வரைக்கும் இருக்கலாம்னு சொன்னீங்க... நான் பேசுற பேச்சுக்கு ஒரே நாளுல சலிச்சிடும்னு நினைச்சேன்'' என்றாள்...

அவனோ அவளை மேலிருந்து கீழ் பார்த்துக் கொண்டே, ''உன் கிட்ட தெளிவை எதிர்பார்க்கிறது என் தப்பு தான்... பச்சையாவே சொல்றேன்... சலிக்கிறதுன்னா நீ பேசுறத கேட்டு சலிக்கிறது இல்ல... உன்னை அனுபவிச்சு சலிக்கிறது'' என்று சொல்ல, ''ஐயோ'' என்று வாயில் கையை வைத்தவளுக்கு மயக்கம் வராத குறை தான்...

இது வரைக்கும் இப்படி ஒரு யாத்ராவின் முகத்தை அவள் பார்த்ததே இல்லை...

அவன் இப்படி பேசுவான் என்றும் அவள் எதிர்பார்க்கவில்லை...

அவன் இன்று பாராமுகமாக இருந்ததை நினைத்து அவள் ஏதோ நினைத்து இருக்க, அவன் ஏதோ எல்லாம் பேசிக் கொண்டு இருக்கின்றானே...

அவன் பேச்சில் அவள் பதறி தான் போனாள்...

''நான் இன்னும் காலேஜ் முடிக்கல'' என்றாள் அவசரமாக...

''பதினெட்டு வயசு ஆயிடுச்சு தானே'' என்று கேட்டான்.

''ம்ம்'' என்றாள் மெல்லிய குரலில்...

''வயசுக்கு வந்துட்ட தானே'' என்று கேட்டான்.

''ம்ம்'' என்றாள்...

''அது போதும்னு நினைக்கிறேன்'' என்றான்.

என்ன பதில் சொல்வது என்று தெரியவே இல்லை அவளுக்கு...

அவனை தவிப்பாக பார்த்தவள், ''நான் இத உங்க கிட்ட எதிர்பார்க்கல'' என்றாள்...

''என்னடி எதிர்பார்க்கல ?? நானும் சராசரி ஆம்பிளை தான்.. என்னோட பொசிஷனால பொண்ணுங்க பக்கம் போனது இல்ல... சின்ன க்ளிப் ரிலீஸ் ஆனா கூட என் அரசியல் வாழ்க்கை க்ளோஸ்... எனக்கு வேற எதிரிங்க அதிகம்... அதனால பொண்டாட்டி வரட்டும்னு பார்த்து இருந்தேன்... நான் உன்னை கல்யாணம் பண்ணுனதுக்கு பல காரணங்கள் இருக்கு... அதுல ஒன்னு என்னோட தேவையை தீர்த்துக்கவும் தான்..

சும்மா சொல்ல கூடாது சுடிதார்ல சின்ன பொண்ணு போல இருந்தாலும் புடவைல செமயா இருக்க... பார்த்ததுமே போதையாகுது...'' என்று அவளை வஞ்சனை இன்றி ரசித்துக் கொண்டே சொல்ல, அவளுக்கு என்னவோ போல ஆகி விட்டது.

கையை பிசைந்து கொண்டே தலையை குனிந்து கொள்ள, ''இதுக்கு மேல முடியாதுன்னு சொல்றன்னா மனசுல மான்குட்டி இருக்கானோ'' என்றான் கேலியாக...

''ஐயோ அவன் பெஸ்டி மட்டும் தான்'' என்று அவசரமாக அவனை ஏறிட்டுப் பார்த்தபடி சொல்ல, ''அப்புறம் என்ன??'' என்றான் ஒற்றை புருவ உயர்த்தி.

இதற்கு மேல் என்ன காரணம் சொல்லி மறுப்பது என்று தெரியாமல் பெண்ணவள் தவித்து போனாள்.

அவனோ அவளை ஆழ்ந்து பார்த்துக் கொண்டே, ''குளிச்சிட்டு வந்திடுறேன்... ரெடியா இரு'' என்று சொன்னபடி உள்ளே செல்ல, அவளோ கட்டிலில் தொய்ந்து அமர்ந்து கொண்டே, ''ஐயோ அப்போ முதலிரவு நடந்திடுமா? இப்போ என்ன பண்ணுறது? வேற வழி இல்ல... மான்குட்டி சொல்ற போல பக்கத்துல வந்ததும் மயக்கம் போடணும்'' என்று நினைத்துக் கொண்டே, எழுந்தவள் பூனைக்குட்டி போல அங்கும் இங்கும் பதட்டத்தில் நடக்க ஆரம்பித்து விட்டாள்...

சற்று நேரத்தில் குளியலறை கதவு திறக்கப்பட்டது...

ஆடலரசியின் விழிகள் அதிர்ந்து விரிந்து கொண்டன...

யாத்ரா தான் வெளியில் வந்தான்... ஷார்ட்ஸ் மட்டும் அணிந்து இருந்தான்...

நடந்து கொண்டு இருந்தவளோ ஸ்தம்பித்து நின்றபடி அவனை மிரட்சியாக பார்க்க, அவனோ கையில் இருந்த டவலை ஹங்கேரில் போட்டு விட்டு, அவளை நோக்கி அடி மேல் அடி வைத்து வர, அவளுக்கோ மூச்சடைத்தது...

அவனை பார்த்துக் கொண்டே அடி மேல் அடி வைத்து பின்னால் சென்றவள், ''டயர்ட் ஆஹ் இருக்கு மாமா'' என்று நலிந்த குரலில் சொல்ல, ''நீ எதுவும் பண்ணனும்னு இல்ல... எல்லாமே நான் பார்த்துக்கிறேன்'' என்றான் அவன்...

அவளுக்கு தவிப்பு ஒரு பக்கம்... அப்படியே சுவரில் சாய்ந்தவள், பல்லி போல ஒட்டிக் கொள்ள, அவளது இரு பக்கமும் இருந்த சுவரில் தனது இரு கைகளையும் ஊன்றிய யாத்ரா, அவளை ஆழ்ந்து பார்க்க, அவன் விழிகளையும் அதில் குடியிருந்த மோகத்தையும் பார்த்த ஆடலரசிக்கு குப்பென்று வியர்த்தது...

'ஆத்தாடி, காம பார்வையா இருக்கே...' என்று நினைத்துக் கொண்டே, விழிகளை அதிர்ந்து விரிக்க, அவனோ அவள் இதழ்களை பார்த்துக் கொண்டே, தனது இதழ்களை ஈரமாக்கியவன் அவளை நெருங்கினான்...

இருவருக்கும் இடையே இடைவெளிகள் குறைந்தன...

மூச்சு காற்றுக்கள் கலந்து வெளியேறின...

அவளுக்கோ பதட்டத்தில் வேகமாக மூச்சு

வாங்கியது... இதயம் வெளியே விழுந்து விடும் அளவுக்கு துடித்தது... பயத்தில் எச்சிலை கூட்டி விழுங்கியவள், 'இதுக்கு மேல விட்டா கிஸ் அடிச்சிடுவான். மான் குட்டி சொன்னதை பண்ணிட வேண்டியது தான்' என்று நினைத்தபடி, ''மயக்கமா வருது'' என்று சொல்லிக் கொண்டே, அப்படியே கண்களை மூடி கீழே விழ முயல, அவனோ அவள் இடையை பற்றி தன்னுடன் நெருக்கி இருந்தான்...

அவளுக்கோ தூக்கி வாரிப் போட்டது...

அவன் வெற்று மார்பை அவள் உணர்ந்த தருணம் அது.. விலகவும் முடியாது.. மயக்கத்தில் இருப்பது போல நடித்துக் கொண்டல்லவா இருக்கின்றாள்...

அவள் நடிப்பை அவனால் கண்டு பிடிக்க முடியாதா என்ன? அவள் முகத்தை ஆழ்ந்து பார்த்துக் கொண்டே, அவள் கழுத்தை பற்றி பிடித்தவனோ, சட்டென அவளை அணைத்துக் கொண்டே, அவள் இதழில் தன்னிதழை ஆழமாக பதித்து இருக்க, தூக்கி வாரிப் போட்டது பெண்ணவளுக்கு...

'படுபாவி... மயக்கம் போட்டேன்னு பார்க்காம கிஸ் அடிக்கிறான்' என்று மனதுக்குள் அவனுக்கு திட்டிக் கொண்டே, அவன் மார்பில் இரு கைகளையும் வைத்து தள்ளியபடி பதறியவள் சட்டென அவனில் இருந்து விலகி நிற்க, அவனும் அவளை இறுக பற்றாமல் மெதுவாக தனது பிடியை தளர்த்தி இருந்தான்...

விலகியவளோ தனது புறங்கையால் இதழ்களை துடைத்துக் கொள்ள, அவனோ அவளை மேலிருந்து கீழ் பார்த்துக் கொண்டே, ''மயக்கம் வருதுன்னு சொன்ன'' என்றான்...

அந்த கேள்வியில் அவள் தடுமாற, ''தெளிஞ்சிடுச்சு'' என்று தட்டு தடுமாறி சொல்லிக் கொண்டே, அவனை பயத்துடன் பார்க்க, அவளை நோக்கி ஒரு அடி வைத்த கணம், ட்ரெஸ்ஸிங் டேபிளில் இருந்த அவன் அலைபேசி அலறியது...

அவளை அழுத்தமாக பார்த்து விட்டு, ட்ரெஸ்ஸிங் டேபிள் அருகே சென்றவனோ, அலைபேசியை எடுத்து காதில் வைத்துக் கொண்டே, ''என்னடா சிக்கிட்டானா?'' என்று கேட்க,

''ஆமா சார்'' என்று மறுமுனையில் இருந்து பதில் வர, ''இதோ வந்திடுறேன்'' என்று சொல்லிக் கொண்டே அலைபேசியை வைத்தவன், ஒரு டீசெர்ட்டை போட்டு விட்டு, மேசையில் இருந்த பிஸ்டலை எடுத்து முதுகில் சொருகிக் கொண்டே ஆடலரசியைப் பார்த்தான்...

பெண்ணவளோ பேயறைந்த போல சிலையாக நின்று இருக்க, ''இன்னைக்கு கிஸ் மட்டும் போதும், நாளைக்கு மொத்தமா பார்த்துக்கலாம்'' என்று சொல்லி விட்டு விறு விறுவென வெளியேறி விட்டான்...

அவளுக்கு அப்போது தான் மூச்சே வந்தது...

பெருமூச்சுடன் கட்டிலில் தொய்ந்து அமர்ந்த பெண்ணவளோ, ''படுபாவி கிஸ் அடிச்சுட்டான்'' என்று புலம்பிக் கொண்டே, இதழ்களை மீண்டும் மீண்டும் துடைத்தவள் அப்படியே தூங்கிப் போனாள்...

அத்தியாயம் 12

யாத்ரா திரும்பி வந்த நேரம், அவள் தூங்கிக் கொண்டு இருக்க, அவனும் அவள் அருகே படுத்துக் கொண்டான்...

காலையில் நேரத்துக்கே எழுந்து வீட்டில் இருக்கும் தனது அலுவலக அறைக்குள் நுழைந்து விட்டான் அவன்...

ஆடலரசி தாமதமாக தான் எழுந்தாள்.

கட்டிலில் எழுந்து அமர்ந்து கொண்டே, அறையை சுற்றிப் பார்த்தாள்.

''என்ன எல்லாம் புதுசா இருக்கு?'' என்று முணுமுணுத்துக் கொண்டே குனிந்து பார்த்தாள்...

கழுத்தில் தாலி தொங்கிக் கொண்டு இருக்கு, ''அட நமக்கு கல்யாணம் ஆயிடுச்சுல்ல... மறந்தே போய்ட்டேன்'' என்று சொல்லிக் கொண்டே எழுந்தவள் குளியலறைக்குள் நுழைந்தாள்...

''நேற்று அந்த ஹிட்லர் வந்தானா? இல்லையான்னு தெரியலயே... ஆளையே காணோம்'' என்று தனக்கு தானே கேட்டுக் கொண்டே, குளித்து விட்டு புடவை ஒன்றை அணிந்து கொண்டே வெளியே வந்தாள்...

அவள் மாடியில் இருந்து இறங்கி வந்த சமயம் ஹாலில் இருந்த அனைவரும் அவளை தான் பார்த்தார்கள்...

யாத்ரா அங்கே இல்லை...

அவர்களோ அவளை ஆராய்ச்சியாக பார்க்க, 'இப்போ எதுக்கு இந்த தாய்க்கிழவி வெறிச்சு வெறிச்சு பார்க்குது' என்று முணு முணுத்துக் கொண்டே அவள் கீழே இறங்க, ''இங்க வா'' என்று அழைத்தார் குரலரசி...

அவளும் அவர் முன்னே சென்று நிற்க, ''உட்காரு'' என்றார்...

அவளும் அவர் அருகே சங்கடத்துடன் அமர, அவரோ, அவள் காதருகே வந்து, ''நேத்து எல்லாம் ஆச்சா?'' என்று கேட்டார்...

அவளுக்கோ, 'இந்த தாய்க்கிழவி இந்த வயசுல கேக்கிற கேள்வியை பாரு' என்று நினைத்துக் கொண்டே, வலுக்கட்டாயமாக சிரித்தவள், ''ஆச்சு'' என்றாள்...

அவர் இதழ்கள் மெலிதாக புன்னகைக்க, ''அப்போ அடுத்த வாரிசு அடுத்த வருஷம் வந்திடும்னு சொல்ற'' என்றார்...

அவளுக்கோ ஆத்திரம்...

'வாரிசு வேணும்னா நீங்களே ஒரு கல்யாணம் பண்ணிக்க வேண்டியது தானே' என்று மனதுக்குள் அவருக்கு திட்டிக் கொண்டே, ''ம்ம்'' என்று நான்கு பக்கமும் தலையாட்ட, அவளை தூர இருந்து பார்த்துக் கொண்டு இருந்த மிதிலாவும் மதுராவும் தங்களுக்குள் சிரித்துக் கொண்டார்கள்...

குரலரசியோ, ''சரி நீ போ'' என்று சொல்ல, அவளும், ''ம்ம்'' என்று சொல்லிக் கொண்டே எழுந்தவள், எங்கே செல்வது என்று தடுமாறிக் கொண்டே, கால் போன போக்கில் நடக்க ஆரம்பிக்க, அவளை ஒரு கை இழுத்து எடுத்தது... வேறு யாரும் அல்ல, அது மதுரா மற்றும் மிதிலா தான்...

அவளை இழுத்துக் கொண்டே அறைக்குள் வந்தவர்கள் கதவை தாழிட்டு விட்டு, ''என்னடி ஆச்சு?'' என்று கேட்க, அவர்கள் இருவரையும் ஒரு மார்க்கமாக பார்த்துக் கொண்டே, ''ஒரு ஆட்டை

சிங்கத்தோட குகைக்குள்ளே அனுப்பிட்டு கேக்கிற கேள்வியை பாரு'' என்றாள்...

மதுராவோ, 'எல்லாம் முடிஞ்சுதா?' என்று கேட்க, அவளை மேலிருந்து கீழ் பார்த்த ஆடலரசியோ, ''ஒரு மண்ணைக்கட்டியும் நடக்கல... ஹிட்லர் எங்கேயோ கிளம்பி போய்ட்டான்... அப்புறம் நான் தூங்கிட்டேன்'' என்றாள்...

மதுராவோ, ''அப்புறம் பாட்டி கிட்ட எதுக்கு பொய் சொன்ன?'' என்று கேட்க, ''க்கும், அந்த தாய்க்கிழவி கிட்ட உண்மையை சொன்னா, என்னை சும்மா விடுமா? ஏன் நடக்கல? எதுக்கு நடக்கலைன்னு என்னை தூண்டி துருவும்'' என்று சொல்லிக் கொண்டே அமர, ''ஃபீல் பண்ணாதே ஆடல்... இன்னைக்கு நடந்திடும்'' என்றாள் மிதிலா...

''எடு செருப்பை... இப்போ நான் ஃபீல் பண்ணுறது இன்னைக்கு நடந்திடுமோன்னு தான்.. கல்யாணத்த நிறுத்த தான் ஐடியா கொடுக்கல... இதுக்காச்சும் ஐடியா கொடுங்கடி'' என்றாள் சிணுங்களாக...

அவள் அருகே அமர்ந்த மிதிலாவோ, ''இதெல்லாம் தள்ளி போடுறது வாய்ப்பே இல்லை ஆடல்...'' என்றாள்...

ஆடலரசியோ, ''எனக்கு இதுல இஷ்டம் இல்ல மிதிலா...'' என்று சிணுங்களாக சொல்ல, அவளோ, ஆடலரசியின் கன்னத்தை பற்றி தன்னை நோக்கி திருப்பியவள், ''எத்தனை நாளைக்கு ஓட போற?'' என்று கேட்டாள்...

ஆடலரசியிடம் பதில் இல்லை...

''ஆனா, பிடிக்காம எப்படி?'' என்று கேட்க,

அவளோ, ''எல்லோருமே பிடிச்சு கல்யாணம் பண்ணுறது இல்ல... சிலர் முதலிரவுல தான் மாப்பிளையோட முகத்தையே பார்க்கிறாங்க...'' என்று ஆரம்பிக்க, அவளை முறைத்துக் கொண்டே எழுந்தவள், ''நீ பேசுவ டி... பேசுவ... சிக்கி இருக்கிறது நான் ல'' என்று சொல்லிக் கொண்டே வெளியே வர, ''ஆடல்'' என்று அழைத்தார் ஷண்முகி...

அவளும் ஷண்முகி அருகே செல்ல, அவளிடம் காஃபியை நீட்டியவரோ, ''யாத்ரா ஆஃபீஸ் ரூம்ல இருக்கான்... கொண்டு கொடுத்துடு'' என்று சொல்ல, அவளுக்கோ திக்கென்று ஆனது...

அவனை பார்க்க வேண்டுமா? என்கின்ற எண்ணம்.

நேற்று முத்தமிட்ட நினைவு வந்து செல்ல, தலையை உலுக்கிக் கொண்டே காஃபியை வாங்கியவள், அவனது அலுவலக அறையை நோக்கி அடி மேல் அடி வைத்து நடந்தாள்...

அவளோ தயக்கத்துடன் யாத்ராவின் கதவை தட், ''கம் இன்'' என்றான் கர்ஜிக்கும் குரலில்... அவளும் கதவை திறந்து கொண்டே உள்ளே நுழைய, இருக்கையில் அமர்ந்து இருந்தவன் விழிகள் அவளில் படிந்தன.. அவள் அவனை ஏறிட்டுப் பார்க்கவே இல்லை...

தலையை குனிந்தபடியே நடந்து சென்று அவனுக்கு முன்னே இருந்த மேசையில் காஃபி கப்பை வைத்தவளுக்கு தூக்கி வாரிப் போட்டது...

அவள் புடவையினூடு தெரிந்த அவள் இடையில் கையை வைத்து இருந்தான் யாத்ரா. அவன்

சூடான கரம் இடையில் பதிந்ததுமே அவள் பதறி விலக முற்பட, அவள் கையை எட்டிப் பிடித்துக் கொண்டே எழுந்தவன், ''எங்க போற'' என்று கேட்டுக் கொண்டே அவளை நெருங்க அவளுக்கு மூச்ச டைத்தது...

தலையை குனிந்தபடியே நின்று இருக்க, அவனோ அவள் வெற்றியடையில் கரம் பதித்து அழுத்தத்தைக் கொடுத்தபடி தன்னை நோக்கி இழுக்க, பெண்ணவளோ அவன் மார்பில் மோதி நின்றாள்...

சங்கடமாக இருந்தது...

அப்படியே அவள் நாடியைப் பற்றி முகத்தை தன்னை நோக்கி உயர்த்த, அப்போதும் அவள் விழிகள் அவனை நோக்கவில்லை..

''பாருடி'' என்றான். மெதுவாக விழிகளை உயர்த்தி அவனைப் பார்த்தாள்... அவளை பார்த்துக் கொண்டே அவள் கன்னம் பற்றி கன்னம் வைத்து உரச, அவளோ எச்சிலை கூட்டி விழுங்கி கொண்டே அப்படியே நின்று இருந்தாள்...

அவனது வலிமையான முத்தத்தில் தோன்றாத உணர்வுகள் அவனது மயிலிறகு போன்ற மெல்லிய வருடலில் தோன்றியது..

அவளுக்கே தனது மேனியை நினைத்து அதிர்வு..

'என்னது வெட்கம் இல்லாம அப்படியே நிக்கிறேன்' என்று தனக்கு தானே கேட்டவள் சட்டென விலக முயல, அவனோ அவளை தன்னை நோக்கி இறுக அணைத்துக் கொண்டே அவள் இதழ்களை பார்த்து விட்டு விழிகளை பார்த்தவன்,

''நைட் மொத்தமா உருவிடுறேன்'' என்று சொல்லிக் கொண்டே அவள் மாராப்பை கண்களால் காட்ட பெண்ணவள் பதறி விட்டாள்...

அவள் விழிகள் அதிர்ந்து விரிய, ''அடிக்கடி ஷாக் ஆகாதே... எப்படியும் இன்னைக்கு ஃபேர்ஸ்ட் நைட் நடக்கும்... ரெடியா இரு'' என்று சொல்லிக் கொண்டே அவளை மெதுவாக விட அவளோ அதே அதிர்ச்சியுடன் வெளியேறி இருந்தாள்...

வெளியே வந்து தலையை உலுக்கியவள், ''அப்போ நான் இன்னைக்கு ஸ்வாஹா தானா??'' என்று தனக்கு தானே கேட்டுக் கொண்டே அறைக்குள் நுழைந்தாள். அவன் சொன்னதை கேட்டதில் இருந்தே அவளுக்கு பதட்டமாக இருந்தது

''இப்போ என்ன பண்ணுறதுன்னு தெரியலையே.. மான்குட்டி கிட்ட ஐடியா கேட்கலாம்'' என்று முணுமுணுத்தபடி அலைபேசியை எடுத்துக் கொண்டே பால்கனிக்கு சென்றவள் அதியமானுக்கு அழைத்து இருந்தாள்...

கையில் டம்பிள்ஸை வைத்து உடற்பயிற்சி செய்து கொண்டு இருந்த அதியமானின் அலைபேசி அலறியது...

எடுத்துப் பார்த்தான்...

ஆடலரசிதான் எடுத்து இருந்தாள்...

பெருமூச்சுடன் கண்களை மூடி திறந்து கொண்டே அதனை எடுத்து காதில் வைத்தவன், ''சொல்லுடி கன்னுகுட்டி'' என்றான்.

அவளோ, ''மான் குட்டி நான் எதுக்கு அவசரமா

எடுத்தேன் தெரியுமா?? நேத்து நம்ம ஃபெர்ஸ்ட் நைட் ப்லான் சொதப்பிடுச்சு...'' என்றாள்...

சட்டென அவனுக்கு ஒரு மாதிரி ஆகி விட்டது... ஒரு இனம் புரியாத வலி...

''ஓகே'' என்றான்...

''என்ன ஓகே?? என்னாச்சுன்னு கேக்க மாட்டியா??'' என்று கேட்டாள்...

''அது உன்னோட பெர்சனல்... அத நான் கேட்கணுமா??'' என்று கேக்க, ''என்னடா பிரிச்சு பேசுற??'' என்று கேட்டவளின் குரல் கம்ம, அழுது விடுவாள் என்று உணர்ந்தவன், 'சரி விடு' என்றான்.

அவளோ, ''என்ன விடு?? நீ தான் ஃபெர்ஸ்ட் நைட் ல மயங்கி விழுற போல நடிக்க சொன்ன... அந்த ஹிட்லர் மயக்கமா இருக்குற பொண்ணுன்னு கூட பார்க்காம கிஸ் அடிச்சுட்டான். நான் பதறி எந்திரிச்சுட்டேன்... அப்புறம் அவனுக்கு கால் வந்துச்சு... வெளிய போய்ட்டான்'' என்று சொல்ல, ஒரு ஆழ்ந்த மூச்சை எடுத்த அதியமானோ, ''ஓகே'' என்றான்.

''ஓகே ன்னு சொன்னா மட்டும் போதுமா?? இன்னைக்கு ஃபெர்ஸ்ட் நைட்டை எப்படி நிறுத்துறதுன்னு ஐடியா கொடு மான்குட்டி... அவன் காலைல இருந்தே என்னை பார்க்கிற நேரம் எல்லாம் டீஸ் பண்ணுறான்... அங்கே இங்க கை வைக்கிறான். அவனை நான் இப்படி பார்த்ததே இல்லை... பொறுக்கியா இருந்தாலும் பொண்ணுங்க விஷயத்துல டீசென்ட் ஆனா பொறுக்கி... ஆனா என் கூட மட்டும் ஏன் இப்படி நடந்துக்கிறான்னு தெரில.''

''ஏன்னா நீ அவன் பொண்டாட்டி டி'' என்றான்.

''வாயில அடி... வாயில அடி... கேட்கவே நாராசமா இருக்கு... கல்யாணம் பண்ணுன பொண்ணு நோ சொன்னா தொட கூடாது ல... அது தானே ரூல்'' என்றாள்.

''ஆமா அவன் எல்லா ரூல்ஸையும் ஃபொல்லோவ் பண்ணுறான் பாரு... இத அப்படியே ஃபொல்லோவ் பண்ணுறதுக்கு'' என்று அதியமான் சலித்துக் கொண்டான்...

''நீ போலீஸ் தானே இத எப்படி டீல் பண்ணுறதுன்னு சொல்லு'' என்று சொல்ல, ''ஆமா நீ அப்படியே டீல் பண்ணிட்டாலும்'' என்று சொல்லிக் கொண்டு இருக்கும் போதே, பால்கனியில் நின்ற ஆடலரசியின் காதருகே குரல் கேட்டது...

யாத்ராவின் குரல் தான்...

''அவன் போலீஸ் வேலை தானே பார்க்கிறான்... இந்த வேலையுமா பார்க்கிறான்'' என்று கேட்க சட்டென அதிர்ந்து திரும்பிய ஆடலரசியின் கையில் இருந்த அலைபேசி கீழே விழப் போக, அதனை சட்டென எட்டி பிடித்த யாத்ராவோ அலைபேசியை காதில் வைத்தவன், '' உன்னை நான் சிங்க குட்டின்னு நினச்சா, நீ என்னடா மான்குட்டி பன்னிகுட்டின்னு கொஞ்சிகிட்டு இருக்க??'' என்று சத்தமாக சிரித்தபடி கேட்க, ஆடலரசியோ ''பன்னிக்குட்டி இல்ல... அது கன்னுகுட்டி'' என்று நலிந்த குரலில் சொன்னாள்...

அதியமானோ, ''இவ ஒருத்தி இடைல'' என்று முணுமுணுத்தபடி நெற்றியை நீவிக் கொள்ள,

அவளை ஆராய்ச்சியாக பார்த்த யாத்ராவோ, ''நீ எப்போவுமே இப்படி தானா?'' என்று கேட்டான்.

சட்டென அவள் தலையை குனிந்து கொண்டாள்.

அவளை ஆழ்ந்து, பார்த்துக் கொண்டே, ''கல்யாணத்த நிறுத்துவன்னு பார்த்தா, ஃபெர்ஸ்ட் நைட்டை நிறுத்த ப்லான் பண்ணுற? இவ்ளோ மட்டமான ஆளா நீ?'' என்று கேட்க, அதியமானுக்கு ஒரு மாதிரி ஆகி விட்டது...

சட்டென அலைபேசியை அணைத்தவனோ, கோபமாக அதனை தூக்கி போட்டு விட்டு, உடற்பயிற்சி செய்ய ஆரம்பித்து விட, ''ஃபோனை வச்சுட்டான்'' என்று சொல்லிக் கொண்டே, ஆடலரசியை பார்க்க, அவளோ அவனை மிரட்சியாக பார்த்தாள்...

அலைபேசியை அவளிடம் நீட்ட, அவள் அதனை வாங்க முயல, அதனை கொடுக்காமலே நெருங்கி நிற்க, அவளோ பின்னால் இருந்த ஹாண்ட் ரெயிலில் சாய்ந்து விட, இருவரின் மேனியும் உரசிக் கொண்டது...

''என் நம்பரை இருக்கா?'' என்று கேட்டான் அவளை பார்த்துக் கொண்டே...

'இவ்ளோ க்ளோஸ் ஆஹ் நின்னு தான் கேட்கணுமா?' என்று யோசித்தவளோ இல்லை என்று தலையாட்ட, ''நோட் பண்ணிக்கோ'' என்று சொல்லிக் கொண்டே, அலைபேசியை கொடுக்க, அவளோ அதனை வாங்கிக் கொண்டே, அவன் நம்பரை டைப் செய்ய ஆயத்தமானாள்...

அவனோ தனது இரு கைகளையும் அவளை

சிறை செய்தவாறு ஹாண்ட் ரெயிலில் வைக்க, அவளுக்கோ அவன் நெருக்கத்தில் மூச்சடைத்தது...

அவனது சென்ட் வாசனை மூக்கை துளைத்தது...

'சென்ட் வாசம் நல்லா தான் இருக்கு' என்று அந்த ரணகளத்திலும் நினைத்துக் கொண்டாள்...

அவன் அவளை விழுங்கி விடுவது போல பார்த்துக் கொண்டே அலைபேசி எண்ணை சொல்ல, அவளோ அவன் எண்ணை பதிவு செய்தவளுக்கு என்ன பெயர் போட்டு சேமித்துக் கொள்வது என்று தெரியவே இல்லை...

''என்ன பேர் போட போற?'' என்று கேட்டான்...

''நீங்களே சொல்லுங்க'' என்றாள் மென்குரலில்...

''ஹிட்லர்ன்னு போடு'' என்றான்...

தூக்கி வாரிப் போட்டது அவளுக்கு...

''ஐயோ அது'' என்று அவள் பதற, தனது விரலை அவள் இதழ்களில் வைத்து பேச வேண்டாம் என்று சைகை செய்தவன், ''என்ன போடணும்னு தோணுதோ போடு...'' என்று சொல்லிக் கொண்டே, குனிந்து அவள் கன்னத்தில் முத்தம் பதிக்க, அவளோ கையில் இருந்த தனது அலைபேசியை இறுக பற்றி இருந்தாள்...

அவளை முத்தமிட்டு விட்டு நிமிர்ந்தவனோ, ''இருக்கிற மூடுக்கு ஃபெர்ஸ்ட் டே கொண்டாடி டலாமான்னு தோணுது'' என்று சொல்லிக் கொண்டே விலகியவன், விறு விறுவென அங்கிருந்து நகர, அவளோ அவன் முதுகை வெறித்துப் பார்த்தாள்...

அத்தியாயம் 13

அவளுக்கு என்ன செய்வது என்றே தெரியவில்லை... அவன் எப்படியும் நினைத்ததை நடத்தி முடிப்பான் என்று அவன் செயலில் இருந்தே அப்பட்டமாக தெரிந்தது...

பார்க்கும் நேரமெல்லாம் முத்தமிடுகின்றானே...

பயமாக மட்டும் தான் இருந்தது...

ஆனால் அவன் ஸ்பரிசம் அருவருக்கவில்லை...

தாலி கட்டியதால் வந்த உரிமை உணர்வோ என்னவோ...

அறைக்குள்ளேயே இருந்தாள்...

வெளியே செல்லவில்லை...

சற்று நேரத்தில் கதவை தட்டிய காமாட்சி அவளை சாப்பிட அழைக்க, அவளும் வேறு வழி இல்லாமல் வெளியே வந்தாள்...

அங்கே எல்லோரும் அமர்ந்து இருந்தார்கள்...

அவளுக்கோ சங்கடமாக இருந்தது...

யாத்ராவுக்கு அருகே இருந்த இருக்கை மட்டும் வெறுமையாக இருந்தது...

அவளுக்காக தான் வைத்து இருக்கின்றார்கள் என்று அவளுக்கு புரிய, அங்கேயே சென்று அவன் அருகே அமர்ந்தாள்.

அவனோ அவளை பார்த்து விட்டு உணவை எடுத்து தட்டி வைத்தவனோ, கரண்டியை அவளிடம்

கொடுக்க, அவளும் உணவை மெளனமாக எடுத்து தட்டில் வைத்தாள்...

ஷண்முகியோ, ''இனி ஆர்யாவோட கல்யாணம் தான்'' என்று சொல்ல, மிதிலாவுக்கு சட்டென விக்க, ஆர்யா அவளை அடக்கப்பட்ட சிரிப்புடன் பார்த்து விட்டு குனிந்து கொண்டான்...

குரலரசியோ, ''இன்னும் ஆறு மாசத்துல வச்சுடலாம்'' என்று சொல்ல, யாத்ராவோ, ''எதுக்கு ஆறு மாசம்? மூணு மாசத்துல வச்சுடலாம்... ஏற்பாடு பண்ணுங்க'' என்று சொல்லிக் கொண்டே சாப்பிட, ''இப்போ தானே ஒரு கல்யாணம் முடிஞ்சுது'' என்றார் குரலரசி...

''சேர்த்து வைக்கலாம்னு கூட நான் யோசிச்சேன்... ஆனா அரசியல்வாதிங்க நிறைய பேர் வருவாங்க... என்னோட கல்யாணத்தால அவன் கல்யாணம் ஓவர் ஷேடோ ஆயிட கூடாதுன்னு தான் தனியே வைக்க நினச்சேன்... மூணு மாசத்துல வச்சுடலாம்'' என்றான்...

நேர் பட மனதில் இருப்பதை பேசுகின்றான்...

ஆடலரசியோ, 'ஹிட்லர் என்ன நல்லவன் வேஷம் போடுறான்' என்று நினைத்துக் கொண்டே சாப்பிட்டாள்...

யாத்ராவோ சாப்பிட்டு விட்டு கையை கழுவிக் கொண்டே எழுந்தவன், ''ஒரு மீட்டிங் இருக்கு... கிளம்புறேன்'' என்று பொதுப்படையாக சொல்லி விட்டு சென்று விட, ஆடலரசிக்கு அப்போது தான் மூச்சே வந்தது...

அவன் சென்றதுமே கொஞ்சம் இயல்பாக இருந்தாள்...

அதனை தொடர்ந்து ஆடலரசியோ, மிதிலாவின் அறைக்குள் மதுராவுடன் புகுந்து விட, ''கல்யாணம் ஆன பொண்ணு போலவா இருக்க? எதுக்கு எப்போவும் முகத்தை தூக்கி வச்சுட்டு இருக்க?'' என்று திட்டினாள் மிதிலா...

''நீங்க எல்லாம் சுடிதார் போட்டு ஃப்ரீயா இருக்கீங்க... நான் இந்த புடவையை கட்டிட்டு கஷ்டப்படுறேன்... இந்த தாய்க்கிழவி என்னை சுடிதார் போட விடாது'' என்று திட்டிக் கொண்டே, கட்டிலில் படுத்துக் கொண்டாள்...

அன்று முழுதும் அவர்களுடன் பேசி, நேரம் கடந்து விட, குளித்து விட்டு வந்தவளோ புடவையை கட்டி நெற்றியில் குங்குமம் வைத்த கணம், அறைக்கதவு தட்டப்பட்டது...

'ஐயோ வந்துட்டான் போல' என்று நினைத்துக் கொண்டே கதவை திறக்க, யாத்ராவோ அவளை பார்த்துக் கொண்டே உள்ளே வர, அவளோ சட்டென நகர முற்பட, கதவை தாழிட்ட யாத்ராவோ, அவள் கையை பற்றி இழுக்க, அவன் மார்பில் மோதி நின்றாள் பெண்ணவள்...

அப்படியே, ஒற்றைக் கையால் அவள் தாடையை பற்றிப் பிடித்தவன், அவள் இதழில் ஆழமாகவும் அழுத்தமாகவும் சற்றும் தாமதிக்காமல் இதழ் பதித்து இருக்க, அவளுக்கோ தூக்கி வாரிப் போட்டது...

நகர முயல்கின்றாள்... முடியவில்லை...

அவன் அணைப்பை விட்டு அவ்வளவு விரைவாக வெளியே வந்து விட முடியுமா? அவன் இதழ்களுக்கோ அவள் இதழ்களை மென்று தின்று விடும் வேகம்...

மூடி இருந்த அவள் இதழ்கள் தன்னையும் அறியாமல் மெதுவாக திறந்து, அவனுக்கு வழி விட, அவனோ அவளை அப்படியே சுவரில் சாய வைத்துக் கொண்டே முத்தத்தை தொடர்ந்தான்.

அவனிடம் இருந்து தப்பிக்க முடியாது என்று உணர்ந்த பெண்ணவளின் மேனி தன்னையும் மீறி அவன் முத்தத்தில் சூடாக, இறுதியில் அவன் முத்தத்தை ரசிக்கவே ஆரம்பித்து விட்டாளே இந்தக் காரிகை...

மெதுவாக கண்களை மூடிக் கொண்டவளின் இதழ்களுக்கு ஓய்வே கொடுக்காமல் காயப்படுத்திக் கொண்டு அவன் இருக்க, அவர்களின் அறைக் கதவு சட்டென தட்டப்பட்டது...

அவனோ அவளில் இருந்து இப்போது விலகிக் கொள்ள, மெதுவாக கண்களை திறந்த பெண்ணவளுக்கு நிதானத்துக்கே வரமுடியவில்லை.

அவள் உணர்வுகளை எல்லாம் அவன் தூண்டி விட்டு இருக்க, ஆடலரசி தடுமாறிப் போக, ''சாப்பிட கூப்பிட வந்திருக்காங்கன்னு நினைக்கிறேன், குளிச்சிட்டு வர்றேன் யாருன்னு பாரு'' என்று சொல்லி விட்டு, அவன் டவலை எடுக்க, அவளுக்கு காலை கூட தூக்கிக் வைக்க முடியவில்லை...

மெதுவாக நடக்க முயன்றவளுக்கு முடியாமலே போக, சட்டென விழ முற்பட, அவன் தான் எட்டி அவள் இடையை பற்றி நிறுத்தியவன், ''என்னடி ஒத்த கிஸ்ஸுக்கே பேலன்ஸ் இல்லாம போற'' என்று கேட்டு விட்டு, அவனே நடந்து சென்று கதவை திறந்தான்...

அங்கே நின்ற காமாட்சியோ, ''சாப்பிட வர சொன்னாங்க ஐயா'' என்று சொல்ல, ''ம்ம் வர்றோம்'' என்று சொல்லி விட்டு கதவை தாழிட்டவன், தவிப்பாக கையை பிசைந்து கொண்டே நின்றவளை ஆழ்ந்து பார்த்தபடி, ''வெய்ட் பண்ணு, குளிச்சிட்டு வந்திடுறேன்'' என்று சொல்லிக் கொண்டே, குளியலறைக்குள் நுழைய, பெண்ணவளோ தொய்ந்து போய் கட்டிலில் அமர்ந்து விட்டாள்...

இன்னும் அவளால் அவனது நீண்ட வன்மையான முத்தத்தில் இருந்து வெளியே வரவே முடியவில்லை.

மெதுவாக விரல்களை எடுத்து இதழ்களை வருடிக் கொண்டே விரலைப் பார்த்தாள்...

விரலில் கொஞ்சமாக ரத்தம்...

''ஐயோ ரத்தம்'' என்று சொல்லிக் கொண்டே எழுந்து கண்ணாடி முன்னே நின்று இதழ்களை ஆராய்ந்தாள்...

அவன் முத்தமிடும் போது, அவன் பற்களோ அவளது மென்னிதழ்கள் பதம் பார்த்து இருந்தது...

அங்கே இருந்த டிஸ்ஸூவை எடுத்து இதழ்களை துடைத்த சமயம், அவள் முத்தமிட்ட நினைவு அவளுக்கு வர, மேனியில் ஒரு சிலிர்ப்பு... அடி வயிற்றில் பட்டாம் பூச்சி பறக்கும் உணர்வு...

தலையை உலுக்கிக் கொண்டே, 'ச்ச, அவன் கிஸ் பண்ணுனது எனக்கும் பிடிச்சு இருக்கா?' என தனக்கு தானே திட்டிக் கொண்டே, இதழ்களை மீண்டும் ஆராய குளியலறை கதவு திறக்கும் சத்தம் கேட்டது.

குளித்து விட்டு ஷார்ஸுடன் வெளியே வந்தான் யாத்ரா...

சட்டென அவனை அவள் திரும்பிப் பார்க்க, ''இன்னும் ப்ளட் வந்துட்டு இருக்கா என்ன?'' என்று கேட்டான்...

அவனுக்கு அவள் இதழ்களில் ரத்தம் கசிந்து இருப்பது தெரிந்து இருக்கிறது என்று சரியாக யூகித்தவளுக்கு, ''இப்போ நின்னுடுச்சு'' என்றாள்...

''சரி வா, சாப்பிட போகலாம்'' என்று சொல்லிக் கொண்டே, தோளில் இருந்த டவலை ஹங்கேரில் போட்டவனோ, டி ஷேர்ட்டை போட்டுக் கொண்டே அவளைப் பார்க்க, அவளும் பெருமூச்சுடன் அவனை பின் தொடர்ந்து சென்றாள்...

அவளையே அறியாமல் அவளுக்குள் முதலிரவு பற்றிய ஒரு ஆர்வம் இப்போது துளிர் விட ஆரம்பித்து இருந்தது...

அதே சமயம் அவன் மீது பயமும் அப்படியே இருந்தது...

கலவையான உணர்வில் என்ன செய்வது என்று தெரியாத நிலை அவளுக்கு...

ஒரு குழப்பத்துடனேயே அவனை தொடர்ந்து நடந்து போனாள்...

அவனை தொடர்ந்து மாடியில் இருந்து இறங்கியவளுக்கு யாரையும் பார்க்க முடியாவில்லை. தலையை குனிந்து கொண்டே, அவன் அருகே சென்று அமர்ந்து விட, ''முதல் எல்லாம் யாத்ராவை பார்த்தா பயப்படுவா... இப்போ அவன் பின்னாடியே

வர்றா'' என்று குரலரசி சொல்ல, அவள் மனமோ, 'க்கும் வேற வழி' என்று முணு முணுத்துக் கொண்டது.

அவனும் குனிந்து இருந்தவளை ஒரு கணம் பார்த்து விட்டு சாப்பிட ஆரம்பித்து விட்டான்...

சாப்பிடும் வரை மௌனம் தான்...

ஷண்முகியோ, ''நாளைக்கு நீ ஃப்ரீயான்னு பக்கத்து வீட்டுக் காரங்க கேட்டாங்க... விருந்து தர போறாங்க போல'' என்று சொல்ல, ''இல்லம்மா, சி எம் வீட்ல நாளைக்கு லன்ச் இருக்கு'' என்றான் அவன்.

அவளுக்கோ அதிர்ச்சி...

தூக்கி வாரிப் போட்டது...

அதியமான் அங்கே இருப்பானே...

இதுவரை யாத்ரா பேசியதில் இருந்து அதியமானுடன் அவனுக்கு நல்ல உறவு இல்லை என்று அவளுக்கு புரிந்தது...

''மான்குட்டி'' என்று யாத்ரா குத்தலாக பேசுவதும் அவளுக்கு புரிந்தது...

நாளை என்ன பேசுவானோ என்னும் பதட்டம் உருவாக, ஆழ்ந்த மூச்சொன்றை எடுத்து விட்டாள்...

சாப்பிட்டு முடித்தவனோ கையை கழுவிக் கொண்டே, ஆடலரசியை நோக்கி உடலை சரித்தவன், அவள் காதினுள், ''ஆஃபீஸ் ரூம்ல சின்ன வேலை இருக்கு.. அதுக்குள்ள தூங்கிடாதே'' என்று சொல்லி விட்டு எழுந்து அங்கிருந்து நகர்ந்து விட, அவளுக்கு ஒரு வித ஆர்வம் கலந்த படபடப்பு...

உணர்வுகளை மறைத்துக் கொண்டே

சாப்பிட்டவள் தனது அறைக்குள்ளும் நுழைந்து விட்டாள்.

''ஐயோ இப்போ என்ன பண்ணுறது? ஒத்த கிஸ்ஸுக்கே நிற்க முடியல... மீதி என்ன ஆகுமோ?'' என்று புலம்பிக் கொண்டே, அங்கும் இங்கும் நடந்தவளோ, அப்படியே பால்கனியில் சென்று நின்று கொண்டாள்...

தூங்க வேண்டாம் என்று சொல்லி விட்டான்...

அவளுக்கு நிஜமாகவே தூக்கமும் வரவில்லை...

அப்படியே சுற்றிப் பார்த்துக் கொண்டே எவ்வளவு நேரம் நின்றாள் என்று தெரியவில்லை, அவளது இரு பக்கமும் அணை போல கைகள் வைக்கப்பட்டதும் தான் உணர்வுக்கு வந்தாள்...

அவளை உரசியபடி பின்னால் வந்து நின்று இருந்தான் யாத்ரா...

அவன் நரம்போடிய கைகளை வைத்தே அவனை உணர்ந்து கொண்டவளுக்கு மூச்சு பேச்சு வரவில்லை...

அவன் கரமோ, அவள் கைகளில் படிந்து, அப்படியே நகர்ந்து, இடையில் பதிய, கண்களை மெதுவாக மூடிக் கொண்டாள்...

அப்படியே அவள் கழுத்துக்குள் அவன் முகம் புதைத்து முத்தமிட, தன்நிலை மொத்தமாக இழந்து விட்டாள் பெண்ணவள்...

அவளை அப்படியே தன்னை நோக்கி திருப்பியவன், ''உள்ளே வா'' என்று அவள் விழிகளை பார்த்து சொல்லிக் கொண்டே, அவள் கையை

பற்றிக் கொண்டே அறைக்குள் அழைத்து சென்றான்.

அவளோ எச்சிலை கூட்டி விழுங்கிக் கொள்ள, பால்கனி கதவை மூடி விட்டு, திரைச்சீலையை இழுத்து மூடினான்...

அவளுக்கு என்ன செய்வது என்று தெரியவில்லை.

தலையை குனிந்து கொண்டே, கைகளை பிசைந்து கொண்டு நின்று இருக்க, அவள் கழுத்தை பற்றி தன்னை நோக்கி இழுத்தவன், அவள் இதழில் ஆழமாக இதழ் பதித்து இருந்தான்...

அவள் விழிகளோ மூடிக் கொள்ள, அவன் விழிகளும் மூடிக் கொண்டன...

அவள் இதழ்களை காயப்படுத்திக் கொண்டே, கட்டிலில் சரித்தவன் அவளது ஆடையில் கையை வைத்தான்...

தடுக்க முயன்றாள்...

''கையை எடு'' என்று ஒரு அதட்டல்... பயத்திலேயே கையை எடுத்து விட்டாள்...

அவனுக்கு அது வாய்ப்பாகி போக, அவள் வஸ்திரங்கள் வசமிழந்தன...

அவளுக்கோ கூச்சம்... பெண்களுக்கே உரித்தான நாணம்...

அவள் நாணமறிந்த அவன் கைகள் அவளை மறைத்துக் கொள்ள, துடித்து விட்டாள்...

அவன் இதழ்களோ, அவள் இதழ்களுடன் நிற்காமல், முரணாக முன்னேறின...

அவள் அவளாக இல்லை...

அவளது பெண்மை உணர்வுகள் எல்லாம் தட்டி எழுப்பி விட்டான்...

அவளுக்கே அவள் எங்கே இருக்கின்றாள் என்று தெரியாத நிலை...

அவனை பார்க்க வேண்டும் என தோன்றியது...

மெதுவாக கண்களை திறந்தாள்.

அவளையே பார்த்து இருந்தான்...

அவன் விழிகளில் மோகம்...

அவனது இதழ்களோ அவள் இதழ்களை காயப்படுத்திக் கொண்டு இருக்க, அவனை இந்நிலையில் இந்த நெருக்கத்தில் பார்க்கவே ஒரு வித சங்கடமாக இருந்தது...

அவனை பார்த்தாலே பயந்து ஓடுபவள் அவள்... ஓடி விடுவாள் என்று தெரிந்து தான் தன்னுடன் இறுக்கி வைத்துக் கொண்டானோ என்னவோ...

உணர்வுகள் மத்தியில் வலியும் அவளுக்கு...

''ஆஹ்'' என்று மெலிதாக அலறியும் விட்டாள்...

சட்டென கையால் அவள் வாயை மூடியவன், ''மெதுவா'' என்றான்...

அவள் கண்களில் கண்ணீர் நிரம்பி இருந்தது...

வலி தாங்க முடியவில்லை என்று புரிந்தது...

என்ன நினைத்தானோ தெரியவில்லை, அதன் பிறகு கண்ணாடி பாத்திரம் போல மென்மையாக அவளை கையாள ஆரம்பித்தான்...

அவளோ அவனை அணைக்க பயந்து, படுக்கை

விரிப்பை பற்றிக் கொள்ள, அவள் கையை எடுத்து தனக்கு மேல் போட்டுக் கொண்டான்...

இப்போது அவளே அணைத்துக் கொண்டாள்...

ஆண் வாசனையை அவளும், பெண் வாசனையை அவனும் உணர்ந்த தருணம் அது...

மென்மையும் வன்மையும் சேரும் தருணம் அது...

வேண்டாம் வேண்டாம் என்று உரைத்த அவள் இதழ்கள் அவன் முத்தத்தில் இப்போது கிறங்கி போய் நிற்க, அவளை ஆட்கொண்டு விட்டு விலகிப் படுத்தான்...

சட்டென புடவையை எடுத்து தன்னை மறைத்துக் கொண்டே எழுந்து அமர்ந்தவள், தனது ஆடைகளை தேடினாள்...

அவனோ இரு கைகளையும் தலைக்கு கீழ் வைத்துக் கொண்டே, அவளையே பார்த்துக் கொண்டு படுத்தான்...

அவளது பதட்டம், தவிப்பு, தேடல் என்று எல்லாவற்றையும் ரசித்தான்...

போர்வையை தன்னுடன் பற்றிக் கொண்டே உடைகளை தேடியவள் கழுத்தில் புது மாங்கல்யம் மின்ன, அதன் அருகே அவன் பற்தடம் அவனையே பார்த்து சிரித்தது...

அவளுக்கோ அவனை பார்க்க கொஞ்சம் கூட தைரியம் இல்லை...

புடவையின் ஒரு முனையை தேடி எடுத்தவள், அதனை இழுக்க முற்பட, அப்போது தான் தெரிந்தது

அவன் படுத்து இருப்பதே அவள் புடவைக்கு மேல் தான் என்று...

இப்போது தான் அவனையே பார்த்தாள்...

கொஞ்சம் தவிப்புடன் பார்த்தாள்...

''இப்போ எந்திரிச்சு சாரி உடுக்க போறியா?'' என்று கேட்டான்...

ஆம் என்கின்ற ரீதியில் தலையாட்டினாள்...

''திரும்ப உருவிடுவேன்'' என்றான்...

அதிர்ச்சியாக வாயை பிளந்து, கண்களை விரித்துக் கொள்ள, அப்படியே எழுந்து அமர்ந்து, அவள் கழுத்தை பற்றிக் கொண்டே, விழிகளுடன் விழிகளை கலக்க விட, அவளுக்கு அவன் விழிகளை பார்க்கவே முடியவில்லை....

வெட்கமாக இருந்தது...

கஷ்டப்பட்டு அவன் விழிகளை நோக்க, அவனோ, ''செம்ம அழகா இருக்க... நான் கூட சின்ன பொண்ணுன்னு நினச்சேன்... ஆனா'' என்று ஆரம்பித்து, அவன் பேசியதில் அவள் வாய் அதிர்ச்சியில் மேலும் விரிய, அவனோ அவள் இதழில் மீண்டும் முத்தமிட்டு அவள் இதழ்களை அடைத்து இருந்தான்... அவனுக்கு இப்படி அந்தரங்கமாக பேசவும் தெரியும் என்று அவளுக்கு இப்போது தான் தெரிந்தது...

தேடிக் களைப்பது இல்லை போலும்... மீண்டும் அவளுக்குள் தேடலை ஆரம்பித்து விட்டான் இந்த யாத்ரா சரவணன்...

அத்தியாயம் 14

காலையில் அவள் கண்விழித்த போது அவன் அருகே இல்லை...

போர்வையை விலக்கி தன்னை பார்த்து விட்டு, ''எல்லாம் முடிஞ்சு போச்சு'' என்று முணு முணுத்துக் கொண்டே எழுந்து அமர்ந்தாள்...

தனது மனதுக்குள், 'நேத்து அப்படியே உருகி போய் இருந்துட்டு இன்னைக்கு புலம்புற ஆடல்' என்று தனக்கு தானே திட்டிக் கொண்டே எழுந்து அமர்ந்தவளோ, ''போயும் போயும் ஒரு கொலைகாரன் கூட எல்லாம் முடிஞ்சு போச்சு... நேத்து கொஞ்சம் கூட பிடிக்காத போல பிஹேவ் பண்ணவே இல்லையே... சரியான அலைஞ்சான்னு நினச்சு இருப்பான் அந்த ஹிட்லர்'' என்று மீண்டும் திட்ட, ''நீ அலைஞ்சான் தான் டி'' என்று அவள் மனசாட்சி அவளுக்கு காறி துப்பியது...

''ஹையோ இன்னைக்கு எப்படி நான் அவன் மூஞ்சுல முழிப்பேன்'' என்று முகத்தை மூடிக் கொண்டே கொஞ்ச நேரம் அமர்ந்து இருந்தவளோ, எழுந்து குளியலறைக்குள் சென்றாள்...

குளியலறை கண்ணாடியில் தன்னை ஆழ்ந்து பார்த்தாள்...

கழுத்தில் இருந்த அவன் பற்தடத்தை வருடிக் கொண்டே, ''சரியான ராட்சஷன்... இப்படி கடிச்சு வச்சு இருக்கான்'' என்று யாத்ராவுக்கும் சரமாரியாக திட்டு விழுந்தது...

ஒருவாறு குளித்து விட்டு வெளியே வந்தவளுக்கு

அவன் நினைவு தான் ஓடிக் கொண்டு இருந்தது...

முதல் நாள் அவன் ஆட்கொண்டது தான் மீண்டும் மீண்டும் நினைவுக்கு வர, அவள் மேனி சிலிர்க்க, கண்ணாடியில் தன்னை பார்த்தவளோ, ''சரியான காஜி டி நீ... அவனாச்சும் பரவாயில்ல... சம்பவத்தை முடிச்சுட்டு கிளம்பிட்டான்... நீ அதையே நினச்சு நினச்சு குஜாலாகிட்டு இருக்க... ச்ச'' என்று தனக்கே காறி துப்பி விட்டு தட்டு தடுமாறி புடவையை அணிந்து கொண்டாள்...

ஆனால் இப்போது அவனை பார்க்க சங்கடமாக இருந்தது...

அறைக்குள்ளேயே நீண்ட நேரம் அமர்ந்து இருந்தாள்...

'இப்படியே எவ்ளோ நேரம் இருக்க போற?' என்று தனக்கு தானே திட்டினாள்.

அதனை தொடர்ந்து, ஆழ்ந்த மூச்செடுத்துக் கொண்டே அறைக்குள் இருந்து வெளியே வந்தாள் ஆடலரசி...

புடவை, குங்குமம், தாலி என்று மங்களகரமாக மாடிப்படி இறங்கி வந்தவளில் குரலரசி பார்வை படிய, ''இந்த புடவைல ரொம்ப அழகா இருக்கா'' என்று சொன்னார்...

அதுவரை கையில் இருந்த அலைபேசியை பார்த்துக் கொண்டே சோஃபாவில் அமர்ந்து இருந்த யாத்ராவோ, விழிகளை மட்டும் உயர்த்தி அவளைப் பார்த்தான்.

அவளும் மாடியில் இருந்து இறங்கி முடித்த கணம்

அவனை கடைக்கண்ணால் பார்க்க, அவனும் பார்க்க, விழிகள் சந்தித்துக் கொண்டதில் அவளோ தடுமாறி விட்டாள்...

அதன் விளைவாக அங்கே நிலத்தில் விரிக்கப்பட்டு இருந்த விரிப்பில் தடுமாறி, அந்த வழியால் பாத்திரங்களுடன் நடந்து வந்த காமாட்சியில் மோதி, அவரையும் தள்ளி விட்டு அவளும் விழுந்து, பாத்திரங்களும் விழுந்து இருந்தன...

ஷண்முகியோ, ''பார்த்து நடக்க மாட்டியா?? எங்கயும் அடி பட்டுச்சா'' என்று கேட்டுக் கொண்டே எழ, கண்களை மூடி திறந்த யாத்ராவோ கீழே விழுந்தவளை விழி விரித்துப் பார்த்து, சலிப்பாக இரு பக்கமும் தலையாட்டிக் கொண்டான்.

காமாட்சி எழுந்து விட்டார்... ஆடலரசி இன்னும் எழவில்லை...

ஆடலரசியை சுற்றி எல்லோரும் வந்திருக்க, ''எனக்கு ஒன்னும் இல்ல நானே எந்திரிக்கிறேன்'' என்று முடிக்கவில்லை அவளை நோக்கி ஒரு கரம் நீண்டது...

கடிகாரம் கட்டி இருந்த அதே நரம்போடிய கரம்.

அவன் விரலில் இருந்த தங்க மோதிரத்தில் அவள் பெயர் மின்னிக் கொண்டு இருந்தது...

மறுக்கவும் முடியாத நிலை அவளுக்கு... மறுக்கும் நிலை எல்லாம் முதல் நாளே கடந்து விட்டார்களே.

மேனி தொட்டவனின் கரம் தொட முடியாது என்று அவளால் மறுக்க முடியுமா என்ன?

மெதுவாக அவன் கரத்தை நோக்கி தனது கரத்தை நீட்டினாள்...

அவள் கரத்தில் நடுக்கம்...

நடுக்கத்தை அடக்க நினைத்தானோ இல்லை ஏனையவர்களிடம் இருந்து மறைக்க நினைத்தானோ தெரியவில்லை, அவனே அவள் கரத்தை சட்டென பற்றி இருக்க, அவனில் தனது பாரத்தை கொடுத்துக் கொண்டே மெதுவாக எழுந்து கொண்டாள் பெண்ணவள்...

அவள் கையை பற்றி சாப்பிடும் மேசைக்கு அழைத்து வந்தவன், அவள் கையை விடுவித்தபடி அமர, அவளும் தயக்கத்துடன் அமர்ந்து கொண்டாள்...

''பார்த்து நடக்க மாட்டியா??'' என்றான் அவன்...

''நீங்க பார்த்தா நடக்க முடியல'' என்றாள் தலையை குனிந்து கொண்டே...

''அப்போ நீ வர்ற நேரம் நான் கண்ணை மூடிக்கணுமா?'' என்று கேட்டான்.

''இல்ல அப்படி இல்ல'' என்றாள் அவசரமாக...

''நீ மூட சொன்னாலும் நான் மூட தயார் இல்ல'' என்றான் அவன்...

அவளிடம் பதில் இல்லை... ஒரு பெருமூச்சு மட்டுமே...

அவனை நிமிர்ந்து கூட பார்க்காமல் தலையை குனிந்தபடி அமர்ந்து இருக்க, அவளை நோக்கி சரிந்தவன், ''திரும்ப வேணும்னு தோணுது'' என்றான் அவள் காதினுள்...

அவளுக்கு தூக்கி வாரிப் போட்டது... சட்டென அவனை நோக்கி திரும்பியவள், ''இப்போவா?'' என்று வாய் விட்டே கேட்டு விட்டாள்...

''இதுக்கெல்லாம் நேரம் காலம் பார்த்தா முடியுமா?'' என்று கேட்டவன் விழிகள் அவள் இதழ்களில் படிந்து மீண்டும் விழிகளில் நிலைக்க, அவன் மோகம் கொண்ட பார்வையை தாங்க முடியாமல் பெண்ணவள் மீண்டும் குனிந்து கொள்ள, 'பாவமா இருக்க, நைட் பார்த்துக்கிறேன்' என்றான்.

அவள் மனமோ, ''மறுபடியுமா?'' என்று புலம்பினாலும், அவளை அறியாமல் ஒரு ஆர்வம் உண்டானது என்னவோ உண்மை தான்...

அதனை தொடர்ந்து எல்லோரும் அங்கே வந்து அமர்ந்து விட, மௌனமாக சாப்பிட ஆரம்பித்து விட்டார்கள்...

யாத்ராவோ சாப்பிட்டு முடித்து விட்டு, ''கொஞ்சம் வெளிய போயிட்டு வந்திடுறேன்... சி எம் வீட்டுக்கு லன்ச்சுக்கு போகணும்... ரெடியா இரு'' என்று சொல்லி விட்டு செல்ல, அவளும் தலையை அசைத்துக் கொண்டாள்...

அதனை தொடர்ந்து அவனும் கிளம்பி விட்டான்.

மதிய நேரம் போல, நீல நிற பட்டுப்புடவை அணிந்து, தலையில் மல்லிகை பூ வைத்து ஆயத்தமாகி இருந்தாள் ஆடலரசி...

அறைக்குள் நுழைந்தவன் விழிகளோ மேலிருந்து கீழ் ஆராய, அவளோ சட்டென்று எழுந்து நிற்க, அவள் அருகே வந்து, அவள் கழுத்தைப் பற்றி தன்னை நோக்கி இழுத்தவன் கட்டுப்படுத்த

முடியாமல் இதழில் இதழ் பதிக்க அவள் விழிகளோ தானாக மூடிக் கொண்டது...

நீண்ட நெடிய முத்தத்தின் முடிவில் அவளை விட்டு விலக, அவளும் மெதுவாக கண்களை திறந்தாள்...

ஒரு பெருமூச்சுடன் சுவர்க் கடிகாரத்தைப் பார்த்தவனோ, ''டைம் ஆயிடுச்சு... ரெடி ஆகிட்டு வந்திடுறேன்'' என்று சொல்லிக் கொண்டே, உடை மாற்ற, அவளோ சட்டென திரும்பி நின்றாள்.

''உனக்கே இது ஓவரா இல்லையா?'' என்று கேட்டுக் கொண்டே ஷேர்ட்டின் பட்டன்களை மூட, அவளோ கண்களை மூடி திறந்தவள் அவன் பக்கம் திரும்பவே இல்லை...

அவள் புடவைக்கு ஏற்ற போல, நீல நிற ஷேர்ட் அணிந்து இன் பண்ணி இருந்தான்...

அவள் அருகே வந்தவன், ''ம்ம் வா'' என்று சொல்லிக் கொண்டே நடக்க, அவன் அருகே நடந்தவளோ கடைக்கண்ணால் அவனைப் பார்த்தாள்...

தாடி மீசை கல்யாணத்துக்காக ட்ரிம் செய்து இருந்தான்...

ஷேர்ட்டை முட்டி வரை மடித்து இருக்க, ஒரு கையில் கடிகாரம், ஒரு கையில் ஜம்பொன் காப்பு இருந்தது...

நிமிர்ந்த ஆளுமையான நடை...

அவன் நடையே எதற்கும் அவன் அஞ்சாதவன் என்று உரைத்தது...

அவள் மனமோ, 'இந்த ஹிட்லருக்கு வேஷ்டியும் நல்லா இருக்கு... பேன்ட்டும் நல்லா இருக்கு' என்று நினைத்தவள் ஒரு கணம் நிறுத்தி, 'அடியேய் ஆடல், போயும் போயும் இந்த ஹிட்லரை சைட் அடிக்கிறியே' என்று தனக்கு தானே திட்டியவளுக்கு சட்டென முதல் நாள் அவனுடன் கழித்த இரவு நினைவுக்கு வர, கன்னங்கள் சிவந்து சூடேறின...

இதே நினைவில் நடந்து வந்து அவனுடன் ஜீப்பில் ஏறியவளுக்கு இப்போது தான் சட்டென அதியமானின் நினைவு வந்தது...

''ஐயோ மான்குட்டி இருப்பானே'' என்று முணுமுணுத்துக் கொண்டவளுக்கு ஒரு வித பதட்டம்...

ஜீவானந்தனின் வீடும் வந்து விட்டது...

ஜீப்பில் இருந்து யாத்ரா இருக்க, அடுத்த பக்கத்தில் இருந்து இறங்கினாள் ஆடலரசி...

அவள் அருகே வந்த யாத்ராவோ, ''வா'' என்று சொல்லிக் கொண்டே நடக்க, அவளும் அருகே நடக்க, அவர்கள் வீட்டின் வாசலில் மார்புக்கு குறுக்கே கையை கட்டிக் கொண்டே அவர்களை பார்த்தபடி நின்று இருந்தான் அதியமான்...

அவனை அழுத்தமாக பார்த்த யாத்ராவின் இதழ்களில் ஒரு கேலி புன்னகை தவழ, கையை நீட்டி, அருகே நடந்து வந்த ஆடலரசியின் கையை பற்றிக் கொண்டே நடக்க, அவளோ, அவன் கையை பார்த்து விட்டு முன்னால் நின்ற அதியமானை பார்த்தவள் எச்சிலை கூட்டி விழுங்கிக் கொண்டாள்.

இருவருக்கும் முட்டிக் கொள்வது அவளுக்கும்

இப்போது தெரியும் அல்லவா? மேலும் யாத்ராவும் அதியமானை பற்றி நக்கலாக அவளிடம் பேசி இருக்க, அவளுக்கு ஒரு வித சங்கடம்...

அதியமானோ ஒரு பெருமூச்சுடன் யாத்ராவை முறைத்து விட்டு உள்ளே சென்று விட, ஜீவானந்தனும் லக்ஷ்மியும் அனிதாவும் அவர்களை வரவேற்றார்கள்...

அனிதாவோ ஆடலரசியிடம், ''செம அழகான சாரி ஆடல்'' என்று சொல்ல, அவளும் மென்மையாக புன்னகைத்தவள், ''காலேஜ் எப்படி டி போகுது?'' என்று கேட்டாள்...

''நீ இல்லாம செம்ம போர்.. எப்போ வர்ற?'' என்று கேட்டாள்...

''மூணு நாள்ல வந்திடுவேன்'' என்று ஆடலரசி சொல்லிக் கொண்டே அவளுடன் நடக்க, யாத்ராவோ ஜீவானந்தனிடம் பேசிக் கொண்டே நடந்தான்...

அவர்களை அமர வைத்து பேசிய ஜீவானாந்தன், ''சாப்பிட வாங்க, சாப்பிட்டுப் பேசலாம்'' என்று சொல்ல, யாத்ராவும் கண்களால் ஆடலரசியிடம் சைகை செய்து கொண்டே எழ அவளும் அவனுடன் எழுந்து சாப்பிட சென்றாள்... உணவு மேசையில் ஆடலரசியும் யாத்ராவும் அருகருகே அமர்ந்து இருக்க, ஜீவானந்தன் யாத்ராவுக்கு அருகே அமர்ந்து இருக்க, ஆடலரசிக்கு மறுபக்கம் அனிதா அமர்ந்து பேசிக் கொண்டு இருந்தாள்...

இதே சமயம் அவ்விடம் வேண்டுமென்றே வந்தான் அதியமான்...

உணவை பரிமாறிக் கொண்டு இருந்த

லக்ஷ்மியோ, 'சாப்பிடுறியாப்பா?' என்று கேட்க, "ம்ம்" என்று சொல்லிக் கொண்டே, சாப்பாட்டை எடுத்து தனது தட்டில் வைத்தவன், 'கங்கிராட்ஸ் யாத்ரா' என்று ஒரு நக்கல் குரலில் சொல்ல, அவனும் அதியமானை பார்த்து ஒரு நக்கல் புன்னகையுடன், 'தேங்க்ஸ் அதியமான்... கல்யாணத்துக்கு வரல போல' என்று சொன்னான்...

"வர்ற அளவுக்கு உன் கல்யாணம் முக்கியம் இல்லன்னு தோணிச்சு" என்று முகத்தில் அடித்த போல சொல்ல, அவனோ இதழ்களை பிதுக்கிக் கொண்டே, "என் கல்யாணம் முக்கியம் இல்லாம இருக்கலாம்... ஆடல் கல்யாணமுமா?" என்று கேட்க, அதியமானின் முகம் சட்டென இறுக, ஆடலரசியைப் பார்த்தான்...

அவளோ தலையை குனிந்தபடி இருந்தவள், 'இப்போவே ஆரம்பிச்சுட்டாங்களே' என்று மனதுக்குள் புலம்பிக் கொண்டாள்...

ஆடலரசிக்கு அங்கே அமர்ந்து இருக்கவே மூச்சடைத்தது...

அதியமானோ யாத்ராவை முறைத்துக் கொண்டே சாப்பிட்டான்...

ஜீவானந்தனோ, "கல்யாண வாழ்க்கை எப்படிம்மா இருக்கு??" என்று ஆடலரசியை எட்டிப் பார்த்துக் கொண்டே கேட்க, அவளோ வலுக்கட்டாயமாக சிரித்துக் கொள்ள, அதியமானோ, "கன்றாவியா இருக்கு" என்றான்.

சட்டென யாத்ரா விழிகளை மட்டும் உயர்த்தி அவனைப் பார்க்க, அவனோ, "நான் மீன் கறியை

சொன்னேன்... சமைச்சது கன்றாவியா இருக்கு'' என்றான்.

ஜீவானந்தனுக்கு அவன் பேசியது கடுப்பாக இருந்தாலும், சிரித்து சமாளிக்க யாத்ராவும் அவரை பார்த்து வலுக்கட்டாயமாக சிரித்துக் கொண்டான்.

ஆடலரசியோ, உணவை எடுத்து தட்டில் வைக்க, ''அது வெண்டிக்காய் டி... உனக்கு பிடிக்காதுல'' என்றான் அதியமான்...

சட்டென ஆடலரசியை திரும்பிப் பார்த்த யாத்ராவோ, ''பிடிக்காதா என்ன??'' என்று ஒரு மாதிரி குரலில் கேட்க, ''இல்ல பிடிக்குமே'' என்று போலியாக சொன்னவள் அதனை எடுத்து தட்டில் வைத்தாள்...

அதியமானின் முகமோ சட்டென இறுக, யாத்ராவின் இதழில் நக்கல் புன்னகை தவழ, அதியமானோ, ''இதெல்லாம் ஒரு சாப்பாடா?'' என்று கேட்டுக் கொண்டே எழுந்தவன், சட்டென எழுந்து அங்கிருந்து நகர்ந்து விட்டான்.

ஆடலரசியின் மனமோ ' இவனுங்க இரண்டு பேர் கிட்டயும் நான் சிக்கிட்டு படாத பாடு படுறேன் ' என்று புலம்பியது...

அனிதாவோ, ''என்னம்மா ஆச்சு இவனுக்கு?'' என்று லக்ஷ்மியிடம் கேட்க, ''எனக்கும் தெரியலடி... ரெண்டு நாளா இப்படி தான் எரிஞ்சு விழுறான்'' என்று சொல்ல, ஜீவானந்தனோ, ''ஏதும் கேஸ் டென்ஷனா இருக்கும் யாத்ரா... நீ தப்பா எடுத்துக்காதே... அவனுக்காக நான் மன்னிப்பு கேட்கின்றேன்'' என்றான்...

''ஐயோ தலைவரே... நீங்க எதுக்கு மன்னிப்பெல்லாம் கேட்கிறீங்க? கேஸ் டென்ஷனா தான் இருக்கணும்னு இல்ல, லைஃப் டென்ஷனா கூட இருக்கலாம்'' என்று சொல்லிக் கொண்டே கடைக்கண்ணால் ஆடலரசியை பார்க்க, அவளுக்கு மட்டுமே அவன் சொல்ல வந்தது புரிய, சட்டென அவளுக்கு பு ரையேறியது...

தலையில் தட்டிக் கொள்ள, அவளிடம் நீர் குவளையை நீட்டிய யாத்ரா, ''ம்ம்'' என்றான்...

அவளும் அவனை பார்க்காமல் அதனை வாங்கியவள், குடித்துக் கொண்டாள்...

அப்படியே தட்டில் இருந்த உணவை பார்த்தாள்...

வெண்டிக்காய் அவளுக்கு பிடிக்காது தான்.. ஆனால் யாத்ராவுக்காக சாப்பிட்டு ஆக வேண்டிய கட்டாயம்...

ஏற்கனவே அதியமானுடன் அவளை சேர்த்து வைத்து அவன் பேசிக் கொண்டு இருப்பது அவளுக்கு பிடிக்காமல் இருந்தது...

இந்த வெண்டிக்காயை சாப்பிடவில்லை என்றாலும் ஏதாவது பேசுவான்...

அதனாலேயே சாப்பிட நினைத்தவள், பிடிக்காமல் வாய்கள் வைத்து இருப்பாள், 'பிடிக்காம ஒன்னும் சாப்பிடணும்னு இல்ல' என்று யாத்ரா சொல்லிக் கொண்டே சாப்பிட, அவளும் பெருமூச்சுடன் வேறு உணவை சாப்பிட தொடங்கி விட்டாள்...

அனிதாவோ வேகமாக சாப்பிட்டு விட்டு எழுந்து அதியமானை தேடி சென்று அவன் அறைக் கதவை தட்டினாள்...

அவனும் திறக்க, ''எதுக்கு இப்படி பண்ணுறீங்க?'' என்று கேட்டாள்...

''என்ன பண்ணிட்டேன்?'' என்று அவன் கேட்க, ''வீட்டுக்கு வந்தவங்கள இப்படியா அவமானப்படுத்துவீங்க?'' என்று கேட்டாள் அவள்.

அவனோ பெருமூச்சுடன், ''சரி கொஞ்ச நேரத்துல வந்து பேசுறேன்'' என்று சொல்லி கதவை மூடி இருக்க, அவளும் அங்கே இருந்து நகர்ந்து விட்டாள்.

ஆடலரசியும் யாத்ராவும் சாப்பிட்டு முடித்து விட்டார்கள்...

அவர்களுக்கு ஐஸ்க்ரீம் எடுத்து வைக்க, லக்ஷ்மியுடன் அனிதாவும் சமயலறைக்குள் சென்று இருந்தாள்...

வீட்டில் பணிப்பெண்கள் இருந்தாலும், விருந்தினர்களுக்கு அவர்களே தங்களது கையால் பரிமாறுவது வழக்கம்...

இப்போது அந்த இடத்தில் ஜீவானந்தன் மட்டும் அமர்ந்து யாத்ராவுடன் பேசிக் கொண்டு இருக்க, அவர் அலைபேசி அலறியது...

எடுத்து பார்த்தவரோ, ''முக்கியமான கால் யாத்ரா.. இதோ வந்திடுறேன்'' என்று சொல்லிக் கொண்டே, அலைபேசியுடன் சற்று தள்ளி நகர்ந்து இருக்க, இப்போது மீண்டும் அதியமான் அங்கே வந்து அமர்ந்தான்.

எப்போது யாத்ராவும் ஆடலரசியும் தனியாக சிக்குவார்கள் என்று கவனித்தபடி வந்து சேர்ந்தான்.

''சாப்பாடு எப்படி இருக்கு கன்னுகுட்டி'' என்று

வேண்டுமென்று கேட்டான் அதியமான்.

அவளோ, ''நல்லா இருக்கு'' என்றாள் தலையை குனிந்து கொண்டே...

யாத்ராவோ சுற்றிப் பார்த்து யாரும் இல்லை என்று உறுதி செய்து கொண்டே, ''இப்படி மொட்டையா சொன்னா எப்படி? பன்னிக்குட்டி எருமை குட்டின்னு வாய் நிறைய கூப்பிடு... நான் ஒன்னும் சொல்ல மாட்டேன்'' என்றான். அதியமானோ அவனை முறைத்துப் பார்க்க ஆடலரசியோ, ''அது மான்குட்டி'' என்றாள்...

யாத்ராவோ, ''அது என்ன இழவோ... போலீஸ்காரர் கிட்ட அவரோட மிஷன் ஃபெயிலியர் ஆச்சுன்னு சொன்னியா?'' என்று கேட்டான்.

அவளுக்கு புரியவில்லை...

''என்ன மிஷன்??'' என்று கேட்டாள் அவள்...

''அது தான் ஃபேர்ஸ்ட் நைட்டை நிறுத்துவது எப்படின்னு ஒரு மிஷன் பண்ணுனாரே. போலீஸ்காரனுங்க எல்லோரும் எப்படி எப்படியோ மிஷன் பண்ணுவானுங்க... உன்னோட பன்னிகுட்டி மட்டும் தான் இப்படி ஒரு மட்டமான மிஷனை பண்ணி இருக்கான்... ஃபெயிலியர் ஆயிடுச்சு'' என்று சொல்லிக் கொண்டே, அவள் கழுத்தில் இருந்த தனது பற்தடத்தை தனது பெருவிரலினால் வருட, அவளோ சங்கடமாக தலையை குனிந்தபடியே நெளிந்தவள், ''ச்ச எப்படி எல்லாம் பேசுறான்'' என்று மனதுக்குள் புலம்பினாள்...

அதியமானோ கோபமாக மேசையை தட்டிக் கொண்டே எழுந்தவன் விறு விறுவென வெளியேற,

ஆடலரசிக்கு பொறுமை போய் விட்டது...

பக்கவாட்டாக திரும்பி யாத்ராவின் விழிகளை பார்த்தவள், ''இதெல்லாம் இப்போ சொல்லணுமா??'' என்று கேட்டாள்...

அவளை அழுத்தமாக பார்த்த யாத்ரவோ, ''நடக்கலைன்னு நீ சொன்னது தப்பில்லைன்னா நடந்திடுச்சுன்னு நான் சொல்றதும் தப்பில்ல'' என்று சொல்ல, அவளால் தான் பதில் சொல்ல முடியவே இல்லை...

ஒரு பெருமூச்சு மட்டுமே...

அதனை தொடர்ந்து ஜீவானந்தன் வந்து விட, அவருடன் யாத்ரா அரசியல் பேச ஆரம்பித்து விட, அனிதாவுடனும் லக்ஷ்மியுடனும் ஆடலரசி பேச ஆரம்பித்தாள்...

ஐஸ்க்ரீம் சாப்பிட்டு முடிய, சேர்ந்து நின்று புகைப்படம் எடுத்துக் கொண்டார்கள்...

ஜீவானந்தன் புகைப்படம் எடுப்பதற்காக அதியமானை கூப்பிட்டு அனுப்பினார்...

வர முடியாது என்று சொல்லி விட்டான் அவன்...

யாத்ராவோ, ''பரவாயில்ல தலைவரே'' என்று சொல்லி ஜீவானந்தனின் சங்கடத்தை போக்கியவன் ஆடலரசியுடன் வீட்டுக்கு கிளம்பி இருந்தான்...

அத்தியாயம் 15

வீட்டுக்கு போகும் வழியில், ஜீப்பில் அவளை நெருங்கி அமர்ந்து இருந்தான் யாத்ரா...

அவள் விழிகளோ சங்கடத்துடன் முன்னே இருந்த ட்ரைவரில் படிய, அதனை எல்லாம் யாத்ரா கவனிக்கவே இல்லை...

அவள் காதருகே குனிந்தவன், ''எல்லாம் ஓகே தானே'' என்று கேட்டான்...

அவளோ சட்டென அவனை நோக்கி திரும்பியவள், ''எத பத்தி கேக்கிறீங்க?'' என்றாள் மென்குரலில்...

அவன் விழிகள், அவள் இதழில் படிந்து, கழுத்தில் இருந்த பற்தடத்தில் படிய, அவன் கேட்பதை உணர்ந்தவளுக்கு கன்னங்கள் சூடேற, தலையை குனிந்து கொண்டே, ''ம்ம்'' என்றாள்...

அவனோ பெருமூச்சுடன், அவள் தோளில் கையை போட்டு நெருக்கிக் கொண்டே அமர்ந்து இருக்க, அவளுக்கு அந்த அணைப்பு இதமாக இருந்தாலும் கொஞ்சம் பயமாகவும் இருந்தது...

வீட்டில் அவளை விட்டவன், தனது வேலைகளை பார்க்க கிளம்பி விட்டான்...

அவளோ அறைக்குள் அடைந்து கொண்டாள்...

அவள் கழுத்தில் இருந்த பற்தடத்தினால் வீட்டில் உள்ளவர்கள் முன்னே செல்ல கொஞ்சம் சங்கடம்...

மதுரா அதனை கவனித்தால் கண்டிப்பாக கேட்பாள் என்று ஆடலரசிக்கு தெரியும்... அதனாலேயே அறைக்குள் அடைந்து கொண்டாள்...

இதே சமயம் மிதிலாவும் ஆர்யாவும் மொட்டை மாடியில் பேசிக் கொண்டு இருந்தார்கள்...

அவனோ சுவரில் சாய்ந்து நின்று அவள் இடையை

பற்றி தன்னுடன் நெருக்கி இருந்தவன், ''மூணு மாசத்துல கல்யாணம் ல'' என்றான்...

அவளோ வெட்கத்துடன் சிரித்துக் கொண்டே, ''ம்ம், யாத்ரா மாமா இவ்ளோ நல்லவரா?'' என்று கேட்க, அவனோ, ''அண்ணா, ஒன்னும் மோசமானவர் இல்லடி... பிடிச்சவங்களுக்காக என்னவும் பண்ணுவார்... எல்லாமே கட் அண்ட் ரைட்டா இருக்கணும்னு எதிர்பார்ப்பார்... எல்லார் கிட்டயும் நேர்மையை எதிர்பார்ப்பார்... அவ்ளோ தான்...'' என்று சொல்ல, ''ஆனா எனக்கு பயம் பா'' என்று மிதிலா சொல்ல, அவனோ சத்தமாக சிரித்துக் கொண்டே, அவளுடன் நெற்றியை முட்டிக் கொண்டான்...

மதுராவோ இதனை ஒளிந்து நின்று பார்த்துக் கொண்டு மல்லிகை பந்தலின் கீழ் நின்று இருக்க, ''ரொம்ப கேவலமா இருக்குடி'' என்று ஒரு சத்தம்...

சட்டென திரும்பிப் பார்த்தாள்...

அங்கே ஹரிஷ் மார்புக்கு குறுக்கே கையை கட்டிக் கொண்டே நின்று இருந்தான்...

மதுராவோ, ''ஹி ஹி, நான் சும்மா இந்த பக்கம் வந்தேன்'' என்று சொல்ல, அவனோ, ''உன்னை பத்தி தெரியும்டி... ஒன்னு ரெண்டு நாள் ஒட்டி இருந்து பார்த்தா கூட ஓகே... டெய்லி பார்க்கிறியே'' என்று சொல்ல, அவளோ, என்ன செய்வது என்று தெரியாமல் திரு திருவென விழித்தவளோ, ''போரடிக்குது ஏதாவது பண்ணனும் ல'' என்றாள்...

அவனோ அவளை நோக்கி ஒரு அடி வைத்துக் கொண்டே, ''அப்போ லவ் பண்ணலாமா?'' என்று

அவள் விழிகளை பார்த்துக் கொண்டே கேட்க, அவளுக்கோ அவன் அதிரடியான கேள்வியில் திக்கு முக்காடி போனாள்...

"என்னது?" என்று அவள் அதிர, அவனோ, "எப்படியும் நானும் நீயும் தானே கல்யாணம் பண்ணிக்கணும்..." என்றான்...

"அதுக்குன்னு இப்படி சட்டுன்னு கேட்டா எப்படி?" என்றாள்...

"அன்னைக்கு நீ கேட்டியே" என்றான் அவன்...

"அது சும்மா" என்று அவள் சொல்லிக் கொண்டே, நகர முற்பட, சட்டென அவள் கையை பற்றி இழுத்தவன், "எங்கடி போற? பேசிட்டு இருக்கேன்ல" என்றான்...

அவளோ அவனை ஆழ்ந்த பார்த்துக் கொண்டே, "இப்போ என்ன?" என்று கேட்க, "இனி நீ இப்படி ஒளிஞ்சு நின்னு பார்க்கணும்னு இல்ல.. நீ பார்க்கிறத நாமளே ப்ராக்டிஸ் பண்ணலாம்" என்றான்...

அவளோ, "ச்சீ" என்று சொல்லிக் கொண்டே, அங்கிருந்து வேகமாக நகர, அவனோ இதழ்களுக்குள் புன்னகைத்துக் கொண்டான்...

இதே சமயம் அன்று இரவு வந்த யாத்ராவோ சாப்பிட்டு விட்டு அறைக்குள் நுழைந்த அடுத்த கணமே, ஆடலரசியை இழுத்து அணைத்து இதழில் இதழ் பதித்து விலகியவனோ, "இன்னைக்கு லன்ச் பத்தி எதுவும் பேசலையே" என்று அவள் விழிகளுடன் விழிகளை கலக்க விட்டபடி கேட்க, "என்ன பேசணும்?" என்றாள் அவனை பார்த்துக் கொண்டே...

இருவருக்கும் இடையே இடைவெளிகள் பூச்சியமாகி இருக்க, அவன் கரமோ அவள் மேனியை வருடிக் கொண்டு இருக்க, மோன நிலையில் அவளை வைத்துக் கொண்டே பேசினான்.

''மான்குட்டி பத்தி எதுவும் சொல்லலையே'' என்று சொன்னான்...

அவளுக்கு ஏனோ இப்போது கோபம் தான் வந்தது.

எப்போது பார்த்தாலும் அவனை பற்றியே பேசிக் கொண்டு இருந்தால் அவளும் என்ன தான் செய்வாள்...

''எனக்கு அவன் பெஸ்டி மட்டும் தான்'' என்றாள்...

''ம்ம் அப்புறம்'' என்றான்...

அவளோ, 'அவனை பத்தி இனி பேசாதீங்க' என்று தட்டு தடுமாறி சொல்லி விட்டாள்...

அவள் பேச்சில் அவன் புருவம் ஏறி இறங்கின...

தைரியமாக அவனிடம் பேசி இருக்கின்றாளே...

இதழ்களுக்குள் தன்னை அறியாமல் ஒரு புன்னகை தோன்ற, ''சரி இனி நானா பேச மாட்டேன்'' என்று சொல்லிக் கொண்டே, அவள் இதழ்களை சிறை செய்தான்...

அவளை ஆழமாக முத்தமிட்டுக் கொண்டே மஞ்சத்தில் சரிந்தவன், முதல் நாள் விட்ட தேடலை தொடர ஆரம்பித்து விட்டான்...

ஆடலரசிக்கும் முதல் நாள் இருந்த தயக்கம் எல்லாம் இருக்கவே இல்லை...

அவனுடன் இயல்பாக ஒன்றிப் போனாள்...

தினமும் இதுவே தொடர் கதையானது...

அவனுடன் இப்படி ஒரு நெருக்கத்தில் அவளால் இயல்பாக இருக்க முடியும் என்று கனவில் கூட நினைத்தது இல்லை...

அவர்களிடத்தில் பேச்சுக்கு தடை இருந்தாலும் மேனிகளின் சங்கமம் இயல்பாக அரங்கேறின...

அவளுக்கும் போக போக அவன் நெருக்கம் பிடித்து போனது...

ஆம் காதலிக்க ஆரம்பித்து விட்டாள்...

தன்னை அறியாமலே காதலிக்க ஆரம்பித்து விட்டாள்...

அவளிடத்தில் அவன் எந்த கடுமையையும் காட்டவில்லை...

இயல்புக்கு மாறான மென்மை மட்டும் அவளிடம்.

அவளுக்கே அது ஆச்சரியம் தான்...

அதனாலேயே பிடித்தும் இருந்தது...

கல்லூரிக்கும் செல்ல ஆரம்பித்து விட்டாள்...

முதல் நாள் கொஞ்சம் கிண்டல்களுடன் நகர, அவளுக்கோ கன்னங்கள் வெட்கத்தில் சிவந்து போனது தான் மிச்சம்...

இரவெல்லாம் அவனுடன் உண்டான நெருக்கத்தினால் பகலில் அவளுக்கு தூக்கம் தூக்கமாக வந்தது...

வகுப்பறையில் அமர்ந்து நாடியில் கையை வைத்துக் கொண்டே அமர்ந்து இருந்த ஆடலரசிக்கு கண்கள் சொருகின..

தூக்க கலக்கத்தில் உச்சத்தில் இருந்தாள்...

''என்னடி எல்லாம் ரெண்டு ரெண்டா தெரியுது'' என்று அனிதாவிடம் கேட்டுக் கொண்டே அப்படியே மேசையில் சரிந்து படுத்தவளோ, ''ஆடலரசி'' என்கின்ற அதட்டலில் சட்டென எழுந்து அமர்ந்தாள்.

சுற்றி இருந்த அவள் நண்பிகளோ சத்தமாக சிரிக்க, அங்கே பாடம் எடுத்துக் கொண்டு இருந்த பெண் விரிவுரையாளரான மீனாவோ, ''கெட் அவுட்.. இது என்ன பெட்ரூமா??'' என்று சீற, ஆடலரசியோ, சலிப்பாக எழுந்து வெளியே சென்று நின்று விட்டாள்...

அப்படியே அங்கும் இங்கும் நடந்தவளோ, ''எல்லாம் இந்த ஹிட்லரால வந்தது... நைட்ல தூங்க விட்டா நான் ஏன் இங்க வந்து தூங்க போறேன்'' என்று முணுமுணுத்தவளுக்கு, அந்த வழியால் கல்லூரி முதல்வருடன் பேசிக் கொண்டே நடந்து வந்த யாத்ராவை கண்டதுமே தூக்கி வாரிப் போட்டது...

''ஐயோ இவன் எங்க இங்க? இப்போ என்ன பண்ணுறது??'' என்று தடுமாறியவளோ சட்டென அங்கிருந்த சுவருடன் ஒட்டி மறுபக்கம் திரும்பி நின்று கொண்டே, ''நமக்கு இந்த பஞ்சொந்தி போல கலர் மாறுற சக்தி இருந்தா ஜாலியா இருக்கும்... அப்படியே சுவரோட கலர் ல மாறிடுவேன்'' என்று புலம்ப சொடக்கிடும் சத்தம் கேட்டது...

'ஐயோ அவன் தான்' என்று நினைத்துக் கொண்டே தயக்கமாக திரும்ப, அவளது கல்லூரி முதல்வரோ, ''என்னம்மா இங்க நிக்கிற??'' என்று

கேட்டார்... யாத்ரா அவளையே பார்த்துக் கொண்டு நிற்க, அவளோ அவனை பார்க்க முடியாமல் கல்லூரி முதல்வரை பார்த்தவள், ''அது வந்து'' என்று தடுமாற அவர்களை கண்ட மீனாவோ வெளியே வந்து விட்டார்.

அவர் வெளியே வந்ததுமே, ''சாரி சார்... கிளாஸ் ல தூங்கினதால்'' என்று யாத்ராவை மிரட்சியாக பார்த்துக் கொண்டே சொல்ல, அவனோ, ''அவ இங்க ஸ்டுடென்ட் மட்டும் தான், சோ இதுக்கெல்லாம் பயப்படணும்னு இல்ல'' என்று சொல்லிக் கொண்டே, ஆடலரசியை பார்த்தவன், ''க்ளாஸ் ல இப்படி தான் தூங்குவியா?'' என்று அதட்டலாக கேட்க, அவளோ, ''வீட்ல தூங்க முடியல சார்'' என்று ஆரம்பிக்க சட்டென இருமிய யாத்ராவோ கையை நீட்டி பேச வேண்டாம் என்று தடுத்தவன், ''லாஸ்ட் வார்னிங் கொடுத்து க்ளாஸ் உள்ளே எடுங்க'' என்று மீனாவிடம் சொல்லி விட்டு பின்னந்தலையை வருடிக் கொண்டே குரலை செருமியபடி விறு விறுவென அங்கிருந்து அகன்றான்.

ஆடலரசியோ மீனாவுடன் மீண்டும் வகுப்பினுள் நுழைந்து கொள்ள, அனிதாவோ, ''என்னடி தூங்கி வழியுற?'' என்று கேட்டாள்.

அவளோ சுற்றும் முற்றும் பார்த்துக் கொண்டே, ''நைட்ல தூங்க முடியலடி'' என்றாள்...

அனிதாவோ அடக்கப்பட்ட சிரிப்புடன், ''புரிஞ்சுது'' என்று சொல்ல, அவளை முறைத்தவள், ''என் கஷ்டம் உனக்கு சிரிப்பா இருக்கா?'' என்று ஆடலரசி, ''என்னடி இப்படி பேசுற?'' என்று கேட்டாள் அனிதா...

ஆடலரசியோ, ஒரு பெருமூச்சுடன் முன்னே திரும்பிக் கொள்ள, அவள் சொல்ல வந்தது அனிதாவுக்கு ஒரு தவறான கண்ணோட்டத்திலேயே தெரிந்தது...

அவளை ஆராய்ச்சியாக பார்த்தாள்...

கழுத்தில் இருந்த பற்தடங்கள் அனிதாவின் கண்ணில் பட, யோசனையுடன் பாடத்தை கவனிக்க தொடங்கினாள்...

அன்று அனிதாவை ஏற்றி செல்ல அதியமான் தான் வந்து இருந்தான்...

இப்போதெல்லாம் ஆடலரசியை பார்த்து மெலிதாக புன்னகைத்துக் கொள்வான்... பேச முற்படுவது இல்லை...

ஏதோ ஒரு ஏமாற்றம்...

ஆடலரசியும் யாத்ராவுக்கு பயந்து அவனுடன் பேசுவது இல்லை...

சினேகமாக புன்னகைத்துக் கொள்வாள் அவ்வளவு தான்...

அன்றும் அவளைப் பார்த்து புன்னகைத்துக் கொண்டே, அனிதாவை ஜீப்பில் ஏற்றிக் கொண்டே புறப்பட்டு இருந்தான்...

போகும் வழியில், ''அண்ணா, ஆடல நினச்சா பாவமா இருக்கு'' என்றாள்...

அவனோ வண்டியை ஓட்டிக் கொண்டே, ''என்னாச்சு?'' என்று கேட்க, அவளோ, ''கொஞ்சம் ஃபிசிக்கலா கஷ்டப்படுறான்னு தோணுது'' என்றாள்...

அவனோ அதிர்ச்சியுடன் வண்டியை ஓரமாக நிறுத்தியவன், ''என்ன சொல்ற?'' என்று கேட்க, ''அவ கழுத்துல காயம் பார்த்தேன்... இன்னைக்கு தூங்கி வழிஞ்சா... ரொம்ப சோர்வா பேசுன போலவே இருந்திச்சு... செக்ஸுவல் ஆஸ் அபியூஸ் ஆகுற போலவே ஃபீல் ஆகுது'' என்றாள்...

அதியமானுக்கு கோபத்தில் நரம்புகள் புடைத்துக் கிளம்ப, ''நிஜமாவா?'' என்று கேட்டான்...

''ம்ம்'' என்று அனிதா சொல்ல, ''நாளைக்கு அவ கிட்ட பேசுறேன்'' என்று சொல்லிக் கொண்டே, வேகமாக வண்டியை செலுத்தினான்...

இதே சமயம், அன்று இரவு பத்து மணிக்கு தான் யாத்ரா வீட்டிற்கே வந்தான்...

அவள் தூங்காமல் அவனுக்காக காத்துக் கொண்டே அமர்ந்து இருக்க, அவளை பார்த்துக் கொண்டே ஷேர்ட்டை கழட்டியவன், ''தூங்கலையா?'' என்று கேட்க, ''தூக்கம் வரல'' என்றாள்...

அடுத்த கணமே, அவன் குளியலறைக்குள் நுழைந்து விட்டான்...

அவன் திரும்பி வந்த போதும் அவள் அப்படியே கட்டிலில் அமர்ந்து இருக்க, 'இப்படியே முழிச்சிட்டு இருந்து காலேஜ் ல போய் தூங்காம, தூங்குடி' என்று சொல்லிக் கொண்டே, அவளுக்கு அடுத்த பக்கம் வந்து, அவளுக்கு முதுகு காட்டி படுத்துக் கொள்ள, 'எனக்கு தான் தூக்கம் வரலைன்னு சொல்றேனே... இந்த ஹிட்லருக்கு புரியவே மாட்டேங்குது... இன்னைக்கு கிஸ் கூட பண்ணல' என்று நினைத்தவளுக்கு தன்னை நினைத்தே அதிர்ச்சி...

'ச்ச, இப்படி ஒரு காஜியா மாறிட்டேனே' என்று

நினைத்துக் கொண்ட சமயம், தலையை திருப்பிப் பார்த்த யாத்ராவோ, ''இன்னும் தூங்கலையா?'' என்று கேட்டான்...

அவளோ, ''தூக்கம் வரல'' என்றாள் எங்கோ பார்த்துக் கொண்டே...

இதழ் குவித்து ஊதிக் கொண்டே எழுந்து அமர்ந்தவன், ''இப்போ என்னடி வேணும்?'' என்றான் அவளை இமைக்காமல் பார்த்தபடி...

'நீங்க தான் வேணும்னு சொல்ல ஆசை தான்... ஆனா தைரியம் இல்ல' என்று மனதுக்குள்ளேயே பேசியவள், 'ஒன்னும் வேணாம் எனக்கு பன்னிரண்டு மணிக்கு அப்புறம் தான் தூக்கம் வரும்' என்றாள்...

அவனோ நேரத்தைப் பார்த்துக் கொண்டே, ''அது வரைக்கும்?'' என்று கேள்வியாக கேட்க, ''இப்படியே இருந்துப்பேன்'' என்றாள்...

அவள் பேச்சிலேயே, அவளுக்கு என்ன தேவை என்று அவனுக்கு புரியாதா என்ன?

சிரிப்பும் வந்தது... அடக்கிக் கொண்டே, அவள் தாடையை பற்றி தன்னை நோக்கி இழுத்தவன், ''அப்போ பன்னிரண்டு மணி வரைக்கும்...'' என்று மோகமான குரலில் இழுத்தபடி, அவள் இதழில் இதழ் பதிக்க, அவளோ மெதுவாக கண்களை மூடிக் கொண்டாள்...

அன்றைய நாளும், வழக்கம் போலவே அந்த அறையை முத்த சத்தங்களும் முனகல் சத்தங்களும் நிறைத்து இருக்க, அவளை ஆட்கொண்டு விட்டு விலகி படுத்தவன், ''நாளைக்கு தூங்கி தொலைச்சுடாதே'' என்றான்...

''ம்ம்'' என்றாள் கன்னங்கள் சிவக்க...

அத்தியாயம் 16

அடுத்த நாள் காலையில் கல்லூரிக்கு கிளம்பி இருந்தாள் ஆடலரசி...

வழக்கமாக ஒரு புன்னகையுடன் அவளை கடந்து செல்லும் அதியமானோ, அவளை மறித்து நின்றபடி, ''கன்னுகுட்டி பேசலாம் வா'' என்றான்...

அவளுக்கு கொஞ்சம் பயம் தான்...

யாத்ராவுக்கு தெரிந்தால் ஏதாவது பேசி விடுவானோ என்கின்ற பயம்...

அனாலும் அதியமானை நிராகரிக்க மனம் வரவில்லை...

''பேசலாம்'' என்று சொல்லிக் கொண்டே அவனுடன் கூட நடந்து சென்று, அங்கிருந்த மர நிழலில் அமர்ந்து கொண்டாள்...

அவளை ஆராய்ச்சியாக பார்த்தான்...

சுடிதார் தான் அணிந்து இருந்தாள்...

கழுத்தை ஷால் போட்டு மறைத்து இருந்தாள்...

இதழ்களில் காயங்கள் இருந்தன...

அவளுக்கோ அவன் ஆராய்ச்சியான பார்வை என்னவோ செய்ய, ''எதுக்கு இப்படி பார்க்கிற?'' என்று கேட்டாள்...

''சந்தோஷமா இருக்கியா?'' என்று கேட்டான்...

அவள் மனமோ, 'இவன் எதுக்கு இப்படி எல்லாம் கேக்கிறான்னு தெரியலையே' என்று

நினைத்துக் கொண்டே, ''ம்ம்'' என்று நான்கு பக்கமும் தலையாட்ட, ''உன்னை அவன் ரொம்ப கஷ்டப்படுத்துறானா?'' என்று கேட்டான்...

அவளோ திரு திருவென விழிக்க ஆரம்பித்து விட்டாள்...

யாத்ராவுக்கு கண்ட மேனிக்கு திட்டி விட்டு, அவன் தீண்டலுக்கு உருகிப் போவதை சொல்வதற்கு அவளுக்கோ தயக்கம்...

'நம்ம கெத்தை மெயின்டெய்ன் பண்ணனும்' என்று நினைத்துக் கொண்டே, ''அந்த ஹிட்லர் கஷ்டப்படுத்தாம இருப்பானா?'' என்றாள் முகத்தை பாவமாக வைத்துக் கொண்டே...

அதியமானுக்கு முகம் இறுக, ''அன்னைக்கு வீட்ல பேசுனதுல இருந்து நான் புரிஞ்சுக்கிட்டேன்... நீ எப்படியும் அவன் கூட ரிலேஷன்ஷிப் வச்சுக்க சம்மதிச்சு இருக்க மாட்டே... சோ ஹீ ரெப்ட் யூ... ரைட்?'' என்றான் கேள்வியாக...

அவள் மனமோ, 'ரேப்பா?' என்று யோசித்த கணமே, அவளுக்கு நேற்று அவனுக்காக தூங்காமல் விழித்து இருந்த நினைவு வந்து போக, தலையை உலுக்கிக் கொண்டவளோ, 'நம்ம மேல இவ்ளோ நம்பிக்கை வச்சு இருக்கான்... மெயின்டெய்ன் பண்ணுவோம்' என்று நினைத்துக் கொண்டே, ''ம்ம்... என்னை ரேப் தான் பண்ணுனார்...'' என்றாள் தலையை குனிந்து கொண்டே...

''அவனை'' என்று ஆத்திரத்துடன் திட்டிய அதியமானோ, ''நீ வீட்டை விட்டு வெளியே வா'' என்றான்...

அவளோ, 'வெளிய வர சொல்றானே... ஆத்தாடி' என்று நினைத்துக் கொண்டே, "வெளிய வந்து?" என்று கேட்க, "டைவர்ஸ் அப்ளை பண்ணலாம்" என்றான்...

"நாங்க ரெஜிஸ்ட்டர் வைக்கவே இல்ல... அவனுக்கு சலிக்கிற வரைக்கும் வாழணும்னு தான் சொல்லி இருக்கான்" என்று சொல்ல, "இவ்ளோ மோசமானவனா அவன்?" என்று அதியமான் கேட்க, அவள் பதில் சொல்லாமல் கண்களை சிமிட்டிக் கொண்டே அவனைப் பார்க்க, அதியமானோ, "நல்லதா போச்சு... தாலியை கழட்டி எறிஞ்சுட்டு வா..." என்றான்...

"வந்து?" என்றாள் அவள்...

"நான் உன்னை பார்த்துக்கிறேன்" என்று சொல்ல, அவளோ அதிர்ச்சியுடன், "இல்ல எனக்கு புரியல" என்றாள்...

அதியமானோ கண்களை மூடி திறந்து கொண்டே, "ஓபன் ஆஃ சொல்றேன் கன்னுக்குட்டி... உன்னை எனக்கு ரொம்ப பிடிக்கும்... லவ் பண்ணுறேன்... ஆனா நான் உன் கிட்ட சொல்ல முதலே அவன் முந்திக்கிட்டான்... உன்னை சந்தோஷமா வச்சு இருந்தா கூட ஓகே... ஆனா உன்னை இப்படி டாச்சர் பண்ணுறது எனக்கு கஷ்டமா இருக்குடி" என்று சொன்னவன் குரல் தழுதழுத்தது...

அவளுக்கோ தூக்கி வாரிப் போட்டது...

"எனக்கு கல்யாணம் ஆயிடுச்சு" என்றாள் அவச ரமாக...

"ஆனா நீ சந்தோஷமா இல்லையே" என்று

சொல்ல, அவளுக்கு என்ன சொல்வது என்று தெரியவில்லை...

''இது சரியா வராது'' என்று சொல்லிக் கொண்டே அவள் எழுந்து கொள்ள, ''கன்னுக்குட்டி'' என்று அவன் அழைக்க, ''க்ளாஸுக்கு லேட் ஆயிடுச்சு'' என்று சொல்லிக் கொண்டே, அவள் வேக வேகமாக வகுப்பறையினுள் நுழைந்தாள்...

அவளுக்கு இப்போது தான் மூச்சே வந்தது...

'ஆத்தாடி இவன் என்ன தான் மனசில நினைச்சுட்டு இருக்கான்?' என்று நினைத்துக் கொண்ட பெண்ணவளோ பாடத்தைக் கவனிக்க ஆரம்பித்தாள்...

ஆனாலும் அதியமான் பேசியதை அவளால் ஜீரணிக்கவே முடியவில்லை...

''இவன் கிட்ட இது எல்லாம் நான் எதிர்பார்க்கவே இல்ல'' என்று முணுமுணுத்துக் கொண்டாள்...

அதியமானுக்கு நிலை கொள்ள முடியவில்லை...

அவள் சொன்னதை பத்துடன் பதினொன்றாக கடந்து விட முடியாத நிலை...

தனது ஜீப்பில் ஏறியவன், அலைபேசியை எடுத்து அதில் அதுவரை ரெக்கார்ட் செய்த குரல் பதிவை போட்டுப் பார்த்தான்...

அதில் அவனும் ஆடலரசியும் பேசுவது தெளிவாக இருந்தது...

அவன் அவளை அழைத்த விஷயத்தை கட் செய்து விட்டு, யாத்ரா அவலை பலாத்காரம்

செய்த போல அவள் சொன்னவற்றையும், சலிக்கும் வரை வாழ்வதாக சொன்னதையும் அழகாக எடிட் செய்தவன், தனது பத்திரிகை துறை நண்பனான நிவேதனுக்கு அழைத்தான்...

அதியமானின் மனமோ, ''உன்னை சும்மா விட மாட்டேன் யாத்ரா... இந்த ஒரு ரெக்கார்ட் வச்சு உன்னோட அரசியலுக்கு நான் ஃபுல் ஸ்டாப் வைக்கிறேன்'' என்று நினைத்துக் கொண்டது...

நிவேதனும், ''ஹாய் அதியமான்... திடீர்னு என்ன விஷயம்?'' என்று கேட்க, ''ஒரு ஹாட் நியூஸ் இருக்கு... போட்டா டி ஆர் பி எகிறும்'' என்றான்...

''அப்படி என்ன விஷயம்?'' என்று நிவேதன் கேட்க, ''யாத்ரா'' என்றான் அவன்...

நிவேதனோ, ''விளையாடுறியா டா... என் உயிர் முக்கியம்'' என்றான்...

அதியமானோ, ''எதுவும் ஆகாது... நீ சொல்ல போறது பொய் இல்ல... நிஜம்...'' என்று சொல்ல, ''என்ன விஷயம்'' என்று நிவேதன் கேட்க, அவனும் விஷயத்தை சொல்ல, ''அதியமான், இது சின்ன விஷயம் இல்ல... பெரிய விவாதமா மாறும்'' என்று நிவேதன் சொல்ல, ''அது தான் எனக்கு வேணும்'' என்றான் அதியமான்...

''சரி உனக்காக பண்ணுறேன், ரெக்கார்டை அனுப்பு'' என்று சொல்லி விட்டு அலைபேசியை நிவேதன் வைத்து இருக்க, அதியமானும் ரெக்கார்டை அனுப்பி இருக்க, அந்த பதிவு அடுத்த அரை மணி நேரத்தில் சமூக வலைத்தளங்களில் பேசும் பொருளாகியது...

யாத்ராவின் ஆதரவாளர்கள், ''இந்த பதிவு போலியானது'' என்கின்ற ரீதியில் பேச, எதிர்க் கட்சியோ, ''நோ மீன்ஸ் நோ... பொண்டாட்டின்னாலும் இப்படி பண்ணி இருக்க கூடாது...'' என்கின்ற ரீதியில் யாத்ராவுக்கு கரித்துக் கொட்ட ஆரம்பித்து விட, அவற்றை பார்த்த அதியமானின் இதழ்களில் ஒரு வக்கிரமான புன்னகை...

இதே சமயம், ஜீப்பில் சென்று கொண்டு இருந்த யாத்ராவின் அலைபேசி அலறியது...

எடுத்தது ஜீவானந்தன் தான்...

''யாத்ரா என்ன நடக்குது... நியூஸ் பார்த்தியா?'' என்று கேட்க, ''என்ன தலைவரே சொல்றீங்க?'' என்று கேட்டான்...

''முதலில நியூஸை பார்த்துட்டு எனக்கு கால் பண்ணு'' என்று சொல்ல, சமூகவலை தளத்துக்குள் நுழைந்தவனுக்கு அதில் வந்த செய்திகளைப் பார்த்ததுமே சுர்ரென்று கோபம் எகிறியது...

அதில் ஆடலரசியின் ரெக்கார்டும் இருந்தது...

அதனை கேட்டவனுக்கு கழுத்து நரம்புகள் புடைத்து கிளம்பி இருந்தன...

அவளுடன் பேசிக் கொண்டு இருப்பது அதியமான் என்று அவன் குரலை வைத்தே அறிந்து கொண்டான்...

அவனுக்கு உண்டான களங்கத்தை விட, அவள் துரோகம் அவனுக்கு வலித்தது... என்னவெல்லாம் பேசி விட்டாள் அவள்...

நேற்றுக் கூட அவள் ஆசைக்கு இணங்க தானே அவளுடன் சங்கமித்து இருந்தான்...

ஆனால் கொஞ்சமும் வாய் கூசாமல் தான் கற்பழித்து விட்டதாக அல்லவா அவன் மீது பழியை தூக்கி போட்டு இருக்கின்றாள்...

ஜீரணிக்க முடியவில்லை அவனுக்கு...

முதல் முறை இப்படி ஒரு வலி உணர்வு அவனுக்கு...

ஏமாற்றப்பட்ட உணர்வு...

மீண்டும் அவனுக்கு ஜீவானந்தனிடம் இருந்து அழைப்பு...

எடுத்து காதில் வைத்தான்...

''பார்த்தியா?'' என்று கேட்டார்...

''ம்ம்'' என்றான்...

''என்ன சொல்ற?'' என்று கேட்டார்...

''அதியமான் ரிலீஸ் பண்ணி இருக்கான்'' என்றான் அழுத்தமாக...

''ம்ம் அவன் தான் ரிலீஸ் பண்ணி இருக்கான்... ஆனா வாக்குமூலம் கொடுத்தது உன் பொண்டாட்டி'' என்றார்...

மகனை விட்டுக் கொடுக்காமல் அவர் பேசினார்..

யாத்ராவிடம் பதில் இல்லை... சரியாக தானே சொல்கின்றார்...

ஆடலரசி வாயை திறந்து இப்படி சொல்லி

இருக்கவில்லை என்றால் இந்த நிலைமை அவனுக்கு வந்து இருக்காதே...

''ஒரு வாரம் பேசுவாங்க தலைவரே... அப்புறம் மறைஞ்சிடும்'' என்றான்...

''அப்போ நீ எதுவும் பதில் கொடுக்க போறது இல்லையா?'' என்று கேட்க, ''நான் பேசுனா அது விவாதமா மாறி தொடர்ந்துட்டே இருக்கும்... எப்படியும் ஒரு வாரத்துல அடங்கிடும்'' என்றான்...

சமூக வலைத்தளத்தை சரியாக கணித்து இருக்கின்றான்...

''எலெக்ஷன் வேற வருது'' என்றார் அவர்...

''இதனால பாதிப்பு வராது... மக்கள் மறந்திடுவாங்க'' என்றான்...

அவன் பேச்சில் இப்போதும் அந்த திமிர் அப்படியே இருந்தது...

ஜீவானந்தனோ, ''ம்ம்... அந்த ரெக்கார்டை ரிமூவ் பண்ணிடு'' என்று சொல்ல, ''ம்ம் அது பண்ணுறேன்'' என்று சொல்லி விட்டு வைத்தவன், அருகே அமர்ந்து இருந்த முருகனிடம், ''அந்த ரெக்கார்ட் சோஷல் மீடியாவில் இருக்க கூடாது... சைபர் க்ரைம் போலீஸுக்கு கால் பண்ணி, இத மொத்தமா தூக்க சொல்லிடு'' என்று சொல்ல, ''ஓகே சார்'' என்று சொன்ன முருகனோ, யாத்ரா சொன்னதன் படி வேலையை ஆரம்பித்து இருந்தான்...

இதே சமயம், கண்ணாடியூடு வெளியே பார்த்துக் கொண்டே அமர்ந்து இருந்த யாத்ராவின் மனதில் ஒரு வித அழுத்தம்...

வலியுடன் சேர்ந்த அழுத்தம்...

ஆடலரசியின் பெயரை நினைத்தால் கூட கொலைவெறி ஆத்திரம் வந்தது...

அவளை மன்னிக்க அவன் தயாராக இல்லை...

மன்னிக்கும் தவறும் அவள் செய்யவில்லை...

கடினமானவன் அவன்...

கரடு முரடானவன் அ வன்...

ஆனால் அவளிடம் மட்டும் மென்மையாக அல்லவா நடந்து ெ காண்டான்...

அவள் சொன்னது உண்மையாக இருந்து இருந்தால் கூட, அவனால் ஜீரணித்து இருக்க முடியும்...

இல்லாத ஒன்றை அல்லவா சொல்லி இருக்கின்றாள்...

''சார் இப்போ மீட்டிங் போறதா? இல்லை வீட்டுக்கு போறதா?'' என்று முருகன் கேட்க, 'மீட்டிங் போயிட்டு வீட்டுக்கு போகலாம்' என்றான்.

இதே சமயம், ஒரு லெக்ஷர் முடிந்து அடுத்த லெக்ஷர் நடக்க இருந்த இடைவெளியில், ''ஆடல், உன்னை பத்தி நியூஸ் பார்த்தியா?'' என்று கேட்டுக் கொண்டே, அவள் அருகே அவளது நண்பி வந்து அமர, அதனை பார்த்த ஆடலரசிக்கு தூக்கி வாரிப் போட்டது...

''இது என்ன ரெக்கார்டிங்?'' என்று கேட்டுக் கொண்டே, அதனை எடுத்து காதருகே வைத்து கேட்டவளுக்கு மயக்கம் வராத குறை தான்...

அனிதாவைப் பார்த்தவள், ''என்னடி இதெல்லாம்?'' என்று கேட்க, அனிதாவோ, ''என்னடி?'' என்று கேட்க, ''உன் அண்ணன் பண்ணுன வேலை'' என்றாள் கடுப்பாக...

அனிதாவோ செய்தியை பார்த்து விட்டு, ''நீ சொன்ன விஷயம் தானே'' என்று சொல்ல, ''அது சும்மா சொன்னேன் டி... அப்படி எல்லாம் இல்ல'' என்றாள்...

''என்னடி சொல்ற? நீ தானே இப்படி சொல்லி இருக்க... உன் கழுத்துல கூட காயம் இருக்கே'' என்று கேட்க சுற்றும் முற்றும் பார்த்து விட்டு, அவளைப் பார்த்த ஆடலரசியோ, ''அதுக்கு பேர் லவ் பைட்... ரேப் பண்ணுனா தான் அதெல்லாம் வரும்ணு இல்ல'' என்று பற்களை கடித்துக் கொண்டே சொன்னபடி எழுந்தவள், ''இப்போ என்ன பண்ணுறதுன்னு தெரியல'' என்று புலம்பிக் கொண்டே வெளியேறப் போக அடுத்த பாட லெக்ஷரர் வந்தவர், ''ஆடலரசி வெயார் ஆர் யூ கொய்ங்?'' என்று கேட்க, ''ரொம்ப முக்கியம்'' என்று திட்டி விட்டு அவள் வெளியேற, மாணவர்கள் சிரிக்க ஆரம்பித்து விட்டார்கள்...

லெக்ஷரரோ, ''மினிஸ்டர் பொண்டாட்டி என்கிற திமிரு'' என்று முணுமுணுத்துக் கொண்டே, ''சைலென்ஸ்'' என்று வகுப்பை அடக்கி இருந்தார்...

வெளியே வந்தவள் முதலில் அழைத்தது அதியமானுக்கு தான்...

அவனும் அலைபேசியை எடுத்து காதில் வைக்க, ''என்ன பண்ணி வச்சு இருக்க?'' என்று சீறினாள்.

''நீ சொன்னதை தானே போட்டேன்'' என்று

சொல்ல, ''மண்ணாங்கட்டி... அப்படி எல்லாம் ஒன்னும் இல்ல... நான் சந்தோஷமா தான் இருக்கேன்'' என்றாள்...

''நீ பயப்படுற கன்னுகுட்டி...'' என்றான் அவன்...

''ஐயோ, உனக்கு எப்படி சொல்றதுன்னு தெரியல... உன் கூட பேசுறதே வேஸ்ட்'' என்று சொல்லி விட்டு அலைபேசியை வைத்தவளோ, ஆட்டோவை பிடித்துக் கொண்டே வீட்டுக்கு கிளம்பினாள்...

அவளுக்கு நிலை கொள்ள முடியவே இல்லை...

கண்ணெல்லாம் வேறு கலங்கி விட்டது...

யாத்ரா இதனை பார்த்து இருப்பான் என்று தெரியும்...

அவன் எப்படி எதிர்வினை ஆற்றுவான் என்று நினைக்கவே பயமாக இருந்தது...

சொன்னதில் ஒரு துளி கூட உண்மை இல்லையே.

இதே சமயம் யாத்ராவின் வீடும் பதட்டமாக இருந்தது...

''என்ன தான் நடக்குது?'' என்று குரலரசி கேட்டுக் கொண்டு இருக்க, ''அப்போ ஆடல் கஷ்டப்பட்டு இருக்காளா?'' என்று விசித்ரா மனதிற்குள் கவலைப்பட்டுக் கொண்டு இருந்தார்...

இதே சமயம் யாத்ராவின் வண்டி மீட்டிங்கை முடித்து விட்டு வீட்டுக்கு வரவும், ஆடலரசியின் ஆட்டோ அங்கே வரவும் நேரம் சரியாக இருந்தது...

ஜீப்பில் இருந்து இறங்கிய யாத்ராவோ, அவளை

ஒரு கணம் பார்த்து விட்டு, விறு வி றுவென உள்ளே செல்ல, ஆடலரசிக்கு உதறல் தான் எடுத்தது...

அவன் ஒற்றைப் பார்வையே அவனது மனநிலையை எடுத்து சொல்லி இருக்க, பதட்டமாக அவனை தொடர்ந்து உள்ளே நுழைந்தாள் பெண்ணவள்...

அங்கே ஹாலில் தான் எல்லோரும் அமர்ந்து இருக்க, யாத்ரா அவர்களை பார்த்துக் கொண்டே நடக்க, அவள் அருகே ஓடி வந்து நின்ற ஆடலரசியோ, ''அந்த ரெக்கார்டிங் ல இருக்கிற போல எதுவும் நடக்கல... நான் சந்தோஷமா தான் இருக்கேன்... நான் ஏதோ சொல்ல போய் அது இப்படி ஆயிடுச்சு'' என்று பதட்டத்துடன் சொன்னவளுக்கு கண்ணீரும் வழிய, ஷண்முகியோ, ''விளையாட் டுக்கு சொல்ற விஷயமா இது ஆடல்? அவன் பெயர் கெட்டு போச்சு... எல்லோரும் என்ன நினைப்பாங்க... உனக்கு கொஞ்சம் கூட மூளை இல்லையா?'' என்று சீறிக் கொண்டே எழ, ''என்னை மன்னிச்சிடுங்க அத்தை... நான் சும்மா சொன்னேன்... இப்படி பெரிய விஷயம் ஆகும்னு நான் எதிர்பார்க்கவே இல்லை'' என்று சொன்னாள்.

யாரையும் பார்க்கும் அளவுக்கு அவளுக்கு தைரியம் இல்லை... தலையை குனிந்தபடி நின்று இருந்தாள்...

யாத்ராவோ மார்புக்கு குறுக்கே கையை கட்டிக் கொண்டே அவளை பார்த்தபடி நிற்க, குரலரசியோ, ''யாத்ரா... ஏதாவது பேசுப்பா'' என்றார்...

அவன் மௌனம் ஆடலரசி தொடக்கம் எல்லோருக்கும் பயத்தை தான் கொடுத்தது...

''என்ன பேசணும்?'' என்று கேட்டான்...

''அவளை மன்னிச்சு'' என்று குரலரசி ஆரம்பிக்க, ''மன்னிப்பு என்கிற விஷயத்துக்கே இங்க இடம் இல்ல'' என்று அவளை துளைத்தெடுக்கும் பார்வை பார்த்துக் கொண்டே சொன்னவன், பெருமூச்சுடன் அங்கே இருந்த விசித்ராவை பார்த்தபடி, ''உங்க பொண்ண நீங்களே வச்சுக்கோங்க அத்தை... எனக்கு இவ வேணாம்'' என்றான்...

வெகு நிதானமாக பேசினான்...

அந்த வார்த்தைகளில் வழக்கமாக இருக்கும் கோபத்தை விட, வலி தான் அதிகமாக இருந்தது...

அவன் இந்த நிதானம் எல்லோருக்குமே ஆச்சரியமும் அதிர்ச்சியும்...

''என்ன சொல்ற?'' என்று ஷண்முகி கேட்க, அவனோ, ''ரெஜிஸ்டர் பண்ணாதது நல்லதுக்கு தான்... எனக்கு இவ வேணாம்'' என்று ஒவ்வொரு வார்த்தையாக அழுத்தி சொல்ல, விலுக்கென அவனை அதிர்ச்சியுடன் நிமிர்ந்து பார்த்தாள் பெண்ணவள்...

அவனும் அவளை தான் துளைத்தெடுக்கும் பார்வை பார்த்தபடி நின்று இருக்க, ''சின்ன பொண்ணு மன்னிச்சுடலாமே'' என்று குரலரசி அவனிடம் கெஞ்சுதலாக கேட்க வந்தவர், அவன் ஒற்றைப் பார்வையில் வாயை கப்பென்று மூடிக் கொள்ள, அவன் அதிகமாக வேறு எதுவும் பேசவில்லை...

''என் முடிவு இது தான்'' என்று அழுத்தமாக சொல்லி விட்டு விறு விறுவென மாடியேறிச் சென்றான்...

ஆடலரசிக்கு என்ன செய்வது என்று தெரியவில்லை...

அழுகை தான் வந்தது...

அவள் பக்கம் நின்று பேசக் கூட யாருக்கும் தைரியம் இல்லை... நியாயமும் அவள் பக்கம் இல்லையே... பிறகு எங்கனம் பேசுவது...

சற்று நேரத்தில், ''காமாட்சி'' என்று யாத்ராவின் சத்தம் மாடியில் இருந்து கேட்டது...

காமாட்சியும் அவன் அறைக்குள் சென்றவர், கையில் ஆடலரசியின் உடைப்பெட்டியுடன் தான் வெளியே வந்தார்...

அதனை பார்த்ததுமே ஆடலரசிக்கு மொத்தமாக நொறுங்கி விட்ட உணர்வு... விறு விறுவென நடந்து சென்று அறைக்குள் நுழைந்து கொண்டவளோ, கட்டிலில் படுத்து அழ ஆரம்பித்து விட்டாள்...

சத்தம் இன்றி, ரத்தம் இன்றி அவள் இதயத்தை இப்படி நொறுக்கி விட்டானே அவன்...

நொறுங்கியது அவள் இதயம் மட்டும் அல்ல, அவன் இதயமும் தான்...

அத்தியாயம் 17

அவள் அறைக்குள் மிதிலாவும் மதுராவும் நுழைய, ''நான் தனியா இருக்கணும் ப்ளீஸ்'' என்று கட்டிலில் படுத்து அழுது கொண்டே ஆடலரசி சொல்ல, அவர்களும் பெருமூச்சுடன் வெளியேறி விட்டார்கள்...

கிட்டத்தட்ட அவனுடன் கொஞ்ச நாட்கள் தான் வாழ்ந்து இருப்பாள்...

ஆனாலும் அவன் உதாசீனத்தை தாங்க முடியவில்லை...

அவள் செய்தது குற்றம் தான்...

அதற்காக இப்படி ஒரு வாழ்நாள் தண்டனையை அவளால் ஏற்றுக் கொள்ள முடியவில்லை...

இதே சமயம் பால்கனியில் நின்று இருந்தான் யாத்ரா...

இன்னும் அவள் ரெக்கார்டில் சொன்ன வார்த்தைகள் தான் காதில் ஒலித்துக் கொண்டு இருந்தன...

அவனால் அதனை ஜீரணிக்கவே முடியவில்லை..

அவளிடம் ஆரம்பத்தில் அவன் அத்து மீறினான் தான்...

ஆனால் அவளுக்கு பிடிக்கவில்லை என்று தெரிந்து இருந்தால் கண்டிப்பாக ஒரு கட்டத்தில் விலகி இருப்பான்...

அவன் முரடன் தான்...

ஆனால் கெட்டவன் இல்லையே...

பெண்களை பலாத்காரம் செய்த எத்தனையோ பேரை அவன் கையால் கொலை செய்து இருக்கின்றான்...

அதே கரத்தினால் ஒரு பெண்ணை பலாத்காரம் செய்ய அவன் நினைத்தது கூட இல்லை...

அவனுக்கு ஏனோ அவளை பிடித்து இருந்தது...

பிடிப்பதற்கு எல்லாம் காரணம் இல்லையே...

அவள் துறு துறுப்பு பிடித்து இருந்தது...

வெகுளித்தனமான பேச்சு பிடித்து இருந்தது...

அதியமான் அவளுடன் நெருக்கம் காட்டுவது அவனுக்கு பிடிக்கவில்லை தான்...

அதனால் தான் அவனை காதலிக்கின்றாளா? இல்லையா? என்று விசாரித்துக் கொண்டான்...

அவள் காதலிக்கவில்லை என்று சொன்னதும் தான் அவளை திருமணம் செய்ய நினைத்து இருந்தான்...

அவன் திருமணத்தை பதிவு செய்யாமல் இருந்த காரணம் கண்டிப்பாக அவனுக்காக இல்லை...

அவளுக்காக மட்டும் தான்...

அவள் தான் இந்த கொலைகளை செய்வதை எல்லாம் ஏற்றுக் கொள்வாளா? இல்லையா? என்கின்ற யோசனை...

அவளுக்கு இந்த திருமணத்தில் இஷ்டம் இல்லை என்று தெரியும்...

அதற்காக அவளை விட்டுக் கொடுக்கவும் அவனுக்கு இஷ்டம் இல்லை...

பிடிக்க வைத்து விடலாம் என்ற நம்பிக்கையில் தான் திருமணம் செய்தான்... அவளுக்கு பிடிக்கவில்லை என்றால் மொத்தமாக விலகி விடலாம் என்று தான் நினைத்து இருந்தான்...

அவன் எதிர்பாராமலேயே, அவனுடன் இலகுவாக பெண்ணவள் ஒன்ற ஆரம்பித்து விட்டாள்...

அவனுக்கும் அவள் மேல் காதல் அதிகமானது...

அவனுக்கு உருகி உருகி பேச தெரியாது...

காதல் வசனங்கள் பேச வராது...

ஆனாலும் அவளை பிடிக்கும்...

ரொம்ப ரொம்ப பிடிக்கும்...

தனது வாயால் அவள் வேண்டாம் என்று சொல்வான் என்று அவன் கனவில் கூட நினைத்தது இல்லை...

சொல்லி விட்டான்...

சொல்ல வைத்து விட்டாள்...

மனது கனமாக இருந்தது...

அவனுக்கு மது பழக்கம் இல்லை...

சிகரெட் பழக்கம் இல்லை...

பெண்கள் சகவாசமும் இல்லை...

நேர்மையானவன், உண்மையானவன்...

தவறு செய்தவர்களுக்கு மரண தண்டனை கொடுப்பவன் தான் இந்த யாத்ரா...

யாத்ரா சரவணன்...

முதல் முறை இப்படி ஒரு அழுத்தம் அவன் மனதில்...

அவனையும் இந்த காதல் அசைத்துப் பார்த்து விட்டதே...

ஆனாலும் அதே இடத்தில் தங்கி விடுபவன் அல்ல அவன்...

தனது இலக்கை நோக்கி ஓடிக் கொண்டே இருப்பவன் தான்...

இப்போது இந்த நினைவுகளில் இருந்து

வெளியே வர வேண்டிய கட்டாயம் அவனுக்கு...

இப்படியே அவளை பற்றி யோசித்துக் கொண்டே இருக்க முடியாது...

அவனை நம்பி அவனுக்கு வாக்களித்த மக்கள் இருக்கின்றார்கள்...

அவர்களுக்கு உண்மையாக இருக்க வேண்டும் என்கின்ற எண்ணம் அவனுக்கு இருக்கின்றது...

ஒரு பெருமுச்சுடன் அறைக்குள் நுழைந்தவன், அங்கே புத்தக அடுக்கில் இருந்த புத்தகம் ஒன்றை எடுத்துக் கொண்டான்...

அப்படியே இருக்கையில் அமர்ந்து அதனை வாசிக்க ஆரம்பித்தான்...

சற்று நேரத்தில் அவன் மனம் லேசானது...

அதனை தொடர்ந்து கட்டிலில் படுத்தவனுக்கு என்னவோ போல இருந்தது...

கட்டிலில் இன்னும் அவள் வாசம்...

ஏதேதோ உணர்வுகள்... சட்டென எழுந்தவன், வேகமாக படுக்கை விரிப்பை உருவி வீசி இருந்தவன், அப்படியே கட்டிலில் மல்லாக்க விழுந்து படுத்து இருந்தான்...

மனம் எல்லாம் அவள் எண்ணம்...

மெதுவாக கண்களை மூடி தன்னை நிலைப்படுத்தியவன், அப்படியே தூங்கிப் போக, தூக்கம் இல்லாமல் தவித்தது பெண்ணவள் தான்...

அப்படியே கட்டிலில் அமர்ந்து ஜன்னலினூடு

தெரிந்த நிலவை வெறித்துப் பார்த்துக் கொண்டே அமர்ந்து இருந்தாள்...

அதியமான் மேல் கொலைவெறி ஆத்திரம் இருந்தது...

அதியமான் அதன் பிறகு அழைத்த போதிலும், அவள் அலைபேசியை எடுக்கவில்லை...

அவன் மீது கோபப்பட்டும் பயன் இல்லை... யாத்ராவை பற்றி தவறாக பேசியது அவள் குற்றம் தானே...

விளையாட்டாக பேசியது இப்படி விபரீதமாகும் என்று அவள் எதிர்பார்க்கவே இல்லை...

தூக்கம் வரவில்லை...

அழுகை தான் வந்தது...

யாத்ரா போல உறுதியான மனமும் அவளுக்கு இல்லை...

சின்னப் பெண்...

பெரிதாக உலக அனுபவமும் இல்லை...

சட்டென வலியில் இருந்து மீள முடியாதவளுக்கு அழுகை மட்டும் நிற்கவே இல்லை...

எப்போது தூங்கினாள் என்று அவளுக்கே தெரியவில்லை...

அடுத்த நாள் காலையில் அவளுக்கு கல்லூரிக்கு செல்லவே மனம் இல்லை...

அப்படியே படுத்து இருந்தாள்...

எழுந்து சாப்பிடவும் செல்லவில்லை...

அவள் மனநிலையை அறிந்து யாரும் அவளை தொந்தரவு செய்யவில்லை...

ஒரே வீட்டில் தானே இருக்க போகின்றார்கள்...

சேர்த்து வைத்து விடலாம் என்கின்ற நம்பிக்கை அவர்களுக்கு...

இதே சமயம் காலையில் சாப்பிட வந்து அமர்ந்த யாத்ராவின் விழிகள் தன்னை அறியாமல் ஆடலரசியை தேடின...

ஆனாலும் எதனையும் முகத்தில் காட்டாமல் அமர்ந்து சாப்பிட ஆரம்பித்து விட்டான்...

யாரும் எதுவும் பேசவில்லை...

பேசும் தைரியமும் யாருக்கும் இல்லை...

ஆடலரசி மேல் தவறு இல்லை என்றால் கூட பேசி இருப்பார்கள்...

அவள் மேல் தவறு இருக்கும் போது என்ன பேசி விட முடியும்?

அதனால் அவ்விடத்தை மௌனம் மட்டுமே ஆட்சி செய்தது...

ஆடலரசி எழுந்து வெளியே வந்த போதே பத்து மணி கடந்து விட்டது...

ஹாலில் இருந்த எல்லோரும் அவளை தான் பார்த்தார்கள்...

அவளுக்கு என்னவோ போல இருந்தது...

யாரையும் பார்க்காமல் நடந்து வந்து சாப்பிட அமர்ந்தவளுக்கு சாப்பாடு உள்ளே இறங்கினால் தானே...

கண்கள் கரித்துக் கொண்டே வந்தன...

ஒரு பக்கம் குற்ற உணர்ச்சி... அடுத்த பக்கம் எல்லோரும் அவளை பார்க்கும் பரிதாப பார்வை...

இன்னொரு பக்கம் அவன் பிரிவால் தோன்றிய வலி...

எல்லாவற்றையும் எப்படி கையாள்வது என்று தெரியாமல் அவளுக்கு அழுகை தான் வந்தது...

பாதி சாப்பிட்டு விட்டு எழுந்தவளோ, கையை கழுவிக் கொண்டே அறைக்குள் செல்ல முற்பட, ''ஆடல்'' என்று அழைத்தார் குரலரசி...

அவளும் அவர் முன்னே வந்து தலையை குனிந்தபடி நின்றாள்...

தவறு செய்து விட்டு அழுது வடிபவளிடம் என்ன சொல்லி விட முடியும்?

அவளுக்கு யாத்ராவே தண்டனை கொடுத்து விட்டானே...

ஏனோ அவளது வீங்கிய முகத்தை பார்க்க அவருக்கு பாவமாக இருந்தது...

''இங்க வந்து உட்காரு'' என்று அருகே இருந்த இடத்தைக் காட்ட, அவளும் வந்து அமர்ந்தாள்...

அவரை பார்க்கவில்லை...

குனிந்தபடியே அமர்ந்து இருந்தாள்...

''எதுக்கு தனியாவே இருந்து அழுதுட்டு இருக்கிற?'' என்று கேட்டார்...

அவளிடம் பதில் இல்லை...

''பண்ணுன வேலை அப்படி அத்தை... குற்ற உணர்வோ இருக்கு போல'' என்று ஷண்முகியின் வார்த்தைகள் குத்தலாக வந்தன...

அவருக்கு மகனின் மரியாதையை அவள் கெடுத்த ஆத்திரம் மனதினுள் இருந்தது...

குரலரசி கண்டிப்பானவர் என்றாலும் அவளை பார்த்து பரிதாபமாக இருந்தது...

என்ன இருந்தாலும் அவளும் அவருக்கு பேத்தி தானே...

''சின்ன புள்ள தனமா ஏதோ பண்ணி இருப்பா... விட்டு தள்ளு... மன்னிப்பு கேட்டுட்டா தானே...'' என்று சொல்ல, ''என்னவோ போங்க அத்தை... என்னால மன்னிக்க முடியல'' என்று சொல்லிக் கொண்டே அவர் எழுந்து சென்று விட்டார்...

குரலரசி இல்லை என்றால் இன்னும் கொஞ்சம் கண்டிப்பாக பேசி இருப்பார்...

அவர் இருந்ததால் ஷண்முகி அடக்கி வாசித்து இருக்க, 'எல்லாம் சரி ஆயிடும்.. அழுதழுது உடம்பை கெடுத்துக்காதே' என்றார் குரலரசி...

''ம்ம்'' என்றாள் குனிந்து கொண்டே...

''சரி போ'' என்று சொல்ல, அவளும் அங்கிருந்து நகர, அவரோ மிதிலா மற்றும் மதுராவை பார்த்து கண்களை காட்ட, அவர்களும் அவளை பின் தொடர்ந்து சென்றார்கள்...

அறைக்குள் வந்ததுமே மிதிலாவும் மதுராவும் உள்ளே நுழைந்து இருக்க, அவர்களை பார்த்த ஆடலரசியோ, ''பரிதாபமா பார்க்காதீங்கடி... என்னவோ போல இருக்கு'' என்றாள்...

''என் பார்வையே அப்படி தான்'' என்றாள் மதுரா.

ஆடலரசிக்கு வலியை மீறி சிரிப்பு வந்து விட, மெதுவாக சிரித்துக் கொண்டே, ''நான் அப்படி பேசி இருக்க கூடாது ல'' என்றாள்...

மிதிலாவோ, ''எதுக்கு அப்படி சொன்ன? நிஜமாவே அப்படி நடந்திச்சா?'' என்று கேட்க, அவளோ, ''அவர் ஒன்னும் என் கிட்ட தப்பா நடந்துக்கல, உண்மையை சொல்ல போனா ரொம்ப சாஃப்ட் ஆஃற தான் நடந்துக்கிட்டார்... லூசு தனமா நான் தான் உளறிட்டேன்... ரொம்ப குற்ற உணர்வா இருக்கு... கஷ்டமாவும் இருக்கு'' என்று சொன்னவளது கண்கள் கலங்க, அப்படியே மிதிலா அவளை அணைத்துக் கொள்ள, அவள் மௌனமான அழுகை விம்மலாக மாறியது...

மிதிலா அவள் முதுகை ஆறுதலாக வருடிக் கொண்டாள்...

ஆடலரசிக்கோ அதியமான் இதுவரைக்கும் பல மெசேஜகளை அனுப்பி இருந்தான்...

ஆடலரசி எதுக்குமே பதில் அனுப்பவில்லை...

அவனது, ''கன்னுகுட்டி'' என்கின்ற அழைப்பு அவளுக்கு எரிச்சலாக இருந்தது...

''கன்னுக்குட்டியும் மண்ணாங்கட்டியும்'' என்று என்று திட்டிக் கொண்டாள்...

அவளுக்கு அவன் தன்னை ஏமாற்றிய உணர்வு...

அவள் பேசியது தவறு என்றாலும் அதனை இப்படி பொதுவெளியில் போட்டு யாத்ராவை அவமானப்படுத்தியதை அவளால் ஜீரணிக்கவே முடியவில்லை...

அவன் மேல் இருந்த அவள் நம்பிக்கை மொத்தமாக உடைந்த உணர்வு...

அன்று மாலை அனிதா அவளுக்கு அழைத்து இருந்தாள்...

பெருமூச்சுடன் அலைபேசியை எடுத்து காதில் வைத்தவள், ''சொல்லுடி'' என்று சொல்ல, அவளோ, ''ஏன் காலேஜ் வரல?'' என்று கேட்டாள்...

''நாளைக்கு வர்றேன்'' என்றாள்...

''ஆர் யூ ஓகே?'' என்று அனிதா கேட்க, ''ம்ம்'' என்று மட்டும் சொன்னவளோ மேலும் எதுவும் பேசவில்லை...

அனிதாவும் அலைபேசியை வைத்து விட்டாள்...

அவள் அருகே நின்று இருந்த அதியமானோ, ''என்ன சொன்னா?'' என்று கேட்க, ''நாளைக்கு காலேஜ் வர்றேன்னு சொன்னா'' என்றாள்...

அவனும், ''ம்ம்'' என்று சொல்லி விட்டு நகர்ந்தவனுக்கு அவள் இப்படி பேசாமல் இருப்பது என்னவோ போல இருந்தது...

அடுத்த நாள் விடிந்தது...

காலையில் வழக்கம் போல சாப்பிட சென்றாள்...

அவள் விழிகள் மாடியில் இருந்து இறங்கி வந்த யாத்ராவில் படிந்தது...

அவன் அவளை கண்டும் காணாமல் சாப்பிட அமர்ந்து விட்டான்...

'பார்க்கவே மாட்டேங்குறான்' என்று மனதுக்குள் திட்டிக் கொண்டாள்...

அவனோ சாப்பிட்டு முடிந்ததுமே, ''ஆர்யாவோட கல்யாண வேலையை ஸ்டார்ட் பண்ணிடலாம்'' என்றான்...

ஆர்யாவோ, ''அண்ணா'' என்று அழைக்க, ''ம்ம்'' என்றான் அவனை பார்த்துக் கொண்டே...

''ஹரிஷுக்கும்   சேர்த்தே   பண்ணிடலாம்'' என்றான்...

''டேய் நான் எப்போ டா கேட்டேன்'' என்று ஹரிஷ் ஆர்யாவுக்கு மெதுவாக திட்ட, அவனை எட்டிப் பார்த்த யாத்ராவோ, ''அப்போ கல்யாணம் வேணாமா?'' என்று கேட்டான்...

''அப்படி   இல்ல''   என்று   இழுவையாக சொன்னவனோ கடைக்கண்ணால் மதுராவை பார்க்க, அவளோ அடக்கப்பட்ட சிரிப்புடன் சாப்பிட்டாள்...

''அப்புறம் என்ன?'' என்று கேட்டான் யாத்ரா...

''பண்ணிடலாம்'' என்று அவன் சொல்லி முடிய, யாத்ராவின் விழிகள் மதுராவில் படிய, ''மதுரா'' என்று அழைத்தான்...

அவளோ   பதட்டமாக   யாத்ராவை   ஏறிட்டுப் பார்த்துக் கொண்டே, 'சொல்லுங்க மாமா' என்றாள்.

''கல்யாணத்துக்கு சம்மதமா?'' என்று கேட்டான்...

அவனுக்கு   ஆர்யாவுக்கும   மிதிலாவுக்கும் இடையான   காதல் தெரியும்... அதனால் அதனை பற்றி அலட்டிக் கொள்ளவில்லை...

ஆனால்   மதுராவின் சம்மதம்   இப்போது முக்கியமாக பட்டது...

குரலரசியோ, ''சின்ன வயசுல போட்ட முடிச்சு தானே யாத்ரா, சம்மதம் இல்லாம இருக்குமா?'' என்று கேட்க, அவனோ, ''நான் மதுராவை தான் கேட்டேன், அப்புறம் அட்டெம்ப்ட் டு ரேப் கேஸ் ஹரிஷ் மேலயும் வந்திட கூடாதுல'' என்றான்...

சுருக்கென்று தைத்தது ஆடலரசிக்கு...

சட்டென ஏறிட்டு அவனைப் பார்த்தாள்...

கண்கள் கலங்கிப் போயின...

அவன் அவளைப் பார்க்கவே இல்லை...

அங்கே இருந்தவர்களுக்கு எல்லாம் அவன் வார்த்தைகள் என்னவோ போல ஆகி விட்டது...

மௌனித்து போனார்கள்...

மதுராவோ, ''எனக்கு பிடிச்சு இருக்கு மாமா'' என்றாள் அவசரமாக...

'ம்ம்' என்று சொல்லிக் கொண்டே அவன் சாப்பிட, ஆடலரசிக்கு தான் சாப்பாடு இறங்கவில்லை...

இதயத்தில் ஏதோ குத்துவது போன்ற உணர்வு...

உணவை நீண்ட நேரம் பிசைந்து கொண்டே இருந்தவள், அவன் கிளம்பியதும் பாதி சாப்பிடாமலே கிளம்பி விட்டாள்...

கல்லூரிக்கு சென்றும் இறங்கி விட்டாள்...

நண்பர்கள் என்ன பேசுவார்களோ என்கின்ற தயக்கம்...

அவளை கடந்து சென்றவர்கள் அவளை பார்த்து விட்டு செல்வது போன்ற உணர்வு...

சட்டென அவளை மறித்தபடி ஒரு உருவம் நின்றது...

ஏறிட்டுப் பார்த்தாள்...

அதியமான் தான்...

அவனை முறைத்துக் கொண்டே அவள் கடந்து செல்ல முற்பட, ''கன்னுகுட்டி'' என்றான்...

''இனி என்னை அப்படி கூப்பிடாதீங்க சார்'' என்று சொல்லிக் கொண்டே நகர, மீண்டும் அவளை மறித்தபடி நின்றவன், ''பேசலாம் டி'' என்றான்...

அவனை ஏறிட்டுப் பார்த்தவள், ''இனி பேச என்ன இருக்கு? அது தான் அசிங்கப்படுத்தியாச்சுல'' என்றாள்...

''நான் ஒன்னும் புதுசா சொல்லலையே... நீ சொன்னதை தானே சொன்னேன்'' என்றான்...

''அது என் தப்பு தான்... அதுக்குன்னு இப்படியா பண்ணுவீங்க?'' என்று கேட்டவளுக்கு கண்கள் கலங்கி போக, ''ஹேய் அழாதே'' என்றான் அவன்...

கண்ணீரை துடைத்துக் கொண்டே, அவள் நகர்ந்தாள்...

அவள் மரியாதையாக பேசி அவனை தள்ளி வைத்தது அவனுக்கும் புரிந்தது...

மீண்டும் அவளை மறித்தபடி நின்றவன், ''பேசலாம் டி ப்ளீஸ்'' என்றான்...

''இனி பேச என்ன இருக்கு?'' என்று எகிறினாள்...

''நிறையவே இருக்கு'' என்றான்...

அவன் விடமாட்டான் என்று புரிந்தது...

பேசி முடித்து விடலாம் என்கின்ற எண்ணத்துடன், அவனை பின் தொடர்ந்து சென்றவள் மீண்டும் மர நிழலில் அமர்ந்து கொண்டே, ''என்ன ரெக்கார்டிங் ஆன் பண்ணியாச்சா?'' என்று கேட்டாள்...

''ஃபோனை நீயே வச்சுக்கோ'' என்று அலைபேசியை அவள் மடியில் வைக்க, அவனை முறைத்துப் பார்த்தவள், ''எதுக்கு இப்படி பண்ணுனீங்க?'' என்று நேரடியாக கேட்டாள்...

அவனோ பெருமூச்சுடன், ''நீ கஷ்டப்படுறத பார்க்க முடியல'' என்றான்...

''அப்படின்னா நேரடியா பேசி இருக்கணுமே. இது அதுக்கு பண்ணுன போல தெரியலையே'' என்றாள்.

அவனோ பெருமூச்சுடன், ''யாத்ராவை பழி வாங்க தான் பண்ணுனேன்'' என்று உண்மையை ஒத்துக் கொண்டான்...

அவளோ, ''ரெண்டு பேருக்கும் பிரச்சனைன்னு தெரியுது... அப்படி என்ன தான் பிரச்சனை?'' என்று கேட்டாள்...

''இங்க பாரு... நீயே யாத்ரா பண்ணுன கொலை எல்லாம் பார்த்து இருக்க...'' என்று சொல்ல, அவளோ, ''அவர் கொன்னது நல்லவனுங்கள இல்லையே'' என்றாள்...

''என்னடி புருஷனுக்கு சப்போர்ட் ஆஹ்?'' என்று சற்று கடுப்பாக அதியமான் கேட்க, ''ஆமா'' என்றாள் எரிச்சலாக...

அவனோ, ''அப்போ நாங்க எதுக்கு இருக்கோம்... எல்லாம் அவனே பண்ணிட்டா, இந்த போலீஸ்,

லா அண்ட் ஆர்டர் எல்லாம் எதுக்கு?'' என்று கேட்க, ''ஓகே, அது உங்களுக்கும் அவருக்கும் இடையில் இருக்கிற பிரச்சனை... இடையில நான் என்ன பண்ணுனேன்?'' என்று கேட்டாள்...

அவனோ, ''இப்போ எதுக்கு ரொம்ப மரியாதையா பேசுற?'' என்று கேட்க, ''நான் அப்படி தான் பேசுவேன்'' என்றாள் அவள்...

அவனோ அவளை மேலிருந்து கீழ் பார்த்து விட்டு, ''எனக்கு யாத்ராவை எதுவும் பண்ண முடியல... இதுக்கு நான் சி எம் பையன்... அப்படி இருந்தும் என்னால எதுவும் பண்ண முடியாம இருக்கு... அசிங்கமா இருக்கு... அதுக்கு முக்கிய காரணம் அவனோட பதவியும் அதிகாரமும்... அதுக்கு ஆப்பு வைக்கணும்... அவனோட சப்போர்ட்டை குறைக்கணும்... அவன் பதவியை புடுங்கி வீட்ல உட்கார வைக்கணும்... அதுக்கு அப்புறம் தான் அவனுக்கு நான் ஈசியா ஸ்கெட்ச் போடலாம்...'' என்றான்...

''மாஸ்டர் ப்லான்'' என்றாள் அவனை அதிர்ச்சியாக பார்த்துக் கொண்டே...

''ஒஃப் கோர்ஸ்... இன்னொன்னு சொல்றேன் கேட்டுக்கோ... நான் ஆசைப்பட்ட பொண்ணு நீ... உன்னை கல்யாணம் பண்ணுனதை என்னால ஜீரணிக்க முடியல... அதுக்கும் மேல உன்னை ரேப் பண்ணி இருக்கான் னு கேள்விப்பட்டதும் ஆத்திரம் தான் வந்திச்சு'' என்று சொல்ல, ''அவர் அப்படி பண்ணல'' என்றாள் உடனடியாக...

''நீ தானே சொன்ன'' என்றான் அவன்...

''புத்தி கெட்டு சொல்லிட்டேன்... போதுமா?''

என்று கோபமாக கேட்டுக் கொண்டே அவள் எழும்ப, ''அவன் ஏதும் மிரட்டுறானா உன்னை? எதுக்கு மாறி மாறி பேசுற?'' என்று கேட்டான்...

அவனை ஒரு பார்வை தான் பார்த்தாள்...

அவனுக்கு விளக்கம் சொல்வது வீண் என்று தோன்ற, அங்கிருந்து அவனை பார்க்காமல் நடந்தாள்...

அவனோ சத்தமாக, ''அந்த ஆடியோ ரிலீஸ் பண்ணுனதுக்கு சாரி'' என்றான்...

சட்டென திரும்பிப் பார்த்து, ''சாரி சொன்னா எல்லாம் போதுமா?'' என்று தழுதழுத்த குரலில் கேட்டவளோ விறு விறுவென செல்ல, அவள் முதுகை பெருமூச்சுடன் பார்த்தான் அவன்...

அத்தியாயம் 18

வகுப்பறைக்குள் வந்தவளோ அனிதா அருகே இருக்காமல் வேறு இடத்தில் சென்று இருக்க, அனிதாவுக்கு ஒரு மாதிரி ஆகி விட்டது...

இடைவேளை நேரம், அவளை தேடி வந்தவள், ''உனக்கென்னடி என் கூட பிரச்சனை?'' என்று எகிறினாள்...

''எல்லாத்துக்கும் உன் அண்ணா தானே காரணம்'' என்று அவளும் பதிலுக்கு எகிற, ''தேவையில்லாம பேசாதே... உன்னை யாரு கண்டதையும் அவன் கிட்ட பேச சொன்னது?'' என்று கேட்டாள்...

''சரி என் தப்பு தான்... அதுக்காக இப்படி தான் சோஷல் மீடியாவுல விடுறதா?'' என்று ஆடலரசி கேட்க, அவள் அருகே அமர்ந்த அனிதாவோ,

''அவங்க ரெண்டு பேருக்கும் நிறைய நாளாவே பிரச்சனை... எப்போ உன் புருஷனை சிக்க வைக்கலாம்னு என் அண்ணா பார்த்துட்டு இருந்தார். சந்தர்ப்பத்தை நீ தான் உண்டாக்கி கொடுத்த. இந்த பிரச்சனைக்கு வேற யாரும் காரணம் இல்ல. முழுக்க முழுக்க நீ மட்டும் தான் காரணம்'' என்று உடைத்துப் பேச, ஆடலரசி சட்டென உடைந்து விட்டாள்...

''அது எனக்கு தெரியும் அனிதா...'' என்று சொல்லும் போதே அவள் கண்ணில் இருந்து கண்ணீர் வழிய, ''ஹேய் எதுக்கு அழுற? இப்போ என்னாச்சு?'' என்று கேட்க, கண்களை துடைத்த ஆடலரசியோ, ''நான் சொன்னா, அத அப்படியே உன் அண்ணா கிட்ட போய் சொல்லுவ'' என்றாள்...

''சரி நீ எதுவும் சொல்ல வேணாம்... என் கூட நார்மல் ஆஃ பேசு'' என்றாள் அனிதா...

ஆடலரசிக்கும் ஒரு எல்லைக்கு மேல் அவள் மீது கோபத்தை காட்ட முடியவில்லை...

அனிதா தான் எதுவும் செய்யவில்லையே...

அவள் மீது கோபத்தை காட்டுவது முட்டாள் தனமாக தோன்ற, பெருமூச்சுடன், ''சரி வா, சாப்பிடலாம்... பசிக்குது'' என்று சொல்லிக் கொண்டே கேன்டீனை நோக்கி சென்றாள்...

யாத்ராவுக்கு இதனை பற்றி எல்லாம் யோசிக்க கூட நேரம் இல்லை...

எப்போதுமே வேலை வேலை என்று வெளியே தான் இருப்பான்...

அவனுக்கான தூற்றுதல்கள் கொஞ்சம்

கொஞ்சமாக குறைய ஆரம்பித்து இருந்தன...

காலையில் அவனை ஆடலரசி பார்ப்பதுடன் சரி.

அதன் பிறகு பார்க்கவே கிடைக்காது...

ஒரு வாரம் கடந்து இருக்கும்...

அவனுடன் ஒரு தடவையாவது பேசி விட வேண்டும் போல இருந்தது...

அன்று இரவு ஹாலிலேயே நீண்ட நேரம் அமர்ந்து இருந்தாள்...

அவனுக்காக பார்த்துக் கொண்டு இருந்தாள்...

பத்து மணி கடந்து தான் அவன் வீட்டுக்கே வந்தான்...

ஹாலில் இருந்தவளை கண்டும் காணாமல் மாடியேற செல்ல, ''மாமா'' என்றாள்...

அவன் அந்த அழைப்புக்கு திரும்பிக் கூட பார்க்கவில்லை...

''உங்கள தான் கூப்பிடுறேன்'' என்றாள்...

அப்போதும் திரும்பவில்லை...

அவளுக்கு ஆத்திரம் வந்தது...

முதல் எல்லாம் அவனுடன் பேசவே பயப்படுபவளுக்கு அவன் நிராகரிப்பு புது தைரியத்தை கொடுத்து இருந்தது...

அவனோ விறு விறுவென மாடியேற, அவளோ அருகே இருந்த பூச்சாடியை எடுத்து நிலத்தில் கோபமாக போட்டாள்...

அவனோ சட்டென மாடியேறுவதை நிறுத்தி விட்டு, தலையை மட்டும் திருப்பி நிலத்தில் சிதறிக் கிடந்த பூச்சாடியை பார்த்தான்...

பூச்சாடி நொறுங்கிய சத்தத்தில் எல்லோரும் முன்னறைக்கு ஓடி வந்து விட்டார்கள்...

குரலரசியோ, ''என்னாச்சு?'' என்று கேட்க, அவளோ, ''அவரை என் கூட பேச சொல்லுங்க பாட்டி... நீங்க தானே கல்யாணம் பண்ணி வச்சீங்க'' என்று கேட்டாள்...

அழுகையுடன் கேட்டாள்...

இறுதியாக வாயை திறந்து விட்டாள்...

அவள் மீது கோபமாக இருந்த ஷண்முகிக்கே அவளை பார்க்க பாவமாக இருந்தது...

''யாத்ரா'' என்று அவர் அழைக்க, அவனோ, அவரை பார்த்து விட்டு காமாட்சியை பார்த்தவன், ''க்ளீன் பண்ணி விடு... இல்லன்னா யாரோடதும் காலுல ஏறிடும்'' என்று சொல்லிக் கொண்டே விறு விறுவென மாடியேற, அவளோ அவன் முதுகை வெறித்துப் பார்த்துக் கொண்டே காலை தூக்கி உடைந்த பூச்சாடிகளின் துண்டில் வைக்க, அது அவள் பாதத்தை பதம் பார்க்க, அதனைக் கண்ட குரலரசியோ, ''பைத்தியமா உனக்கு? காலை எதுக்கு அதுல தூக்கி வைக்கிற?'' என்று சத்தமாக கேட்க, சட்டென யாத்ரா திரும்பிப் பார்த்தான்...

அவள் காலில் இருந்து ரத்தம் வழிந்து கொண்டு இருந்தது...

அவள் காலை அதிர்ந்து பார்த்து விட்டு, ஏறிட்டு அவள் விழிகளைப் பார்த்தான்...

அவளும் அவனையே முறைத்துப் பார்த்துக் கொண்டே நின்று இருக்க, குரலரசியோ, ''இங்க வந்து உட்காரு'' என்று சொல்லிக் கொண்டே, அவள் கையை பற்றி இழுத்து செல்ல, அவளோ அவனை பார்த்துக் கொண்டே, நடந்து சென்று சோஃபாவில் அமர்ந்தாள்...

அவனுக்கே அவள் செயல் ஒரு மாதிரி ஆகி விட்டது...

அங்கே நின்ற ஆர்யாவிடம், ''ஃபெர்ஸ்ட் எய்ட் போட்டு விடு'' என்று சொல்லி விட்டு அறைக்குள் செல்ல, ''ஏன் உங்க அண்ணா போட மாட்டாரா?'' என்று சத்தமாக கேட்டாள்...

அவள் குரல் உயர்த்தி பேசி இன்று தான் எல்லோரும் பார்க்கின்றார்கள்...

அதுவும் யாத்ரா இருக்கும் போதே...

அந்த வீட்டில் அவள் குரல் சத்தமாக ஒலிக்க ஆரம்பித்து விட்டது...

அவள் கேட்டது யாத்ராவுக்கும் கேட்டது...

அதற்கெல்லாம் பதில் சொல்லவில்லை அவன்...

கண்களை மூடி திறந்து கொண்டே, விறு விறுவென அறைக்குள் சென்று கதவை தாழிட்டுக் கொள்ள, அவளுக்கோ ஆத்திரம்...

யார் மேல் காட்டுவது என்று தெரியவில்லை...

''புள்ளய பெற சொன்னா, ஹிட்லரை பெத்து வச்சு இருக்கீங்க'' என்றாள் அங்கிருந்த ஷண்முகியிடம்...

அதனைக் கேட்ட மிதிலாவும் மதுராவும் வாயில் கையை வைத்துக் கொண்டார்கள்...

சின்ன பயம் கூட இல்லாமல் எல்லாரையும் எதிர்த்து பேச ஆரம்பித்து விட்டாள்..

ஷண்முகியோ அவளை அதிர்ந்து பார்த்துக் கொண்டே, ''என்ன இப்படி எல்லாம் பேசுற?'' என்று கேட்க, ''வேற எப்படி பேசுறது? இவ்ளோ கெஞ்சுறேன் உங்க பையனுக்கு கொஞ்சம் கூட இரக்கம் வரலையா? எல்லாம் இந்த தாய்க்கிழவியால வந்தது'' என்று குரலரசியை பார்த்து சொல்ல, ஹரிஷுக்கு சிரிப்பு வந்து விட்டது... அடக்கிக் கொண்டே நின்று இருந்தான்...

குரலரசிக்கோ அதிர்ச்சி...

''என்னது தாய்க்கிழவியா?'' என்று கேட்க, ''அப்புறம் என்ன தாய் குமரியா? கல்யாணம் பண்ணி கொடுக்க சொல்லி நான் உங்க கிட்ட கேட்டேனா? இப்போ யார் அவஸ்தை படுறது? நீங்களா நானா?'' என்று எகிறினாள்...

அவள் பேச பேச, எல்லோருக்கும் பேயறைந்த உணர்வு தான்...

விசித்ராவோ, ''என்னங்க இப்படி எல்லாம் பேசுறா?'' என்று கிருஷ்ணனிடம் கேட்க, ''உன் பொண்ணுக்கு எங்க இருந்துடி இவ்ளோ தைரியம் வந்திச்சு?'' என்று அவர் மாறி கேட்டார்...

குரலரசியோ, ''சின்ன வயசுலயே பேசி வச்சது தானே'' என்று சொல்ல, ''மண்ணாங்கட்டி... பொருத்தம் பார்த்த ஜோசியர் யாருன்னு சொல்லுங்க ரெண்டு சாத்து சாத்தணும்'' என்று கண்ணீருடன் சொல்ல, ஷண்முகிக்கு பொறுமை போய் விட்டது...

''பொருத்தம் எல்லாம் பார்க்கவே இல்லை... அவன் தான் உன்னை கல்யாணம் பண்ணிக்க ஆசைப்பட்டான்'' என்று சொல்ல, அது ஆடலரசிக்கு இன்னும் பேரதிர்ச்சி...

சட்டென கோபமாக எழுந்தவள், ''ஓஹோ சார் ஆசைப்பட்டு கல்யாணம் பண்ணிட்டு தான் இப்போ முகத்தை திருப்பிட்டு போறாரா?'' என்று கேட்டுக் கொண்டே நடக்க, 'மருந்து போட்டுக்கோ' என்று சொல்லிக் கொண்டே, அவள் முன்னே ஆர்யா வந்து நிற்க, 'ஒன்னும் வேணாம்' என்று கண்ணீருடன் சொல்லிக் கொண்டே விறு விறுவென மாடியேற, அவள் பாதத்தில் இருந்த ரத்தம் சுவட்டை பதித்தது...

அப்படியே யாத்ராவின் அறைக்கு சென்றவள், வேகமாக அறையை தட்ட, அவனோ அப்போது தான் குளித்து விட்டு வந்தவன் அறையை திறந்தான்...

அங்கே வாசலில் அவனை முறைத்தபடி நின்றது என்னவோ ஆடலரசி தான்...

அவளை மேலிருந்து கீழ் பார்க்க, அவளோ, ''ஜாதகம் பார்த்து கல்யாணம் பண்ணல... ஆசைப்பட்டு தானே பண்ணி இருக்கீங்க'' என்று சத்தமாக கேட்டாள்...

அவனோ கண்களை மூடி திறந்து கொண்டே, வெளியே வந்தவன், கீழே ஹாலில் பயத்துடன் கையை பிசைந்து கொண்டே நின்ற குரலரசியை மாடியில் இருந்து எட்டிப் பார்க்க, அவரோ கையை ஷண்முகியை நோக்கி காட்ட, அவரோ, ''அத்தை இப்படியா போட்டு கொடுப்பீங்க?'' என்று கேட்டுக் கொண்டே, அவனை பார்த்து வலுக்கட்டயமாக

சிரித்த ஷன்முகியோ, ''பொருத்தம் பார்த்த ஜோசியரை தேடி போகணும்னு சொன்னா, அது தான்'' என்று இழுவையாக சொன்னார்...

அவரை முறைத்துப் பார்த்து விட்டு ஆடலரசியை பார்த்தவன், அறைக்குள் செல்ல போக, ''உங்க கிட்ட தான் பேசிட்டு இருக்கேன்'' என்று சொல்லிக் கொண்டே, அவனை அறைக்குள் செல்ல விடாமல், கதவை மறைத்தபடி நின்றாள்...

அவனோ இடையில் கையை வைத்து பெருமூச்சுடன் அவளைப் பார்க்க, அவளோ, ''நான் பண்ணுனது தப்பு தான்... அதுக்குன்னு இப்படியா பண்ணுவீங்க?'' என்று கேட்டாள்...

பதில் சொல்லவில்லை அவன்...

அவள் இடையை பிடித்து, சட்டென இழுத்து மறுபக்கம் விட்டவன், அவள் சுதாரிக்க முதல் கதவை மூடிக் கொள்ள, அவளுக்கோ ஆத்திரம்...

கோபமாக கதவை தட்டினாள்...

அவன் திறக்கவே இல்லை...

''கதவை திறங்க'' என்று சொல்லிக் கொண்டே காலினால் கதவை வேகமாக உதைத்தாள்... அப்போதும் திறக்கவில்லை...

''சாடிஸ்ட்'' என்று சத்தமாக திட்டி விட்டு கண்ணில் வழிந்த கண்ணீரை துடைத்தபடி வேகமாக தனது அறைக்குள் நுழைய, ''என்ன இவ இப்படி மாறிட்டா?'' என்று குரலரசி அதிர்ந்து கேட்க, ஆர்யாவோ, ''ரொம்ப லவ் பண்ணுறா போல'' என்று சொல்லிக் கொண்டே நகர, ''பாவமா

இருக்குடா'' என்று சொல்லிக் கொண்டே ஹரிஷ் அங்கே இருந்து நகர, ஏனையவர்களும் நகர்ந்தார்கள்.

ஆடலரசிக்கு தூக்கம் வரவில்லை...

அழுகை தான் வந்தது...

''ரொம்ப அழுத்தக்காரன்'' என்று யாத்ராவுக்கு திட்டி தீர்த்தாள்...

அடுத்த நாள் காலில் கட்டை போட்டுக் கொண்டே கல்லூரிக்கு சென்றாள்...

''என்னடி ஆச்சு காலுல?'' என்று அனிதா கேட்க, அவளோ, ''ஒன்னும் இல்ல'' என்று சொல்ல, ''சொல்லுடி... எதுக்கு இப்படி இருக்க?'' என்று கேட்டாள்...

ஆடலரசியோ பெருமூச்சுடன், ''அந்த ஹிட்லர் என் கூட பேசவே மாட்டேங்குறான்... இப்போ நான் என்ன பண்ணட்டும்?'' என்று கேட்க, ''லவ் பண்ணுறியா?'' என்று கேட்டாள் அனிதா...

''ரொம்பவே'' என்று ஆடலரசி சொல்ல, ''பேசாம நீ மறுப்பு வீடியோ ஒன்னு போட்டா என்ன?'' என்று கேட்டாள் அனிதா...

''என்ன மறுப்பு வீடியோ?'' என்று கேட்க, ''அந்த ஆடியோ நீ தெரியாம பேசுனதா சொல்லிடு'' என்றாள்...

''அப்போ என்னை மன்னிச்சுடுவானா அந்த ஹிட்லர்?'' என்று கேட்டாள் ஆடலரசி...

அவளோ, ''ம்ம் வாய்ப்பிருக்கு'' என்று சொல்ல, ''ஓகே, அப்போ இன்னைக்கு இன்டெர்வல்

நேரம் பண்ணிடலாம்'' என்று சொல்லிக் கொண்டே, இடைவேளை நேரம் வீடியோ எடுக்க ஆயத்தமானார்கள்...

ஆடலரசியும், ''எல்லோருக்கும் வணக்கம்... நான் தான் மிஸிஸ் யாத்ரா சரவணன்... என்னோட ஆடியோ ரிலீஸ் ஆகி எல்லோரும் அவரை தப்பா நினைச்சுட்டு இருக்கீங்க... அது என்னோட தப்பு தான்... நான் விளையாட்டா பேசுனது அப்படி ரிலீஸ் ஆயிடுச்சு... நிஜமாவே அவர் அப்படி பட்டவர் இல்ல... ரொம்ப நல்லவர்... என்னோட சம்மதம் இல்லாம எதுவுமே நடக்கல'' என்று சொல்லி முடிக்க, ''சூப்பர் போஸ்ட் பண்ணிடலாமா?'' என்று கேட்டாள் அனிதா...

''பண்ணிடலாம்'' என்று ஆடலரசி கையை தூக்கி காட்ட, அதனை அனிதாவும் போஸ்ட் செய்ய, கண நேரத்தில் அந்த வீடியோ மின்னல் வேகத்தில் பரவியது...

இதே சமயம், யாத்ராவோ ஒரு திறப்பு விழாவுக்கு வந்து இருந்தான்...

இந்த வீடியோவைப் பார்த்த முருகனோ, யாத்ரா அருகே ஓடிச் சென்று, ''சார்'' என்று சொல்லிக் கொண்டே வீடியோவை நீட்ட, அதனை வாங்கிப் பார்த்தவனுக்கோ சுர்ரென்று கோபம் எகிறியது...

அதில் பல விதமான கருத்துக்கள்...

யாத்ராவுக்கு ஆதரவாக நிறைய கருத்துக்கள் வந்து இருந்த போதிலும்,

''உன் புருஷனா இந்த வீடியோ போட சொன்னது?'' என்றும், ''உன் சம்மதத்துடன்

என்ன எல்லாம் பண்ணுனான் உன் புருஷன்?'', ''அந்த விஷயத்துல யாத்ரா எப்படி?'' என்றும் சில கொச்சையான கருத்துக்களும் வந்திருக்க, யாத்ராவுக்கு எல்லாவற்றையும் பார்த்ததுமே நிலை கொள்ள முடியவில்லை...

இப்போது தான் இந்த பிரச்சனை மட்டுப்பட்டு இருக்க, அதனை தோண்டி எடுப்பது போல இருந்தது ஆடலரசியின் செயல்...

அதற்கு மேல் அவனால் அங்கே நிற்க முடியவில்லை...

''வண்டியை எடு'' என்று சொல்லிக் கொண்டே, தனது ஜீப்பில் ஏறிக் கொண்டவனோ, ''காலேஜுக்கு வண்டியை விடு'' என்று சொன்னான்...

முருகனோ, ''சார்'' என்று இழுக்க, ''அந்த வீடியோவை தூக்க சொல்லிடு முருகன்'' என்று சொன்னவனுக்கோ, ஆத்திரத்தில் காது சிவந்து, கழுத்து நரம்புகள் புடைக்க, உஷ்ண பெருமூச்சு தான் வெளி வந்தது...

சிறிது நேரத்தில் கல்லூரியும் வந்து விட்டது...

ஜீப்பில் இருந்து இறங்கியவனோ விறு விறுவென முதல்வர் அறைக்குள் நுழைய, அவரோ, ''சார்'' என்று சொல்லிக் கொண்டே எழுந்து நின்றார்...

''ஆடலரசி எந்த க்ளாஸ் ல இருப்பா?'' என்று கேட்டான்...

அவன் கூரிய விழிகளை பார்த்தவர் சற்று பயந்து போக, ''டி பிளாக்'' என்று முடிக்க முதல், அங்கிருந்து புறப்பட்டு விட்டான் அவன்...

நினைத்து இருந்தால் அவளை வர சொல்லி விட்டு அவன் அங்கேயே காத்து இருந்து இருக்கலாம்... ஆனால் அந்தளவுக்கு அவனுக்கு பொறுமை இல்லை...

எல்லை இல்லாத கோபம்...

நேரே அவள் வகுப்பறைக்குள் நுழைய, அங்கே மீனா தான் வகுப்பெடுத்துக் கொண்டு இருந்தார்...

யாத்ராவை பார்த்ததும், ''சார்'' என்று முடிக்கவில்லை, வேகமாக ஆடலரசியை நோக்கி நடந்து வந்து விட்டான்...

அவனைக் கண்டதுமே ஆடலரசியின் விழிகள் அதிர்ந்து விரிய, அவளை எரித்து விடுவது போல பார்த்துக் கொண்டே, அவள் கையை பற்றியவன், அவளை தர தரவென இழுத்துக் கொண்டு தான் சென்றான்...

அவளோ, என்ன செய்வது என்று தெரியாமல் அவனை பின் தொடர்ந்து செல்ல, இதனை முன்னால் இருந்த அவளது நண்பனான மனோஜ் வீடியோ எடுக்க முயல, நடந்து சென்ற யாத்ராவோ வேகமாக அவன் அலைபேசியை பறித்துக் கொண்டே வெளியேற போக, ''சார்'' என்று மனோஜ் பதட்டத்துடன் எழுந்து கொள்ள, 'சாவடிச்சிடுவேன்' என்று அவனை பார்த்து சொன்னபடி ஆடலரசி யை இழுத்தபடி வெளியே வந்தான்... அப்படியே தனது ஜீப் அருகே வந்தவனோ, சொடக்கிட்டு சாரதி, முருகன் என அனைவரையும் வெளியேற சொன்னவன் ஜீப்பில் அவளை இழுத்து ஏற வைத்து விட்டு, அவனும் ஏறிக் கொண்டே, கார் கதவை மூடினான்...

பெண்ணவளுக்கோ அவன் பற்றி இருந்த மணிக்கட்டு வலித்தது...

அவன் முகத்தை பார்க்கவே பயமாக இருந்தது...

'இப்போ எதுக்கு இவ்ளோ கோபம்?' என்று அவள் நினைத்து முடிக்க முதல், அவளிடம் அவள் பேசிய வீடியோவை காட்டியவன், ''லூசா நீ?'' என்று கேட்டான்...

அவளோ, ''உங்களுக்காக தானே'' என்று முடிக்கவில்லை...

''நான் கேட்டேனா?'' என்று பற்களை கடித்துக் கொண்டே அவன் கர்ஜித்ததில் பெண்ணவளின் தளிர் மேனி நடுங்கி போனது...

அப்படி ஒரு ஆக்ரோஷம் அவனிடம்...

திருமணத்துக்கு பிறகு அவளிடம் அவன் இந்தளவு கோபமாக நடந்து கொண்டதே இல்லை...

''உங்க கோபம் போகணும்ம்னு'' என்று முடிக்கவில்லை, ''ஷ்'' என்று ஒற்றை விரலை வாயில் வைத்து பேச வேண்டாம் என்று சொன்னவனோ, ''சாவடிச்சிடுவேன் உன்னை... நீயா விட்டு இருந்தா கூட இந்த பிரச்சனை ஒரு மாசத்துல மொத்தமா அழிஞ்சு போய் இருக்கும்... திரும்ப தோண்டி எடுத்து இருக்க... அது கூட பரவாயில்லைன்னு மன்னிச்சு விட்ரலாம்... நீ பேசுனது எவ்ளோ சீப் ஆஷ இருக்குன்னு தெரியுமா?'' என்று கேட்டான்...

அவளுக்கு புரியவில்லை...

''நான் என்ன சீப் ஆஷ பேசிட்டேன்?'' என்று கேட்க, ''என்னடி பேசல? உன் சம்மதம் இல்லாம

தொட்டேனா இல்லையான்னு யாரும் உன் கிட்ட கேட்டாங்களா? ஒருத்தன் கேட்டு இருக்கான், உன் சம்மதத்தோட என்ன எல்லாம் பண்ணினேன் னு... அடுத்த முறை வீடியோ எடுத்து, அதையும் போஸ்ட் பண்ணு... அசிங்கமா இருக்குடி... உனக்கு இது சின்ன விஷயமா இருக்கலாம்... என்னோட மானம் மரியாதைன்னு எல்லாமே இருக்கு... யாத்ரான்னு பேரை கேட்டாலே நடுங்குறவன் லாம் என்னோட பர்சனல் லைஃப் பத்தியும் என்னோட செக்ஸுவல் லைஃப் பத்தியும் கமெண்ட் அடிக்கிற அளவுக்கு கொண்டு வந்து விட்டு இருக்க. நாளைக்கே உள்ளே யூடியூப் காரனுங்க எல்லோரும் இத பத்தி விதம் விதமா வீடியோ போடுவானுங்க... இஷ்டத்துக்கு பேசுவானுங்க... உன்னையும் பேட்டி எடுக்க கூப்பிடுவாங்க. என்னென்ன பொசிஷன்ல என்ன எல்லாம் பண்ணுனோம், ஒரு நாளைக்கு எத்தனை தடவை பண்ணுனோம்னு எல்லாத்தையும் விளக்கமா சொல்லிட்டு வா'' என்றான்...

அவன் பேசியதுமே அவளுக்கு கண்ணில் இருந்து கண்ணீர் நிற்காமல் வழிந்தது...

''எதுக்கு இப்படி எல்லாம் பேசுறீங்க?'' என்று கேட்டவளுக்கு வார்த்தைகளுக்கு பதில் அழுகை தான் வர, ''இந்தளவோட நிறுத்திட்டேன்னு சந்தோஷப்படு... இன்னொரு தடவை வீடியோ மண்ணாங்கட்டின்னு ஏதாவது குறளி வித்தை பண்ணுனா சாவடிச்சிடுவேன்'' என்று சொன்னான்...

''நீங்க பேசலன்னு தானே'' என்று அவள் ஆரம்பிக்க, ''உன் கிட்ட பேச என்ன இருக்கு? நீ பேசுனதுக்கு உனக்கு அன்னைக்கே செவில்ல சாத்தி இருப்பேன்... தாங்க மாட்டேன்னு அமைதியா

இருந்தேன்... ஆனா நீ ரொம்ப தான் ஆடுற... இது தான் உன் லிமிட்... இதுக்கு மேல ஏதாவது பண்ணுன, நான் மனுஷனா இருக்க மாட்டேன்... இப்போ சொல்றேன் கேட்டுக்கோ... இதுக்கப்புறமும் உன் கூட பேசவோ வாழவோ நான் தயாரா இல்லை... பின்னாடி வந்த மனுஷனா இருக்க மாட்டேன்...'' என்று ஒற்றை விரலை நீட்டி சொல்ல, அவளுக்கோ இதயத்தை யாரோ கத்தியால் கிழிப்பது போன்ற உணர்வு...

அழுகை தான் நிற்காமல் வந்தது...

அவனோ கண்களை மூடி திறந்தவன், ''ஹேய் அழுதுட்டு இருக்காம கீழ இறங்கு'' என்றான் அலட்சியமான குரலில்...

அவளோ அவனை முறைத்துக் கொண்டே, ''கொஞ்சம் கூட மனசாட்சி இல்லை ல'' என்று சொல்ல, ''உனக்கெல்லாம் மனசாட்சி பார்க்கணும்னு அவசியம் இல்ல'' என்றான்...

''மன்னிப்பு கேட்டாலும் மன்னிக்கணும்னு கொஞ்சமும் தோணலையே'' என்றாள் கண்ணீருடன்.

''இல்ல தோணல'' என்றான் அழுத்தமாக...

அவளுக்கு அவன் எடுத்தெறிந்து பேசியது கோபத்தை கொடுக்க, ''அப்போ என்னை கல்யாணம் பண்ண முதல் எப்படி கொண்டு வந்தீங்களோ, அப்படியே திரும்ப விடுங்க'' என்றாள்...

''சினிமா டயலாக் பேசாம முதல் ல இடத்தை காலி பண்ணு'' என்றான்...

''நீங்க மனுஷனே இல்லை... ஹிட்லர்'' என்றாள் எரிச்சலாக...

''இருந்துட்டு போறேன்'' என்றான் அவன் பெருமூச்சுடன்...

''உங்க மேல லவ் வந்து தொலைச்சு இருக்கு... ச்ச'' என்று கோபமாக சொல்லிக் கொண்டே, அவள் ஜீப்பில் இருந்து இறங்க, ''ஆமா, லவ் பொங்கி தான் மேடம் ரேப் கேஸ் போட்டீங்களாக்கும்'' என்றான் நக்கலாக...

''தெரியாம பண்ணி தொலைச்சுட்டேன்... மன்னிச்சிடுங்க சாமி'' என்று கோபமாக இரு கைகளையும் கூப்பி அவனிடம் கேட்டவளோ, விறு விறுவென அங்கிருந்து செல்ல, அவனோ பெருமூச்சுடன் இருக்கையில் சாய்ந்து இருந்து கொண்டே, ஜீப்பின் ஜன்னலை கீழே இறக்கியவன், கையை நீட்டி சொடக்கிட்டு, ''போகலாம்'' என்று சொல்ல, சாரதியும் முருகனும் வந்து ஜீப்பில் ஏறிக் கொள்ள, ஜீப்பும் வேகமாக புறப்பட்டது...

அத்தியாயம் 19

இதே சமயம் வகுப்பறைக்குள் மீண்டும் நுழைந்தாள் ஆடலரசி...

''எக்ஸ்கியூஸ் மீ மேடம்'' என்று சொல்லிக் கொண்டே நடந்து வந்து அனிதா அருகே அமர, அனிதாவோ, ''நம்ம ப்லான் சக்சஸ் ஆஹ்?'' என்று கேட்க, அவளை பார்த்து இரு கைகளையும் கூப்பியவள், ''தாயே, ஐடியா கொடுக்கிறேன்னு சொல்லி ஊசல் ஆடிட்டு இருக்கிற குடும்பத்தை மொத்தமா பிரிச்சுடாதே...'' என்றாள்...

''என்னடி சொல்ற?'' என்று அனிதா கேட்க, ''அசிங்கசிங்கமா திட்டுறான் டி... உன் கிட்ட

சொல்ல முடியாத அளவுக்கு எல்லாம் திட்டு வாங்கினேன்... உன் அண்ணா கிட்ட லஞ்சம் வாங்கிட்டு இதெல்லாம் பண்ணுறியா? நீ என்ன உன் அண்ணாவோட சீக்ரெட் ஏஜெண்ட் ஆஹ?'' என்று கேட்க, ''என்னடி இப்படி எல்லாம் கேக்கிற?'' என்று அனிதா அதிர, ''என் நிலைமை அப்படி'' என்று சொல்லிக் கொண்டே பாடத்தை கவனித்தாள் பெண்ணவள்...

அந்த பாடம் முடிந்ததுமே ஆடலரசி அருகே ஓடி வந்த மனோஜ்ஜோ, ''ஆடல் என்னோட ஃபோன்'' என்றான்...

''நானா எடுத்தேன்?'' என்று அவள் முகத்தை சோர்வாக வைத்துக் கொண்டே கேட்க, ''உன் புருஷன் தானே'' என்றான் அவன்...

''அடிக்கடி சொல்லுடா... மறந்திடும் போல இருக்கு'' என்றாள் அவள்...

அவனோ, ''வாங்கி கொடுடி ப்ளீஸ்'' என்றாள் கெஞ்சுதலாக...

அவளோ, 'ஹி ஹி' என்று கஷ்டப்பட்டு சிரித்தாள்.

''எதுக்குடி சிரிக்கிற?'' என்று அவன் கேட்க, ''என் நிலைமையை நினச்சேன் சிரிச்சேன்... இதுக்குள்ள உனக்கு ஃபோன் ஒரு கேடு'' என்றாள்...

''என் கேர்ள் ஃப்ரெண்ட் மெசேஜ் பண்ணுவா... புரிஞ்சுக்கோ ஆடல்'' என்று அவன் சொல்ல, ''டேய் நீ என்னை புரிஞ்சுக்கோடா... அந்த ஆள் கூட மனுஷன் பேச முடியாது... வெறி பிடிச்ச சிங்கம் போல நிக்கிறார்... முன்னாடி போய் நின்னாலே என்னை கடிச்சு குதறிடுவார். இதுல உன் ஃபோனை

வேற வாங்கி கொடுக்கணுமா?'' என்று கேட்டாள்...

அவனோ, ''ஹேய் நீ தானே, அவர் நல்லவர் வல்லவர், என் பெர்மிஷனோட எல்லாம் பண்ணுனார்ன்னு வீடியோ எல்லாம் போட்ட'' என்றான்...

அவளோ, ''நீயும் ஏன் டா மனசை புண்படுத்துற.. ஏற்கனவே உடைஞ்சு போய் இருக்கேன்'' என்றாள்..

''ஹேய் ப்ளீஸ் டி'' என்று சொல்லிக் கொண்டே அவள் காலை பிடித்து விட்டான்...

''அட ச்ச எந்திரி... கேட்டு எல்லாம் வாங்கி கொடுக்க முடியாது... வேணும்ன்னா களவெடுத்து கொடுக்கிறேன்'' என்று சொல்ல, ''தேங்க்ஸ் தேங்க்ஸ் ஆடல்'' என்று சொல்லிக் கொண்டே அவன் சென்று விட, அவளோ, ''ஏன் தான் எனக்கு மட்டும் இப்படி ஆகுதோ'' என்று புலம்பிக் கொண்டாள்...

அன்று அவள் காலேஜில் இருந்து வீட்டுக்கு போய் இறங்கியதுமே, ''இதெல்லாம் தேவையா ஆடல்... வாயை வச்சிட்டு சும்மா இருக்க மாட்டியா?'' என்று எகிறினார் ஷண்முகி...

''அத்தை அவர் ஏற்கனவே திட்டி முடிச்சிட்டார்... நீங்களுமா?'' என்று கேட்க, ''உனக்கு மட்டும் திட்டி இருந்தா பரவாயில்லையே... இன்னைக்கு வந்து எல்லோருக்கும் தாறு மாறா திட்டிட்டு தான் இருந்தான்... உன்னால எல்லோரும் சேர்ந்து திட்டு வாங்க வேண்டி இருக்கு'' என்று சொல்லி விட்டு அவர் நகர்ந்து விட, ''நல்லது செய்ய போனது ஒரு குத்தமா... நம்ம நல்ல மனசு யாருக்கும் புரியல... ஹிட்லருக்கும் புரியல... ஹிட்லர் அம்மாவுக்கும்

புரியல'' என்று புலம்பிக் கொண்டே அறைக்குள் நுழைந்தாள்...

குளித்து விட்டு சாப்பிட அவள் அமர்ந்த நேர, யாத்ரா அங்கே இல்லை...

வெளியே போய் இருக்கின்றான் என்று யூகித்தவளுக்கு மனோஜ்ஜின் அலைபேசியை எடுக்க வேண்டிய கட்டாயம்... இல்லை என்றால் அவளை அவன் நிம்மதியாக இருக்கவே விட மாட்டானே...

தனது அறைக்குள் இருந்து யாத்ராவுக்காக ஜன்னலினூடு காத்துக் கொண்டே நின்றாள்...

அவன் ஜீப்பும் வந்தது...

''சரி வந்துட்டான்... இப்போ குளிக்க போவான்... அந்த கேப் ல உள்ளே புகுந்து ஃபோனை தூக்கிட்டு வந்திடணும்'' என்று நினைத்துக் கொண்டாள்...

அப்படியே மெதுவாக அவன் அறையை நோக்கி சென்றவள், காதை கதவில் வைத்து பார்த்தாள்...

அவன் குளிக்கும் சத்தம் கேட்டது...

மெதுவாக கதவை திறந்து கொண்டே, அடி மேல் அடி வைத்து உள்ளே சென்றவள் விழிகளோ மனோஜ்ஜின் அலைபேசியை தேடியது...

அவள் கண்ணுக்கு தென்படவே இல்லை... மேசையில் எல்லாம் அலசினாள்...

''இந்த ஹில்டர் ஃபோனை எங்க வச்சானோ தெரியலே'' என்று நினைத்துக் கொண்டே அந்த இடத்தை இன்னும் ஆராய, ஆடலரசிக்கு யாத்ராவின் அலைபேசி அலறும் சத்தம் கேட்டது...

''ஐயோ இந்த ஃபோன் இப்போ தானா ரிங் ஆகணும்'' என்று நினைத்து முடிக்க முதல் குளியலறை கதவு திறக்கும் சத்தம் கேட்டது...

''ஐயோ வர்றானே'' என்று அவள் நினைத்துக் கொண்டே, கட்டிலின் பின் புறம் அப்படியே ஒளிந்து கொள்ள, அவனோ ஈர மேனியுடன் இடையில் டவலுடன் வெளியே வந்தான்...

வந்தவன் மேசையில் இருந்த அலைபேசியை எடுத்து காதில் வைத்துக் கொண்டே கண்ணாடி முன்னே நின்று பேச, அவளோ எட்டி எட்டி அவனை பார்க்க முயல, அவனுக்கோ கண்ணாடியூடு அவள் விம்பம் தெரிய, ''ஃபோன வை... ஃபைவ் மினிட்ஸ் ல எடுக்கிறேன்'' என்று சொல்லி விட்டு அலைபேசியை வைத்தவன், விறு விறுவென அவளை நோக்கி நடக்க, ''ஐயோ'' என்று சொல்லி, தன்னை மறைத்துக் கொள்ள முயன்றவள் முன்னே வந்து நின்று விட்டான் அவன்...

அவன் பாதத்தில் இருந்து மெதுவாக விழிகளை மேலே உயர்த்தியவள், ''ஹீ ஹீ'' என்றாள்...

சொடக்கிட்டு எழும்பும்படி சைகை செய்தான்...

அவளும் சங்கடத்துடன் எழுந்து நிற்க, ''அசிங்கமா இல்லையா?'' என்று கேட்டான்...

''ச்சீ சீ அழகா தான் இருக்கீங்க'' என்றாள் அவள்..

அவனுக்கு கோபம் சுரென்று எகிற, ''சாவடிச்சிடுவேன் உன்னை... இப்படி தான் ஒளிஞ்சு நின்னு பார்ப்பியா?'' என்று கேட்டான்...

''இத பார்க்க நான் ஒளிஞ்சு வேற நிற்கணுமா? நான் தான் பல தடவை பார்த்து இருக்கேனே...

அதுவும் இந்த டவல் இல்'' என்று அவள் முடிக்கவில்லை, ''அடிங்'' என்று ஆத்திரத்தில் கையை ஓங்கி விட, அவளோ, ''அடிங்க, அது மட்டும் தான் மிச்சம்'' என்று கன்னத்தை அவனை நோக்கி காட்டினாள்...

அவனோ கையை இறக்கி விட்டு, கட்டிலில் அமர்ந்து கொண்டே அவளை ஏறிட்டுப் பார்த்தவன், ''உனக்கு என்ன தான் டி வேணும்?'' என்று கேட்டான்...

''நீங்க தான் வேணும்... கொடுக்க முடியுமா?'' என்று கேட்டாள்..

அவளை முறைத்துப் பார்த்தவன், ''முடியாது'' என்றான்...

''ஏன் முடியாது?'' என்று அவள் கேட்க, அவனோ, ''உனக்கு இவ்ளோ திட்டுறேனே... திரும்ப திரும்ப பின்னாடியே வர்றியே... வெட்கம் மானம் சூடு சொரணை எல்லாம் கொஞ்சமும் இல்லையா?'' என்று கேட்க, அவளோ, ''இல்லன்னு தான் நினைக்கிறன்'' என்றாள்...

அவனோ பெருமூச்சுடன் சலிப்பாக இரு பக்கமும் தலையாட்டியவன், ''கல்யாணம் பண்ணும் போது நீ தான் என் கிட்ட சிக்கி இருக்கேன்னு நினச்சேன். ஆனா உண்மை என்ன தெரியுமா? நான் தான் உன் கிட்ட தெரியாம சிக்கி இருக்கேன். என்னை யாருமே வாழ்க்கைல இவ்ளோ டாச்சர் பண்ணுனது இல்ல'' என்று சொன்னான்...

அவளோ, ''ரொம்ப புகழாதீங்க'' என்று சொல்ல, அவளை துளைத்தெடுக்கும் பார்வை பார்த்துக் கொண்டே, 'எதுக்கு உள்ள வந்த?' என்று கேட்டான்.

''மனோஜ் ஃபோன்'' என்றாள்...

''கொடுக்க முடியாது'' என்றான்...

''அப்போ நானும் போக மாட்டேன்'' என்றாள்...

''கழுத்தை பிடிச்சு வெளியே தள்ளுவேன்'' என்றான்...

''சரி தள்ளுங்க'' என்று சொல்லிக் கொண்டே, அவன் அருகே அமர, சட்டென எழுந்து கொண்டவனோ வேகமாக வந்து தனது ஷேர்ட் பாக்கெட்டில் இருந்த மனோஜ்ஜின் அலைபேசியை எடுத்து அவளிடம் நீட்டியவன், ''இடத்தை காலி பண்ணு'' என்றான்...

''ஓஹ அங்கே இருந்திச்சா? நான் பார்க்கவே இல்லையே'' என்றாள்...

''இப்போ போக போறியா இல்லையா?'' என்று கேட்க, ''சரி வர்றேன்'' என்று சொல்லிக் கொண்டே, அவனை மேலிருந்து கீழ் பார்த்தாள்...

அவள் பார்த்த பார்வையில் அவனுக்கே ஒரு மாதிரி ஆகி விட்டது...

''இப்போ என்ன?'' என்றான்...

''உடம்பு இளைச்ச போல இருக்கு... நல்லா சாப்பிடுங்க'' என்றாள்...

அவன் முகம் இறுக, ஒரு விரலை நீட்டி, ''என் பொறுமைக்கும் எல்லை இருக்கு'' என்றான்...

அவளோ, ''அது தான் தெரியுமே'' என்று சொல்லி விட்டு வெளியேற, அவனோ ஒரு உஷ்ண பெருமூச்சுடன் கதவை தாழிட்டவன், ''இனி எப்போவும் கதவை லாக் பண்ணி தான்

வைக்கணும்'' என்று நினைத்துக் கொண்டே குளிப்பதற்காக குளியலறைக்குள் சென்றான்...

இதே சமயல் தனது அறைக்குள் நுழைந்த ஆடலரசியோ, ''இன்னைக்கு ரொம்ப தான் தைரியம் ஆடல் உனக்கு'' என்று தனக்கு தானே சொல்லிக் கொண்டே அலைபேசியை தனது பையில் வைத்து விட்டு தூங்கிப் போனாள்...

இப்படியே ஒரு மாதம் கடந்து இருக்கும்... காலையில் சாப்பிடும் போது மட்டும் யாத்ராவை பார்ப்பாள்...

அனைவர் முன்னிலும் பேச முடியாது... அதனால் அமைதியாகி விடுவாள்.. இரவு அவன் வர தாமதமாகி விடும்... அவளுக்கோ தூக்கம் இப்போதெல்லாம் நேரத்துக்கே வந்து விடும்... தூங்கி விடுவாள்... கல்லூரிக்கு சென்றால் அதியமானை திரும்பிக் கூட பார்க்க மாட்டாள்.

அவள் நிராகரிப்பு அவனுக்கு என்னவோ செய்ய, இப்போதெல்லாம் அவன் கல்லூரிக்கு வருவது இல்லை... அனிதாவை சாரதியுடன் அனுப்பி விடுவான்...

இப்படி தான் இந்த ஒரு மாதம் கடந்தது...

அன்று வெள்ளிக்கிழமை... எல்லோரும் கோவிலுக்கு போவதற்காக ஆயத்தமாகி இருந்தார்கள்...

மிதிலா, மதுரா, ஆடலரசி என்று எல்லோரும் ஒரே அறைக்குள் தான் இருக்க, குளியலறைக்குள் சென்று வந்த மதுராவோ, ''ஐயோ என்னால கோவிலுக்கு வர முடியாது... பீரியட் வந்திடுச்சு'' என்றாள்...

மிதிலா, ''பச்... இப்போ தான் வரணுமா? எனக்கு நல்ல வேளை, இன்னும் ரெண்டு வாரம் இருக்கு'' என்று சொல்ல, ஆடலரசியோ, கேலெண்டரைப் பார்த்துக் கொண்டே, ''எனக்கு ரெண்டு வாரம் முன்னாடி வந்திருக்கணும்'' என்று சொல்லி நிறுத்த, எல்லோரும் அவளை திரும்பிப் பார்க்க, அவள் விழிகள் அதிர்ந்து விரிய, ''ஆனா வரலையே'' என்றாள்...

''ப்ரெக்னன்ட் ஆஹ் இருக்கியா?'' என்று மிதிலா கேட்க, ''ஐயோ தெரியலையே'' என்றாள் பதட்டமாக...

''சரி ரிலாக்ஸ் ஆஹ் இருக்கு... செக் பண்ணி பார்த்துட்டு வீட்ல சொல்லலாம்'' என்று சொன்ன மிதிலாவோ, காமாட்சியை அழைத்தாள்...

அவரும் வந்து சேர, ''ஃபார்மசி ல ப்ரெக்னன்சி கிட் வாங்கி வாங்க'' என்று சொல்லி அவரிடம் பணத்தை நீட்ட, அவரோ ஆடலரசியை பார்க்க, அவளோ, ''இப்போ எதுக்கு என்னை பார்க்கிறீங்க?'' என்று கேட்டவளோ மேலும், ''சரியா தான் பார்த்து இருக்கீங்க... வாங்கிட்டு வாங்க'' என்று சிணுங்களாக சொல்லி விட்டு அங்கும் இங்கும் நடக்க தொடங்கி விட்டாள்...

மதுராவோ, ''இப்போ எதுக்கு டென்ஷன் ஆஹ் இருக்க? இத கேட்டு மாமா உன் கூட மறுபடி சேர வாய்ப்பிருக்குல?'' என்று கேட்க, ''க்கும், சேர்ந்துட்டாலும், உனக்கு அந்த ஹிட்லர் பத்தி தெரியல... ஏற்கனவே என் வாழ்க்கை ஊசலாடிட்டு இருக்கு... இதுல ப்ரெக்னன்சி வேற... எனக்கு காலேஜ் முடிய கிட்டத்தட்ட ஒன்பது மாசம்

இருக்கு... வயித்தை தள்ளிட்டு தான் காலேஜுக்கு போகணும்... எல்லோரும் கிண்டல் பண்ணுவாங்க... எல்லாத்துக்கும் மேல, நான் உங்க எல்லாரையும் விட சின்ன பொண்ணு. இப்போவே அம்மா ஆயிட்டேன்.'' என்று சிணுங்கிக் கொண்டே அமரா, மிதிலாவும் மதுராவும் சத்தமாக சிரிக்க ஆரம்பித்து விட்டார்கள்...

''இப்போ எதுக்குடி சிரிக்கிறீங்க?'' என்று அவள் எகிற, ''சிரிப்பு வருது டி'' என்று சொல்லிக் கொண்டே இருக்க, காமாட்சியும் வந்து விட்டார்...

மிதிலாவோ, ''சீக்கிரம் செக் பண்ணிட்டு வா'' என்று சொல்லி அதனை கொடுக்க, அதனை உள்ளே கொண்டு பரிசோதித்து வந்த ஆடலரசியின் முகம் சோர்வாகி விட்டது...

''என்னடி ஆச்சு?'' என்று கேட்டாள் மதுரா...

''தெள்ள தெளிவா ரெண்டு கோடு காட்டுது'' என்று சொல்ல, ''எஸ் எஸ்'' என்று மதுரா சந்தோஷப்பட, மிதிலா சிரித்துக் கொள்ள, ''இப்போ எதுக்கு நீ ஓவரா சந்தோஷப்படுற?' என்று கேட்டாள் ஆடலரசி.

'இது சந்தோஷமான விஷயம் தானே' என்று மதுரா சொல்ல, ''சும்மா போங்கடி.. எனக்கு மனசே விட்டு போச்சு... நான் இன்னைக்கு கோவிலுக்கு வரல...'' என்று சொல்லிக் கொண்டே வெளியேற முயல, ''உண்மைய சொல்லு, யாத்ரா மாமா வரலன்னு தானே நீ வரல'' என்று மிதிலா கேட்க, அவளை திரும்பி பார்த்தவள், 'அப்படியும் வச்சுக்கலாம்' என்று சொல்லிக் கொண்டே வெளியேறி இருந்தாள்...

யாத்ரா கோவிலுக்கு செல்லவில்லை. முக்கியமான மீட்டிங் என்று வெளியே சென்று இருந்தான்...

மதுராவும் ஆடலரசியும் கூட செல்லவில்லை...

மிதிலா தான் ஏனையோருடன் கோவிலுக்கு சென்றவள், ஆடலரசியின் விஷயத்தை சொல்லி இருக்க, வீட்டுக்கு வந்ததுமே, ''ஆடல்'' என்று அழைத்தார் ஷண்முகி...

அவளும் வெளியே வர, அவளை அணைத்து விடுவித்தவர், ''ரொம்ப சந்தோஷமா இருக்கு'' என்று சொல்ல, அவரை மேலிருந்து கீழ் பார்த்த பெண்ணவளோ, ''நீங்க சந்தோஷப்பட்டா மட்டும் போதுமா? உங்க பையனை என் கூட பேச சொல்லுங்க'' என்றாள்...

அவரோ குரலை செருமிக் கொண்டே, ''அத்தை சொல்வாங்க'' என்று சொல்ல, குரலரசியை பார்த்தாள்...

அவரோ, திரு திருவென விழித்து விட்டு, ''நாளைக்கு சொல்றேன்'' என்று சொல்லிக் கொண்டே, அவளை அணைத்து விடுவிக்க, ''இதுக்கு மட்டும் குறைச்சல் இல்ல'' என்று அவர்களுக்கு குத்தல் பேச்சு பேசி விட்டு, நகர போக, அவள் அருகே வந்த விசித்ராவோ, ''ரொம்ப சந்தோஷமா இருக்கு ஆடல்'' என்றார்...

''இருக்கும் இருக்கும் ஏன் சொல்ல மாட்டீங்க? உங்க மருமகன் கிட்ட பேசி என் கூட சேர்த்து வைங்க... கல்யாணத்துக்கு மட்டும் லட்சக்கணக்குல புடவை வாங்கி கட்ட தெரியுதுல'' என்றாள்...

அவரோ, ''அது அது'' என்று தடுமாற, ''போதும்'' என்று கை நீட்டி தடுத்தவள் கிருஷ்ணனை பார்த்து, ''நீங்க ஏதும் சொல்லணுமா?'' என்று கேட்க,

அவரோ, ''இல்லையே'' என்று வலுக்கட்டாயமாக சிரித்துக் கொண்டே சொன்னார்...

அவள் தனக்கும் ஏதும் திட்டுவாள் என்று பயம் அவருக்கு...

''உங்களுக்கு திட்ட கூட எனக்கு வர மாட்டேங்குது'' என்று அவரை பார்த்து சொல்லி விட்டு அறைக்குள் நுழையப் போக, குரலரசியோ, ''யாத்ரா வர பதினொரு மணி கடந்திடும்... இப்போ கால் பண்ணினாலும் எடுக்க மாட்டான்... நாளைக்கு இத பத்தி பேசலாம்'' என்று சொல்ல, ''ஆமா அத்தை, பாவமா இருக்கா...'' என்று சொன்னார் ஷண்முகி...

அடுத்த நாள் காலையில் எல்லோரும் சாப்பிட அமர்ந்து கொண்டார்கள்...

சாப்பாட்டு மேசையில் யாத்ராவை முறைத்துப் பார்த்துக் கொண்டே அமர்ந்து இருந்தாள் ஆடலரசி..

அவன் அவளை ஏறிட்டுப் பார்க்காமல் சாப்பிட்டுக் கொண்டே இருக்க, ஷண்முகியோ, 'யாத்ரா' என்றார்.

''ம்ம்'' என்றான் யாரையும் நிமிர்ந்து பார்க்காமல்...

''ஆடல் பிரேக்னன்ட் ஆஹ் இருக்கா'' என்றார்.

சாப்பிட்டுக் கொண்டு இருந்தவன் ஒரு கணம் நிறுத்தி மீண்டும் உணவை பிசைய, ஆடலரசிக்கோ ஆத்திரம்...

கொஞ்சம் கூட உணர்ச்சியை காட்டாமல் ஜடம் போல இருக்கின்றானே...

அவனோ உணவை சாப்பிட்டுக் கொண்டே, ''அதுக்கு நான் என்ன பண்ணனும்??'' என்று கேட்டான்.

என்ன பதில் சொல்வார்கள் அவர்கள்??

''பிரச்சனை எல்லாம் மறந்திட்டு'' என்று குரலரசி ஆரம்பிக்க, ''இப்படியே பேசிட்டு இருந்தா வேற பொண்ண கல்யாணம் பண்ணிட்டு வந்து இங்கயே குடும்பம் நடத்த ஆரம்பிச்சிடுவேன்'' என்றான் மிரட்டலாக...

எல்லோரும் அதிர்ந்து போய் வாயில் கையை வைக்க, ஆடலரசிக்கு சுர்ரென்று ஆத்திரம் மெலிட, ''அம்மா எனக்கும் வேற மாப்பிள்ளை பாருங்க'' என்றாள் கண்ணீரை அடக்கிக் கொண்டே...

விசித்ராவோ, ''ஏய் சும்மா இருடி'' என்று அவர் அதட்ட அவளை இப்போது ஏறிட்டு பார்த்த யாத்ராவோ, ''நான் பார்க்கட்டுமா ??'' என்று கேட்டான் வேண்டுமென்றே. அவளும் சளைக்காமல் அவனைப் பார்த்தவள், ''தாராளமா பாருங்க, என் குழந்தைக்கு இனிஷியல் ஆஷ் இருக்க ஓகே சொன்னா மட்டும் போதும்'' என்று சொல்லி முடிக்க முதல் யாத்ரா சாப்பிட்டுக் கொண்டு இருந்த தட்டு வீட்டின் மூலைக்கு பறந்தது...

ஆடலரசியோ அவனை அதிர்ந்து பார்க்க அவளை முறைத்து விட்டு விறு விறுவென வெளியேறி இருந்தான் அவன்...

மிதிலாவோ, ''என்னடி இப்படி எல்லாம் பேசுற... உனக்கு எங்க இருந்து இவ்ளோ தைரியம் வந்திச்சு??'' என்று கேட்க அவளோ, ''வயித்தில இருக்கானே... அவன் அப்பன் கிட்ட இருந்து தான்'' என்று சொன்னபடி கோபமாக சாப்பிட்டாள் ஆடலரசி...

எல்லோரும் அவளை பரிதாபமாக பார்க்க,

அவளோ, ''இப்போ எதுக்கு எல்லோரும் என்னை இப்படி பார்க்கிறீங்க? அந்த ஹிட்லரை தட்டி கேக்க யாருக்கும் தைரியம் இல்ல... எனக்கு மட்டும் ஆறுதல் சொல்ல வந்துட்டிங்க'' என்று அங்கிருந்த எல்லோர் மேலயும் கோபத்தை கொட்டியவள், விழிகள் ஆர்யாவில் படிய, ''உங்க அண்ணா தானே... ஏதாவது கேக்கிறது தானே'' என்றாள்...

அவனோ திரு திருவென விழித்து விட்டு, ''நானா?'' என்று கேட்க, ''அப்போ என்ன நானா?'' என்றாள் மீண்டும்...

ஹரிஷோ, ''டேய் நம்ம பக்கம் டார்கெட் திரும்புது டா'' என்று முணுமுணுத்துக் கொண்டே குனிந்த தலை நிமிராமல் இருக்க, ''நான் எப்படி?'' என்றான் ஆர்யா...

''இதுக்கு மட்டும் தைரியம் இல்ல... ஆனா மொட்டை மாடில மிதிலாவுக்கு கிஸ் மட்டும் அடிக்க தெரியும்'' என்று கேட்டு விட, ஆர்யாவின் விழிகள் சட்டென விரிய, மிதிலாவோ, வாயில் அதிர்ந்து கையை வைக்க, குரலரசி ஷண்முகி என்று எல்லோரும் அவனையே பார்க்க, அவனுக்கோ எங்கே ஒளிந்து கொள்வது என்று தெரியவே இல்லை.

யாரையும் பார்க்காமல் எழுந்தவன், அங்கிருந்து விறு விறுவென வெளியேற, மிதிலாவும் எழுந்து அறைக்குள் நுழைந்து விட்டாள்... இப்போது ஹரிஷை பார்த்தாள் ஆடலரசி...

அவனோ, ''எனக்கு ஒரு வேலை இருக்கு... நான் கிளம்புறேன்'' என்று பொதுப் படையாக சொல்லி விட்டு வெளியேறி இருக்க, ஆடலரசியோ, ''இப்படியே எல்லோரும் உங்க உங்க வாழ்க்கைய

மட்டும் பாருங்க. என்னை பத்தி யாருக்குமே கவலை இல்ல'' என்று அழுகையுடன் சொல்லி விட்டு, சாப்பிடாமல் எழுந்தவள் அறைக்குள் நுழைந்து கொள்ள, அங்கே அமர்ந்து இருந்தவர்கள் எல்லோரும் ஒருவரை ஒருவர் என்ன செய்வது என்று தெரியாமல் பார்த்துக் கொண்டார்கள்...

அத்தியாயம் 20

அன்று யாத்ராவுக்கு கட்சி சம்பந்தமான விடயம் பேசுவதற்காக ஜீவானந்தனைப் பார்க்க வேண்டிய தேவை இருந்தது...

அவரை தேடி அவர் வீட்டுக்கு செல்ல, அந்த சமயம் அவர்கள் வீட்டு வாசலில் சிகரெட்டை புகைத்துக் கொண்டே, அங்கே இருந்த ஜீப்பில் சாய்ந்து நின்றான் அதியமான்...

அவன் விழிகளோ சைரன் சத்தத்துடன் வந்த யாத்ராவின் ஜீப்பில் படிய, கண்களில் ஒரு கேலி புன்னகை தவழ்ந்தது...

ஜீப்பில் இருந்து இறங்கிய யாத்ராவுக்கு அவனைக் கண்டதுமே கோபத்தில் கழுத்து நரம்புகள் புடைத்து கிளம்பின...

அவன் தானே ஆடியோவை வெளியிட்டு யாத்ராவை அவமானப்படுத்தியவன்...

அந்த அனல் இன்னும் யாத்ரா மனதில் இருந்து அகலவில்லை...

அதியமானை அங்கே வைத்து எதுவும் செய்ய முடியாது என்று தெரியும்...

அதனால் அவனை கண்டும் காணாமல் யாத்ரா

உள்ளே செல்ல முயல, ''ஹேய் ரேப்பிஸ்ட்'' என்று சத்தமாக அழைத்தான் அதியமான்...

கை நரம்புகள் அவனுக்கு புடைத்து கிளம்பின...

முஷ்டியை இறுக பற்றி கோபத்தை அடக்கிக் கொண்டே, அவன் உள்ளே செல்ல முயல, ''ரேப்பிஸ்ட் உன்னை தான்'' என்று அதியமான் முடிக்கவில்லை, சட்டென திரும்பிய யாத்ராவோ கையில் இருந்த ஐம்பொன் காப்பை இறக்கிக் கொண்டே, ''டேய் என்னடா வேணும் உனக்கு?'' என்று கேட்டபடி அவனை நெருங்கி விட்டான்...

முருகனோ பதட்டமாக, ''சார் சார்'' என்று யாத்ராவின் அருகே ஓடி வந்து அவனை நிதானப்படுத்த முயல, பெருமூச்சு ஒன்றை எடுத்து விட்ட யாத்ராவோ, அதியமானுக்கு முன்னே வந்து நின்றபடி, ''ம்ம் சொல்லு, எதுக்கு கூப்பிட்ட?'' என்று மார்புக்கு குறுக்கே கையை கட்டியபடி நின்று கேட்டான்...

அதியமானோ சிகரெட்டை ஊதிக் கொண்டே, ''அப்போ நீ ரேப்பிஸ்ட்ன்னு ஒதுக்கிற தானே'' என்று நக்கலாக கேட்டான்...

''அப்படி தானே ஊரெல்லாம் பேசிக்கிறாங்க'' என்றான் அவன்...

அதியமானோ சிரித்துக் கொண்டே, 'இதெல்லாம் எதுக்கு பண்ணுனேன் தெரியுமா?' என்று கேட்டான்...

''அத தெரிஞ்சுக்க முடியாத முட்டாள் இல்ல நான்... என்னோட ஆதரவை குறைக்கணும்... எலெக்ஷன்ல என்ன தோற்கடிக்கணும்... அதுக்கப்புறம் என் மேல கையை வைக்கணும்... இது தானே உன் ப்லான்?'' என்று நேரடியாக கேட்க,

''பிரில்லியண்ட்... சரியா கண்டு பிடிச்சிருக்க'' என்று சொல்லிக் கொண்டே சிகரெட்டை கீழே போட்டவனோ, ''வேலைல தான் நீ குடைச்சல் கொடுக்கிறேன்னு பார்த்தா, ஆடலரசியை கல்யாணம் பண்ணி என் தனிப்பட்ட வாழ்க்கைலயும் செக் வச்சுட்ட தானே... அதுக்கு தான் டா இந்த ஆப்பு... அவளை கல்யாணம் பண்ணி எனக்கு நீ செக் வச்ச.. அவ மூலமே உனக்கு நான் செக் வச்சேன்... உனக்கு பயந்து அவ மறுப்பு வீடியோ எல்லாம் போடலாம்... ஆனா நான் உன்னை நம்ப தயாரா இல்லை... நீ கண்டிப்பா அவளை அபியூஸ் பண்ணி இருப்ப... ஏன்னா நீ ஒரு சாடிஸ்ட்... முதலிரவுல மயங்கி விழுந்த பெண்ணுக்கே கிஸ் பண்ணுனவன் தானே நீ... உன்னை பத்தி எல்லாமே அவ எனக்கு சொல்லி இருக்கா... எனக்கு அவளை ரொம்ப ரொம்ப பிடிக்கும்... ஆனா உன்னை பிடிக்கவே பிடிக்காது... அவ எனக்கு கிடைக்கலன்னாலும் பரவாயில்லை... நீ சந்தோஷமா இருக்கவே கூடாது... அவளை கஷ்டப்படுத்தின நீ எப்போவுமே சந்தோஷமா இருக்க கூடாது...

அவ எனக்கு லட்டு போல கன்டென்ட் கொடுத்தா... யூஸ் பண்ணிட்டேன்... எஸ் ஜ யூஸ்ட் ஹேர்... எனக்காகவும் அவளுக்காகவும் யூஸ் பண்ணி உனக்கு வச்ச செக் தான் இது...

ஊர் உலகத்தை பொறுத்தவரை நீ ரேப்பிஸ்ட்... அதுவும் பொண்டாட்டியையே ரேப் பண்ணுன ரேப்பிஸ்ட்...'' என்று வன்மமாக பேசி முடித்தான்...

யாத்ராவோ இதழ் குவித்து ஊதிக் கொண்டே, 'பேசி முடிச்சிட்டியா? அப்போ நான் கிளம்பலாமா?' என்று கேட்க, அதியமான் அவனை முறைத்துப்

பார்க்க, அவனை மேலிருந்து கீழ் பார்த்த யாத்ரா, மறுபக்கம் திரும்பி விறு விறுவென நடக்க, அதியமான் அவன் முதுகை வன்மத்துடன் பார்த்துக் கொண்டே, அடுத்த சிகரெட்டை எடுத்து வாயில் வைத்தான்...

யாத்ராவும் ஜீவானந்தனை பார்த்து விட்டு சென்று விட்டான்...

அன்று மாலை வீட்டுக்கு வந்ததுமே, அவன் முன்னே வந்து நின்றான் ஆர்யா...

ஆர்யாவுக்கோ காலையில் ஆடலரசி பேசியதை ஜீரணிக்கவே முடியவில்லை...

அவள் ஆடலரசியாக மட்டும் இருந்து இருந்தால் அவன் நடவடிக்கையே வேறாக இருந்து இருக்கும்... திருமதி யாத்ராவாக அல்லவா இருக்கின்றாள்... அதனால் தான் யாத்ராவிடம் வந்து விட்டான்...

''என்னடா?'' என்றான்...

''பேசணும் அண்ணா'' என்றான் அவன்...

''ம்ம் சொல்லு'' என்று யாத்ரா சொல்ல, ''தனியா'' என்று சொல்ல, யாத்ராவோ வெளியே செல்ல, அவனும் யாத்ராவுடன் வெளியே சென்றான்...

அங்கே யாரும் இல்லாத இடத்துக்கு சென்ற யாத்ராவோ, ''என்ன விஷயம்?'' என்று கேட்க, ''காலைல நீங்க போனதும் என்னாச்சு தெரியுமா?'' என்று கேட்டு எல்லாவற்றையும் சொல்லி முடிக்க, யாத்ராவின் விழிகள் சிவந்தன...

''அவளுக்கு'' என்று சீறிக் கொண்டே, வீட்டினுள் நுழைய, ''அண்ணா, கொஞ்சம் நிதானமா'' என்று

சொல்லிக் கொண்டே ஆர்யா பின்னால் சென்றான்..

ஷேர்ட்டின் கையை மடித்துக் கொண்டே ஆடலரசியின் அறைக்குள் வேகமாக நுழைய போன யாத்ராவை, ''யாத்ரா'' என்று அழைத்தார் குரலரசி...

அவன் திரும்பிப் பார்க்க, ''அவ மாசமா இருக்கா, நீ வேற கோபமா இருக்க'' என்று தட்டு தடுமாறி சொல்ல, ''செவில்லயே விடுற அளவுக்கு கோபம் இருக்கு தான்... ஆனா அப்படி பண்ண மாட்டேன்'' என்று சொல்லிக் கொண்டே கதவை தட்டியவன், ''ஏய் கதவை திற'' என்று அதட்டினான்.

ஆடலரசியும், 'இப்போ எதுக்கு இந்த ஹிட்லர் காச்சு மூச்சுன்னு கத்துறான்' என்று யோசித்துக் கொண்டே கதவை திறக்க, அவளை முறைத்துக் கொண்டே அவளை கடந்து சென்று கதவை தாழிட்டான்.

அவளோ, ''ஐயோ இவ்ளோ பேர் வெளிய இருக்காங்க... பட்ட பகலுல என்ன பழக்கம் இது?? ச்சீ'' என்று வேண்டுமென்றே அவனை சீண்டும் பொருட்டு சிணுங்களாக பேச, அவனோ, ''அடிங் உனக்கு'' என்று சீறிக் கொண்டே அருகே இருந்த பூவாசை தூக்கி விட்டான்.

அவளோ கொஞ்சமும் பயப்படாமல் அவனை கண் சிமிட்டியபடி பார்த்த படி நின்று இருக்க, அவளை முறைத்துக் கொண்டே பூவாசை இருந்த இடத்தில் வைத்தவன், ''மனசுல என்னடி நினைச்சிட்டு இருக்க??'' என்று தனது இடையில் கையை வைத்துக் கொண்டே கேட்டான்.

அவளோ, அவன் கோபத்தை எல்லாம் சட்டை

செய்யாமல், 'உங்கள தான்' என்று சொல்ல, ''வாயை மூடு... ஏதாவது சொல்லிட போறேன்'' என்று சொல்லிக் கொண்டே தனது பிடரியை வருடியவன், ''டைரக்ட் ஆஃ விஷயத்துக்கு வர்றேன்... ஏன் வீட்ல இருக்கிற எல்லாரையும் டாச்சர் பண்ணுற ??'' என்று கேட்டான்.

''நான் என்ன பண்ணுனேன்??'' என்றாள் தோள்களை உலுக்கி...

''ஆமா உனக்கு ஒன்னும் தெரியாது பாரு... எதுக்கு எல்லார் முன்னாடியும் வச்சு ஆர்யா மிதிலா விஷயம் பேசுன ?'' என்று கேட்டான்.

''உண்மையை தானே சொன்னேன்... உங்க தம்பிக்கு கிஸ் அடிக்கிற அளவுக்கு தைரியம் இருக்கு... உங்க கிட்ட பேச முடியாதா??'' என்று கேட்டாள்...

''உனக்கு தேவைன்னா நீ பேசு... அடுத்தவங்க என்ன உனக்கு தூதா?? எதுக்கு உன் சுயநலத்துக்காக அடுத்தவங்களை அசிங்கப்படுத்திட்டு இருக்க?'' என்று பற்களை கடித்துக் கொண்டே சீறினான்.

''நான் பேச வந்தா தான் நீங்க பேச மாட்டேங்குறீங்களே... ப்ரெக்னன்ட் ஆஃ இருக்கேன்னு சொன்னா முகத்துல ஒரு ரியாக்ஷன் வருது இல்லை...'' என்றாள் எரிச்சலாக..

''ஆஃ மேடம் பண்ணுன வேலைக்கு ரியாக்ஷன் தான் ஒரு கேடு'' என்று திட்ட, ''அதுக்கும் இதுக்கும் என்ன சம்பந்தம்...'' என்று கேட்டாள்...

''சம்பந்தப்பட்டவன் நான் இருக்கேன்...'' என்றான்.

''அதே போல உங்களுக்கும் என்னோட ப்ரெக்னன்சிக்கும் சம்பந்தம் இருக்குல்ல'' என்று கேட்டாள்...

அவனோ சலிப்பாக அவளை மேலிருந்து கீழ் பார்த்தவன், தனது ஒற்றைக் கையை காட்டி, ''வாழ்க்கைல இந்த கையால எத்தனையோ பேரை போட்டு தள்ளி இருக்கேன்... அப்போ கூட நான் வருத்தப்பட்டது இல்லை... ஆனா இந்த கையால உன்னை'' என்று ஆரம்பித்து எச்சிலுடன் சேர்ந்து வார்த்தையை விழுங்க, அவளோ மார்புக்கு குறுக்கே கையை கட்டிக் கொண்டே, ''ம்ம் மேல சொல்லுங்க'' என்றாள்...

''அசிங்கமா பேச வேணாம்னு பார்க்கிறேன்... சும்மா இரு'' என்றவனோ இதழ் குவித்து ஊதிக் கொண்டே அவளை பார்த்தவன், ''நீ குட்டி கரணம் அடிச்சாலும் என் மனசு மாறாது'' என்றான்...

''அப்போ நான் அதியமானை கல்யாணம் பண்ணிக்கட்டுமா??'' என்று கேட்க, ''தாராளமா பண்ணிக்கோ... பூ தூவி ஆசீர்வாதம் பண்ணுறேன்.. அவன் தான் உன் கிட்ட இருந்து எனக்கு விடுதலை கொடுக்கணும்னு விதி இருக்கு போல...'' என்றான்.

அவன் முகத்தில் கொஞ்சம் கூட சலனம் இல்லை.

அவளுக்கோ அவன் பேச்சு கடுப்பை கிளப்ப, ''நான் என்ன ராட்சஷியா?'' என்று கேட்டாள்...

''இல்லையா பின்ன?? நானே கேடுகெட்டவன்... என்னையே இந்தளவு வச்சு செய்யுற உன்னை வேற என்ன தான் சொல்ல முடியும்??'' என்று கேட்டான்.

அவள் பொறுமை போக, ''எனக்கும்

அதியமானுக்கும் சீக்கிரம் கல்யாணம் பேசி முடிச்சு வைங்க'' என்றாள்...

''ஆர்யா அண்ட் ஹரிஷ் கல்யாணம் முடியட்டும். உன் கல்யாணத்த பத்தி பேசலாம்'' என்றான்...

''ஏன் அவங்க கல்யாணம் கூட என் கல்யாணம் நடக்க கூடாதா?'' என்று கேட்டாள் பெண்ணவள்...

அவன் விழிகள் அவள் விழிகளை தாண்டி அவள் கழுத்தில் கிடந்த தாலியில் நிலைக்க, ''தாலியை கழட்டி கொடு, கல்யாணத்துக்கு ஏற்பாடு பண்ணிடலாம்'' என்றான்...

சுருக்கென்று தைத்தது பெண்ணவளுக்கு...

அவன் பேச பேச ஆத்திரம் அதிகரிக்க, சட்டென தாலியை கழட்டி அவனிடம் நீட்டி இருக்க, அவனிடம் ஒரு பெருமூச்சு...

எச்சிலை கூட்டி விழுங்கி விட்டு, அவள் கையில் இருந்த தாலியை வாங்கிக் கொண்டே, அவள் விழிகளைப் பார்த்தவன், ''உன்னோட மான்குட்டி கிட்ட பேசி முடிவை சொல்லு'' என்றான்...

அவளுக்கோ தாலியை கழட்டி நீட்டியத்தில் இருந்தே அழுகை வர ஆரம்பித்து விட்டது...

அடக்கிக் கொண்டே, ''பொண்ணு வீட்டு சார்புல நீங்க பேச வரலாமே'' என்று சொன்னாள்...

அவளை மேலிருந்து கீழ் பார்த்தவன், ''இந்த வாரம் நான் கொஞ்சம் பிசி... அடுத்த திங்கட்கிழமை அதியமானை சந்திக்க போகலாம்... எப்போ பார்க்கலாம்... எங்க பார்க்கலாம்னு கேட்டு சொல்லு... அவன் கிட்ட பேசிட்டு வீட்ல விஷயத்தை சொல்லலாம்'' என்றான்...

அவளும் அவனை முறைத்துப் பார்த்துக் கொண்டே, ''ம்ம்'' என்க, அவனும் அவளை முறைத்துக் கொண்டே

அவள் கொடுத்த தாலியை பாக்கெட்டில் வைத்தபடி வெளியேறி இருந்தான்...

அவள் இதழ்களோ, ''எவ்ளோ தூரம் போறீங்கன்னு நானும் பார்க்கிறேன்'' என்று முணுமுணுக்க, அவனோ எதனை பற்றியும் அலட்டிக் கொள்ளாமல் அறைக்குள் நுழைந்து விட்டான்...

அதியமானை பற்றி பேசினாலாவது யாத்ரா மனம் மாறுவான் என்று அவள் எதிர்பார்த்து இருக்க, ஆனால் அவனோ கல்யாணம் பண்ணி வைக்க தயாராகிக் கொண்டு இருக்கின்றானே...

அவனது இந்த செயலே அவளது அழுத்தத்தை அதிகரிக்க, எவ்வளவு தூரம் போகின்றான் என்று பார்க்கும் வீம்பு அவளுக்கு...

வீம்பு பிடித்தவள் அவள் மட்டும் இல்லையே... அவனும் தானே... அவளை விட பன் மடங்கு வீம்பு அல்லவா அவனுக்கு...

அவள் எட்டடி பாய்ந்தால் அவன் பதினாறு அடி பாய்வானே...

அதனால் அவர்களுக்கு கல்யாண ஏற்பாடு செய்யும் முனைப்பில் அவன்...

அவன் அன்று நிம்மதியாக தூங்கி விட்டான்.

ஆனால் நிம்மதி இன்றி தூக்கமும் இன்றி தவித்தது என்னவோ ஆடலரசி தான்...

''உன் அப்பாவை திட்டி திட்டி வாய்

வலிக்குது டா..." என்று கருவில் இருக்கும் குழந்தையுடன் பேசிக் கொண்டு இருந்த பெண்ணவள், நீண்ட நேரம் கழித்து தூங்கிப் போனாள்...

அத்தியாயம் 21

அடுத்த நாள் காலையில் எழுந்த ஆடலரசியும், சாப்பிட வந்து அமர்ந்து விட்டாள்...

அப்போது மாடியில் இருந்து இறங்கி வந்த யாத்ராவோ அவளை பார்க்காமலே சாப்பிட அமர்ந்து கொள்ள, குரலரசியின் விழிகளோ அங்கே சாப்பிட்டுக் கொண்டு இருந்த ஆடலரசியில் படிய, ''தாலி எங்கடி?'' என்று கேட்டார் அவர்...

தூக்கி வாரிப் போட்டது பெண்ணவளுக்கு...

சட்டென கழுத்தில் கையை வைத்துக் கொண்டே, விழிகளை மட்டும் உயர்த்தி யாத்ராவை பார்த்தாள்...

அவனோ சாப்பிட்டுக் கொண்டே, விழிகளை உயர்த்தி அவளை பார்த்தவன் இதழ்களுக்குள் ஒரு கேலி புன்னகை...

அவள் மட்டும் புரிந்து கொள்ள கூடிய கேலிப் புன்னகை...

அவளோ அவனை முறைத்து விட்டு, குரலரசியை பார்த்தவள், ''அது தான் வேணாம்னு சொல்லிட்டாரே உங்க பேரன்... அப்புறம் எதுக்கு தாலி?'' என்றாள் எரிச்சலாக...

ஷண்முகியோ, ''அதுக்குன்னு தாலியை கழட்டி வைப்பியா?'' என்று எகிறினார்...

யாத்ரா நினைத்து இருந்தால், அவர்களை அடக்கி அந்த நிலைமையை சுமூகமாக்கி இருக்கலாம்...

ஆனால் அவன் அதனை செய்யவில்லை...

அது அவளுக்கும் தெரியும்...

'சம்பந்தம் இல்லாத போல சாப்பிடுறத பாரு' என்று நினைத்துக் கொண்டவளோ, ''அப்போ உங்க பையனை என் கூட சேர்ந்து வாழ சொல்லுங்க, தாலியை போட்டுக்கிறேன்'' என்று பெண்ணவள் எகிற, ஷண்முகியோ யாத்ராவை பார்க்க, ''அவ தாலியே போடணும்னு இல்ல'' என்று சொன்னவன் சாப்பிட, அவர்களோ அதற்கு மேல பேச தைரியம் இன்றி மௌனமாகி போனார்கள்...

அந்த வாரம் அவளுக்கு எரிச்சலுடன் நகர, ஆர்யா மற்றும் ஹரிஷின் கல்யாண வேலைகளும் ஆரம்பித்து விட்டன...

ஆர்யாவோ, ''கார்ட் அடிக்கணும் அண்ணா'' என்று யாத்ராவிடம் சொல்ல, ''ஒரு வாரம் வெய்ட் பண்ணு'' என்று சொல்லி இருந்தான்...

அவன் சொன்ன போல திங்கட்கிழமை கல்லூரியில் இருந்த ஆடலரசியின் அலைபேசி அலறியது... யாத்ரா தான் எடுத்து இருந்தான்...

அவளும் எடுத்து காதில் வைக்க, ''உன்னோட மான்குட்டி கிட்ட பேசிட்டியா?'' என்று கேட்டான்...

அவளோ, ''நான் சும்மா இருந்தாலும் இவன் சும்மா இருக்க மாட்டான் போல...'' என்று முணுமுணுத்துக் கொண்டே, ''இன்னும் இல்ல'' என்று சொல்ல, ''சீக்கிரம் டைம் கேட்டு சொல்லு,

நம்ம பேசலாம்... கார்ட் வேற அடிக்கணும்... அவன் ஓகே சொன்னா தான் அவன் பேரையும் போட்டு கார்ட் அடிக்கலாம்'' என்று சொன்னான்...

அவளுக்கோ தூக்கி வாரிப் போட்டது...

'அப்போ உண்மையாவே கல்யாணம் பண்ணி வைக்க போறானா?' என்று நினைத்தவளுக்கு, இனிஷியல் பற்றி பேசிய சமயம் அவன் உணவை விசிறி அடித்த நினைவு வர, 'அதுக்கெல்லாம் வாய்ப்பில்லையே... நான் அசர மாட்டேன்' என்று நினைத்துக் கொண்டே, ''சரி நான் பேசிட்டு சொல்றேன்'' என்றபடி அலைபேசியை வைத்தவள் அதியமானுக்கு அடுத்து அழைத்து இருந்தாள்...

அவன் அன்று டியூட்டியில் தான் இருந்தான்...

''மான்குட்டி'' என்றாள் பெண்ணவள்...

'அதிசயமா கால் பண்ணி இருக்கா' என்று நினைத்தவனோ, ''சொல்லுடி'' என்றான்...

''உன் கூட பேசணும்'' என்றாள்...

''காலேஜுக்கு வரவா?'' என்று அவன் கேட்க, ''இல்ல நானே வர்றேன்... எங்க வந்தா பார்க்கலாம்?'' என்று கேட்டாள்...

நேரத்தை பார்த்தவனோ, ''என்னோட ஆஃபீஸுக்கு வா'' என்று சொல்ல, அவளும், ''ம்ம்'' என்றபடி அலைபேசியை வைத்தவள் இப்போது யாத்ராவுக்கு அழைத்து, ''ஆஃபீஸுக்கு வர சொல்லி இருக்கான்'' என்று சொன்னாள்...

''ம்ம் ரெடியா இரு... காலேஜுக்கு வந்து உன்னை பிக்கப் பண்ணுறேன்'' என்று சொன்னவனோ

அடுத்த அரை மணி நேரத்தில் அவள் காலேஜ் வளாகத்தில் நிற்க, அவளும் வந்து வண்டியில் ஏறினாள்...

அவன் ஒரு ஓரமாக, அவள் ஒரு ஓரமாக தான் அமர்ந்து இருந்தார்கள். பேச்சுவார்த்தையே இல்லை.

சற்று நேரத்தில் அதியமானின் இடமும் வந்து விட்டது... ஜீப்பில் இருந்து இறங்கிய யாத்ரா முன்னே செல்ல, அங்கே இருந்த போலீஸ்காரர்கள் அவனுக்கு சாலியூட் அடிக்க, அவனோ ஒரு தலையசைப்புடன் அதியமானின் அறைக்குள் நுழைய, அவளை தொடர்ந்து ஆடலரசியும் நுழைந்தாள்...

அதிரடியாக நுழைந்த யாத்ராவை அவன் புருவம் சுருக்கி பார்க்க, அவனோ ஒரு மெல்லிய புன்னகையுடன் வந்து அங்கிருந்த இருக்கையில் அமர்ந்தவன், ''ம்ம் உட்காரு'' என்று ஆடலரசியிடம் சொல்ல, அவளும் தயக்கமாக அருகே இருந்த இருக்கையில் அமர்ந்தாள்...

அதியமானோ தன்னை தேடி வந்த யாத்ராவையும் ஆடலரசியையும் மாறி மாறிப் பார்த்தான்.

யாத்ரா அவ்வளவு இலகுவாக யாரையும் தேடி போக மாட்டான்.

அவனே தேடி வந்து இருக்கின்றான் அல்லவா?

''ஹாய்'' என்றான் யாத்ரா. அதியமானும் ''ஹாய்'' என்று அவனை ஒரு மார்க்கமாக பார்த்துக் கொண்டே சொன்னபடி ஆடலரசியை பார்க்க, அவளோ யாத்ராவிடம், ''ம்ம் கேளுங்க'' என்றாள்.

குரலை செருமிய யாத்ராவோ, ''நமக்குள்ள

நடந்த எல்லாத்தையும் மறந்திடலாம்'' என்றான்.

அதியமானின் புருவம் இடுங்க, ''இல்ல புரியல'' என்றான்.

யாத்ராவோ, ''ஆடலுக்கு உன்னை ரொம்ப பிடிச்சு இருக்காம்... கல்யாணம் பேச வந்தேன்'' என்று சொன்னதுமே அதியமானுக்கு புரையேற தலையில் தட்டிக் கொண்டே இருமியவன், ''வாட்'' என்றான்...

யாத்ராவோ ஆடலரசியை பார்க்க அவளோ, ''என்னை கல்யாணம் பண்ணிக்கிறியா மான்குட்டி?'' என்று கேட்டாள்...

தலையை உலுக்கிய அதியமானோ, ''இத நீ தனியா வந்து கேட்டு இருந்தா கூட ஓகே... ஆனா'' என்று இழுத்துக் கொண்டே யாத்ராவை பார்க்க அவனோ, ''ச்ச ச்ச நான் ரொம்ப மார்டன்'' என்றான்...

''ஆனா இந்தளவு மார்டன் நான் எதிர்பார்க்கல'' என்றான் அதியமான் அவனை ஒரு மார்க்கமாக பார்த்துக் கொண்டே...

யாத்ராவோ, ''ஒளிவு மறைவு இல்லாம எல்லாமே சொல்லி கல்யாணம் பண்ணி வைக்கிறேன்...

ஒரே ஒரு தடவை அவளுக்கு கல்யாணம் ஆகி ப்ரெக்னன்ட் ஆயிட்டா... '' என்றான் யாத்ரா...

''அப்புறம்'' என்றான் அதியமான்..

''அத ஒரு ஆக்சிடென்ட் ஆஹ நினச்சு மறந்திடு... குழந்தைக்கு மட்டும் இனிஷியல் ஆஹ உன் பேர் வச்சுக்க ஆசைப்படுறா...'' என்று சொல்லிக் கொண்டே ஆடலரசியை பார்க்க, அவளோ ஆம் என்கின்ற ரீதியில் தலையாட்டினாள்...

அதியமானுக்கு இம்மையும் புரியவில்லை மறுமையும் புரியவில்லை...

''கலாய்க்கிறியா ?'' என்று கேட்டான் அவன்...

''டேய், சீரியஸ் ஆஹ் பேசுறேன் டா... உன்னை கல்யாணம் பண்ணிக்கனும்ம்னு சொன்னா... அவ ஆசையை நிறைவேத்த நினச்சேன்... நீ ஒன்னும் பயப்படாதே... நான் உங்க ரெண்டு பேருக்கு நடுவுலயும் நந்தி போல வர எல்லாம் மாட்டேன்... கல்யாணம் பண்ணிட்டு ஜாலியா இருங்க... என்னை தனியா விட்ருங்க... நான் என் பாட்டுல ஜாலியா இருக்கேன்... இந்த கன்னுக்குட்டியையும் மான் குட்டியையும் சேர்த்து வச்சுட்டு இந்த சிங்கக்குட்டி அது பாட்டுக்கு விலகி போயிடும்'' என்றான் யாத்ரா..

சிரிக்காமல் பேசினான்.

அவன் பேசியது ஆடலரசிக்கே அதிர்ச்சி... அவன் கோபப்படுவான் என்று சொன்னால் நிஜமாகவே கல்யாணம் பேசிக் கொண்டல்லவா இருக்கின்றான்.

இடையில் இந்த பேச்சை நிறுத்துவான் என்று பார்த்தால் அவனோ தாலியை எடுத்து அதியமான் கையில் கொடுக்கும் வேகத்தில் செயற்பட்டுக் கொண்டு இருக்கின்றானே...

இப்போது என்ன செய்வது என்று அவளுக்கு தெரியவில்லை...

தனது நாடகத்தை நிறுத்தவும் அவள் விரும்பவில்லை...

அப்படி நிறுத்தினால் அவள் எதிர்பார்த்தது நிறைவேறாமல் போய் விடுமே... அவளுக்கோ தான்

மீண்டும் யாத்ராவுடன் சேர வேண்டும் என்கின்ற ஏக்கம்... அதற்காக எந்த எல்லைக்கும் போக தயாராகி விட்டாள் பெண்ணவள்...

யாத்ராவுக்கு தன் மீது காதல் இருக்கின்றது என்று அவளுக்கு உறுதியாக தெரியும்...

அவனது பொஸசிவ்வை தூண்டி விட்டு, அவனை வசப்படுத்த அவள் நினைத்து இருக்க, அவனோ அவளுடன் சேர்ந்து அல்லவா விளையாடிக் கொண்டு இருக்கின்றான்...

புரியவில்லை அவளுக்கு... ஒரு கட்டத்தில் அவன் இந்த கல்யாணத்தை நிறுத்துவான் என்று ஒரு நம்பிக்கை இருந்தது...

அந்த ஒரு நம்பிக்கையை ஆதாரமாக வைத்து, இந்த கல்யாண நாடகத்தை நடிக்க முடிவெடுத்து விட்டாள்...

அதியமானோ, ''சந்தோஷமா இருக்கேன்னு சொன்னியே... இப்போ என்ன?'' என்று ஒற்றைப் புருவம் உயர்த்தி ஆடலரசியிடம் கேட்க, ''அது சும்மா சொன்னேன்'' என்றாள் அவள்...

''அப்போ அந்த மறுப்பு வீடியோ?'' என்றான் கேள்வியாக...

''வீட்ல பிரச்சனை பண்ணுனார்... அதனால அனிதா கூட சேர்ந்து போட்டேன்...'' என்று யாத்ராவை கடைக்கண்ணால் பார்த்துக் கொண்டே சொல்ல, அவனோ பதில் சொல்லாமல் நாடியை நீவிக் கொண்டே அமர்ந்து இருக்க, அதியமானோ புருவம் சுருக்கி யோசித்தவன், ''அனிதா சொன்னதையும் நீ சொன்னதையும் வச்சு பார்த்து,

கொஞ்சம் கன்ஃபியூஸ் ஆயிட்டேன் தான்... ஆனாலும் நீ இவன் பின்னாடி போக மாட்டேன்னு ஒரு நம்பிக்கை இருந்திச்சு...'' என்றான்...

ஆடலரசியோ தலையை சங்கடத்துடன் குனிந்து கொண்டாள்...

யாத்ராவோ குரலை செருமிக் கொண்டே, ''அவளுக்கு என்னை பிடிக்காதுடா... உன்னை தான் பிடிக்கும்... அவ சொன்ன போல நான் ரேப்பிஸ்ட் தான்... அண்ட் பை தே வே குழந்தை கூட அப்படி தான் உருவாச்சு... அப்புறம் நிறைய யோசிச்சேன்... பிடிக்காத பொண்ணு கூட வாழுற அளவுக்கு யாத்ரா தரம் தாழ்ந்தவன் இல்ல... சோ அவ ஆசைப்பட்ட போல சேர்த்து வச்சுடலாம்னு நினச்சேன்'' என்று சரளமாக பேசினான்...

ஆடலரசியோ தலையை குனிந்தபடி அமர்ந்து இருக்க, ''இவன் சொல்றது எல்லாம் உண்மைன்னா, அன்னைக்கு நான் லவ் சொன்ன நேரம் எதுக்கு முடியாதுன்னு சொன்ன?'' என்று நேரடியாக கேட்க, அவளோ, ''அப்போ நான் மிஸிஸ் யாத்ரா... சோ பயமா இருந்திச்சு'' என்றாள்...

''அப்போ இப்போ?'' என்றான் அதியமான்...

''மியூச்சுவல் ஆஃற பிரிஞ்சிட்டோம்...'' என்றாள்...

''தாலியை கூட அவளே கழட்டி கொடுத்துட்டா'' என்றான் யாத்ரா... அதியமானின் விழிகள் அவள் கழுத்தில் படிந்து மீள, ''ஆர் யூ சீரியஸ்?'' என்று கேட்டான்...

''ம்ம்'' என்றாள் பெண்ணவள்...

அதியமானுக்கு யாத்ரா மீது நம்பிக்கை இல்லை..

ஆனால் ஆடலரசி மேல் நம்பிக்கை இருந்தது... அதற்கு அவள் மேல் இருக்கும் காதலும் காரணம்...

ஆடலரசியோ, ''ஒரே ஒரு கண்டிஷன்'' என்று மௌனத்தை கலைத்தாள்...

''சொல்லு'' என்றான் அதியமான்...

''எனக்கு இந்த குழந்தை வேணும்'' என்றாள்...

யாத்ரா ஏதோ மூன்றாவது மனிதன் போல நாடியை நீவிக் கொண்டே அமர்ந்து இருக்க, அதியமானோ, ''நான் கலைக்கவே சொல்லலையே'' என்றான்...

அவளோ பெருமூச்சுடன் அதியமானை பார்க்க, யாத்ராவோ, ''அப்போ நான் வெளிய இருக்கட்டுமா? ரெண்டு பேரும் தனியா பேசிக்கிறீங்களா?'' என்று கேட்டான்...

அதியமானோ, ''அத நாங்க அப்புறம் பேசிக்கிறோம், ஆனாலும் ஏதோ ஒரு உறுத்தல் இருக்கு... நீ பேசுறத நம்ப முடியலயே'' என்றான்...

யாத்ராவோ, ''இங்க பாரு அதியமான்... இன்னும் ரெண்டு மாசத்துல என் தம்பிங்க ரெண்டு பேருக்கும் கல்யாணம்... அன்னைக்கே உனக்கும் ஆடலுக்கும் கல்யாணம் பண்ணி வைக்கிறோம்... உன் கிட்ட பேசிட்டு கார்ட்ல பேர் போடணும்னு தான் நான் கார்ட் அடிக்கிறத ஒரு வாரம் தள்ளி போட்டேன்... உன்னை இதுல நான் எதுக்கு ஏமாத்தணும்? எனக்கு இவ வேணாம்... அவளுக்கும் நான் வேணாம்... சோ பிரியுறது தானே நல்ல முடிவு?'' என்று கேட்டான்...

அதியமானோ, ''ம்ம்'' என்று சொல்ல, யாத்ராவோ, ''ஓகே அப்போ நான் கிளம்புறேன்... அவ கூட

தனியா பேசிட்டு கொண்டு வந்து வீட்ல விட்டுடு.. நைட் எப்படியும் முடிவை சொல்லிடு...'' என்று சொல்லிக் கொண்டே எழுந்தவன் விறு விறுவென வெளியேற, ஆடலரசிக்கு கண்ணீர் முட்டிக் கொண்டே வந்தது...

அடக்கிக் கொண்டே வலுக்கட்டாயமாக சிரித்தபடி அதியமானை பார்த்தாள்...

அவனிடம் உண்மையை சொல்வதா இல்லையா? என்று தடுமாற்றம்...

உண்மையை சொன்னால், அதியமான் இதற்கு எல்லாம் ஒத்துக் கொள்ள மாட்டான் என்று அவளுக்கு நன்கு தெரியும்...

அதியமானுக்கு தான் யாத்ராவை பிடிக்காதே... அதனால் எப்படியும் அவள் திட்டத்துக்கு சம்மதிக்க மாட்டான் என்று தெரியும்...

அதற்காக அவளுக்கு யாத்ராவை இழக்கவும் விருப்பம் இல்லை... எப்படியோ இந்த திருமணத்தை யாத்ரா நிறுத்தி விடுவான் என்கின்ற நம்பிக்கையில் யாத்ராவுக்கு எதிராக சதுரங்க காய்களை நகர்த்த ஆரம்பித்து இருந்தாள்...

அவளை ஆழ்ந்து பார்த்த அதியமானோ, ''ஆர் யூ ஓகே?'' என்று கேட்டான்...

அவளோ பெருமூச்சுடன், ''ஓகே'' என்றாள்...

''உனக்கு நிஜமாவே யாத்ராவை பிடிக்குமா? இல்லையா? பிடிக்கும்னு சொல்ற.. அப்புறம் இல்லன்னு சொல்ற.. புரியல கன்னுகுட்டி'' என்றான்.

அவளோ விரக்தி புன்னகையுடன், ''இப்போ

இந்தக்கணம் நான் உலகத்துல வெறுக்கிற ஒரே ஆள் அந்த ஹிட்லர் தான்'' என்றாள்... அவள் சொன்ன அர்த்தம் வேறு... அதியமான் புரிந்து கொண்ட அர்த்தம் வேறு...

அதியமானோ, ''அப்போ கல்யாணம் பண்ணிக்கலாம்'' என்றான்...

அவளும், ''ம்ம்'' என்று சொன்னவளுக்கு குற்ற உணர்வு ஒரு பக்கம்...

அதியமானை ஏமாற்றுகின்றோமே என்கின்ற குற்ற உணர்வு...

ஆனாலும் வீம்பாக நின்றாள் பெண்ணவள்...

அத்தியாயம் 22

அதியமானுக்கு சின்ன குழப்பம்...

அவனுக்கு ஆடலரசியை மிகவும் பிடிக்கும்...

எந்தளவு பிடிக்கும் என்றால் யாத்ராவின் குழந்தைக்கே இனிஷியல் கொடுத்து அவளை கூடவே வைத்து பார்த்துக் கொள்ளும் அளவுக்கு பிடிக்கும்...

அவன் பலவீனமே ஆடலரசி தான்... அவளே வந்து திருமணம் செய்ய கேட்கும் போது மறுப்பானா என்ன??

அவனால் போலீஸாக இந்த கணத்தில் யோசிக்கவே முடியவில்லை...

ஆடலரசியின் மான்குட்டியாக தான் யோசிக்க முடிந்தது...

''என்ன பிரச்சனை??'' என்று கேட்டான்.

கேட்காமல் கடந்து விட நினைத்தாலும் அவனால் முடியவில்லை...

அவளோ பெருமூச்சுடன், ''அந்த ரெக்கார்டிங் விஷயம் பிரச்சனை ஆயிடுச்சு... சேர்ந்து வாழ இஷ்டம் இல்லன்னு சொல்லியாச்சு... இப்போ என் ரூம்ல தான் இருக்கேன்'' என்றாள்...

அவனோ, ''நல்லது தான்... அவன் கூட எல்லாம் மனுஷன் வாழ முடியுமா? ஆனா என்னால உன்னை புரிஞ்சுக்கவே முடியல... எதுக்கு மறுப்பு வீடியோ எல்லாம் போட்ட??'' என்று மீண்டும் கேட்டான்.

அவனுக்கோ குழப்பம்... அவள் தான் எதையும் வெளிப்படையாக சொல்வது இல்லை அல்லவா? மாறி மாறி பேசிக் கொண்டு இருக்கின்றாளே...

''இவ்ளோ கேள்வி கேட்டு தான் என்னை கல்யாணம் பண்ணிக்கனும்னா அப்படி ஒரு கல்யாணமே வேணாம்'' என்று சொன்னபடி அவள் எழுந்து கொள்ள, ''இருடி... பேசிட்டு இருக்கேன் ல'' என்றான் அவன் அதட்டலாக...

அவளும் பெருமூச்சுடன் அமர்ந்து கொள்ள, ''சரி நான் எதுவும் கேட்கல... கல்யாணம் பண்ணிக்கலாம்'' என்றான்.

அவளும் சம்மதமாக தலையாட்ட, ''வா... வீட்ல கொண்டு விடுறேன்'' என்றபடி பிஸ்டலை எடுத்து முதுகில் சொருகியவன் ஜீப் திறப்பையும் எடுத்துக் கொண்டே வெளியேற அவளும் அவனுடன் வெளியேறி இருந்தாள்...

போகும் வழியில், ''டாக்டர் கிட்ட ப்ரெக்னன்சி செக்கப் பண்ணுனியா ??'' என்று கேட்டான்..

''இல்லை'' என்றாள் பெண்ணவள்...

''அப்போ டாக்டர் கிட்ட போகலாம்'' என்று சொல்லிக் கொண்டே அவளை வைத்தியரிடம் அழைத்து வர, அவரும் இருவரையும் யோசனையாக பார்த்து விட்டு அவளுக்கான பரிசோதனைகளை செய்தார்...

அவளுக்கான வைட்டமின் மாத்திரைகளையும் கொடுத்தார்... அவளும் அதனை வாங்கிக் கொண்டே வீட்டுக்கு வந்தாள்...

யாத்ராவின் வண்டி அங்கே தான் நின்றது... வீட்டுக்கு வந்து விட்டான் என்று அவளுக்கு புரிந்தது.

''பை'' என்று அதியமானை அனுப்பி விட்டு வீட்டினுள் நுழைந்தாள்...

ஹாலில் தான் எல்லோரும் அமர்ந்து இருந்தார்கள்.

அவள் வந்ததுமே, ''ஆடல் வந்திட்டா... ஏதோ சொல்லணும்னு சொன்னியே யாத்ரா'' என்றாள் குரலரசி...

அலைபேசியை பார்த்துக் கொண்டு இருந்த யாத்ராவோ, அவளை ஏறிட்டுப் பார்த்தபடி எழுந்து அவள் அருகே வந்து நின்றபடி, சுற்றி அமர்ந்து இருந்தவர்களை பார்த்தவன், ''நம்ம வீட்ல அடுத்து நடக்க போறது ரெண்டு கல்யாணம் இல்ல... மூணு கல்யாணம்'' என்றான்.

ஷண்முகியோ, ''அப்பாடா திரும்ப கல்யாணம் பண்ணிக்க போறீங்களா?'' என்று புன்னகையுடன் கேட்க, ''நான் பண்ணிக்க போறது இல்ல... ஆடல் பண்ணிக்க போறா'' என்றான்.

எல்லோரும் மாறி மாறி பார்த்துக் கொண்டர்கள்...

யாருக்கும் எதுவும் புரியவே இல்லை...

"யாரை பண்ணிக்க போறா??" என்று ஆர்யா கேட்க, "அதியமானைப் பண்ணிக்க போறா" என்று முடிக்கவில்லை, "ஆடல்! உன் மனசுல என்ன தான் நினைச்சிட்டு இருக்க??" என்று சீறிக் கொண்டே ஷண்முகி எழுந்து கொள்ள, அதுவரை குனிந்து நின்ற ஆடலரசியோ பக்கவாட்டாக திரும்பி யாத்ராவை பார்த்தாள்...

அப்போதும் அவளை காப்பாத்த அவன் யோசிக்கவில்லை... அவன் நினைத்து இருந்தால் அவளை திட்டாமல் தடுத்து இருக்கலாம்... ஆனால் அதனை அவன் செய்யவே இல்லை...

"கேக்கிறாங்க... பதில் சொல்லு" என்றான் சகஜமாக... ஏற்கனவே அதியமான் விஷயத்தில் அவன் மீது இருந்த ஆத்திரம் இப்போது இரு மடங்கானது...

'மனுஷனா இவன்??' என்று வாய்க்குள் திட்டிக் கொண்டே ஏறிட்டு ஷண்முகியை பார்த்தவளோ, "என் குழந்தைக்கு இனிஷியல் வேணும்... உங்க பையனை என் கூட சேர்ந்து வாழ சொல்லுங்க. நான் கல்யாணத்தை நிறுத்துறேன்" என்று அழுத்தமாக சொல்ல, வாயடைத்து போனது அவர் தான்...

விசித்ராவுக்கே அவள் செயல் கோபத்தை கொடுக்க, "குழந்தை நாளைக்கே பிறக்க போற போல பேசிட்டு இருக்க... இன்னும் நாள் இருக்குல்ல... அதுக்குள்ளே என்ன அவசரம்?? புருஷன் பொண்டாட்டிக்குள்ள சண்டை வர்றது சகஜம் தான். கொஞ்ச நாள் விட்டா ரெண்டு பேரும் சமாதானம் ஆயிடுவீங்க... அதுக்குள்ள இன்னொரு

கல்யாணம் அது இதுன்னு பேசிகிட்டு இருக்க ??'' என்று திட்ட, அவளோ அவரை பார்த்து, ''உங்க மருமகனுக்கு நான் வேணாமாம்... அவர் மனசு எப்போவும் மாற போறதும் இல்ல... இந்த கல்யாணம் அவர் நிறுத்துனா மட்டும் நிற்கும்... நான் நிறுத்த போறது இல்ல'' என்றாள் வீம்பாக... எல்லோரும் இப்போது யாத்ராவை பார்க்க, ''நான் எதுக்கு நிறுத்தணும்?? எனக்கு இவ கூட வாழ முடியாது... அவ ஆசைப்படுறவன் கூட அவ வாழட்டும்... நான் சேர்த்து வைக்க ரெடியா தான் இருக்கேன்... அவளுக்கு கல்யாணம் வேணாம்னு தோணிச்சுன்னா அவ நிறுத்தட்டும்'' என்றான்.

அவளோ, அவனை முறைத்து விட்டு ஷண்முகியை பார்த்தவள், ''என் கிட்ட வாய் கிழிய பேசுனீங்க தானே... இப்போ உங்க புள்ள கிட்ட பேசுங்க பார்ப்போம்... யாத்ரான்னு சொன்னதும் வாயை மூடிக்கிறது... குடும்பமா இது... ச்ச... இப்போ சொல்றேன் கேட்டுக்கோங்க... உங்க புள்ள கல்யாணத்தை நிறுத்துனா மட்டும் தான் இந்த கல்யாணம் நிற்கும்...'' என்று சொல்லி விட்டு விறு விறுவென செல்ல எல்லோரும் பேயறைந்த போல யாத்ராவை பார்த்தார்கள்.

அவனோ, ''இப்போ என்னாச்சுன்னு எல்லோரும் இப்படி ரியாக்ட் பண்ணுறீங்க? இந்த கல்யாணம் நடந்தே ஆகும்... ஆர்யா! இதுக்காக தான் கார்ட் அடிக்கிறதா டிலே பண்ண சொன்னேன்... கார்ட் ல ஆடலோடதும் அதியமானோடதும் பேரை போட்டு அடிச்சிடு'' என்று சொல்லிக் கொண்டே மாடியேறி செல்ல, அவனோ அருகே நின்ற ஹரிஷை பார்த்தவன், ''என்னடா நடக்குது இங்க??'' என்றான்.

அதனை தொடர்ந்து ஆடலரசியுடன் பேச எல்லோரும் முயற்சி செய்தார்கள்...

''அந்த ஹிட்லர் கூட பேசி என்னை சேர்த்து வைங்க.. கல்யாணத்தை நிறுத்துறேன்'' என்று சொல்லி விட்டாள்...

அவனுடன் பேச அங்கே யாருக்கும் தைரியம் இல்லையே...

அதனால் எதுவும் செய்ய முடியாத நிலை தான் அவர்களுக்கு...

அதியமானோ கல்யாண பத்திரிகை வந்ததுமே வீட்டில் விஷயத்தை சொல்ல நினைத்து இருந்தான்.

இடைப்பட்ட நாட்களில் ஆடலரசியுடன் அவன் பேசுவான்... அவளோ கடமைக்கு பதில் சொல்வாள்... மனதில் ஒரு அழுத்தம் எப்போதும் அவளுக்கு இருந்தது...

அன்று மாலை நேரம் போல ஹாலில் அமர்ந்து இருந்த யாத்ராவோ, ஒரு கையால் கண்ணாடி குவளையில் இருந்த நீரை அருந்திக் கொண்டே, அடுத்த கையில் இருந்த அலைபேசியை பார்த்துக் கொண்டு இருந்தான்.

காலேஜ் முடித்து விட்டு வீட்டினுள் நுழைந்த ஆடலரசியிடம், ''டாக்டர் கிட்ட இன்னும் செக்கப் போகலையாம்மா ??'' என்று கேட்டார் குரலரசி...

அவளோ அங்கே அமர்ந்து இருந்த யாத்ராவை பார்க்க, அவன் அவளை ஒரு கணம் பார்த்து விட்டு ஒற்றைக்கையில் இருந்த அலைபேசியை மீண்டும் பார்த்தான். அவளும், ''அதியமான் கூட போயிட்டு வந்துட்டேன்... குழந்தைக்கு அப்பா அவன் தானே''

என்று சொல்லி முடிக்க முதல், குவளை நொறுங்கும் சத்தம்...

சட்டென திரும்பிப் பார்த்தாள்...

யாத்ராவின் கையில் இருந்த குவளை நொறுங்கி கீழே கிடந்தது... அவன் கையெல்லாம் ரத்தம்...

‘‘யாத்ரா என்னாச்சு??’’ என்று பதட்டத்துடன் குரலரசி கேட்க, ‘‘நத்திங்... ஐ ஆம் ஓகே... க்ளாஸ் ல கொஞ்சம் பிரஷரை கொடுத்துட்டேன்’’ என்று சர்வ சாதாரணமாக சொன்னான்... முகத்தில் எந்த உணர்வும் இல்லை...

ஆர்யாவோ முதலுதவி பெட்டியுடன் அவன் அருகே வந்து அமர்ந்தவன் அவன் கைக்கு மருந்தை இட, ஆடலரசியோ ரத்தம் வடிந்து கொண்டு இருந்த அவன் கரத்தைப் பார்த்து விட்டு அதே அதிர்ச்சியுடன் ஏறிட்டு அவன் முகத்தைப் பார்த்தாள்...

அவன் இப்போது அவளை பார்க்கவில்லை... அவளுக்கோ அவன் மீது ஆத்திரம் பன்மடங்காக ஒரு முறைப்புடன் அறைக்குள் நுழைந்து கொள்ள, அவன் இப்போது விழிகளை உயர்த்தி பெண்ணவளின் முதுகை வெறித்துப் பார்த்தான். அன்று இரவு நீண்ட நேரம் பால்கனியில் நின்று இருந்தாள் ஆடலரசி...

இந்த நாடகம் எந்த எல்லை வரை செல்லுமோ என்று பயமாகவும் இருந்தது...

அதியமான் காயப்பட்டு விடுவானோ என்கின்ற யோசனை வேறு...

அவள் அதியமானை திருமணம் செய்ய தயார் இல்லை... மனம் முழுதும் அவளவன் நினைவுகள் நிறைந்து இருக்கும் போது எப்படி

இன்னொருவனுக்கு கழுத்தை நீட்ட முடியும்...

ஆனால் யாத்ராவோ அழுத்தக்காரன் ஆயிற்றே... இன்று அவன் குவளையை உடைத்ததில் இருந்தே அவளுக்கு அவன் மனம் புரிந்து விட்டது... உணர்வுகளை அடக்கிக் கொண்டு இருக்கின்றான் என்று தெரிந்தது...

அதனை எப்படியாவது அவள் வெளியே கொண்டு வந்தாக வேண்டும்...

''சரியான ஈகோ பிடிச்சவன் இந்த ஹிட்லர்'' என்று திட்டிக் கொண்டே தனது அறையில் இருந்து வெளியே வந்தவள் யாத்ராவின் அறையை நோக்கி சென்றாள்...

அவன் கதவை தட்ட, அவனும் கதவை திறந்து அவளை புருவம் சுருக்கி பார்த்தான்.

அவளோ அவன் கையை பார்த்துக் கொண்டே, ''பேசணும்'' என்று சொன்னபடி அவனை இடித்தபடி உள்ளே நுழைய, ''ஏய் வெளிய போ'' என்றான் அதட்டலாக.

அவளோ அவனை முறைத்து பார்த்துக் கொண்டே, கதவை நோக்கி செல்ல, அவள் வெளியேற போகின்றாள் என்று அவன் நினைத்து இருக்க, அவளோ கதவை தாழிட்டு விட்டு மீண்டும் உள்ளே வந்தாள்...

''ஹேய்! வெளிய போக சொன்னேன் ல'' என்றான் எரிச்சலான குரலில்... அவன் முன்னே வந்து நின்றவள், ''நேத்தெல்லாம் ரொம்ப கூல் ஆஹ அதியமான் கிட்ட பேசுன போல இருந்திச்சே... இன்னைக்கு ஏன் சாருக்கு கோபம் வருது??'' என்று கேட்டாள்...

''நான் ஒன்னும் கோபப்படல'' என்றான் யாத்ரா..

அவன் கையை பற்றியவள், ''அப்போ என்ன இது??'' என்று கேட்க, அவனோ சட்டென அவள் கையை உதறியவன், ''நீ நினைக்கிற போல எல்லாம் எதுவும் இல்ல... ரொம்ப கற்பனை பண்ணாம வெளிய போடி'' என்று அவளை உறுத்து விழித்தபடி திட்டியவனின் விழிகள் அதிர்ந்து விரிய, வார்த்தைகள் அடங்கி போயின...

ஆனால் அவன் வாய்க்குள் அல்ல, அவள் வாய்க்குள்...

ஆம் அவன் டீஷேர்ட்டை பற்றி இழுத்து, பேசிக் கொண்டு இருந்த அவன் இதழில் அவள் இதழ் பதித்து இருந்தாள்...

அவன் ஒரு கணம் தான் இந்த எதிர்பாராத முத்தத்தில் தடுமாறி இருப்பான்... கண்களை மூடி திறந்து ஒரு ஆழ்ந்த மூச்சை விட்டுக் கொண்டே அவள் தோள்களை பிடித்து விலக்கி, அவள் இதழில் இருந்து தன்னிதழை பிரித்து எடுத்தவன், தன்னையே இமைக்காமல் பார்த்துக் கொண்டே நின்று இருந்தவளிடம், ''டோன்ட் டூ திஸ்'' என்றான்.

கண்ட மேனிக்கு எல்லாம் திட்டவில்லை... குரலில் ஒரு மென்மை...

அந்த ஒரு வித்தியாசம் பெண்ணவளுக்கும் புரிந்தது...

அவளோ அவன் விழிகளுடன் விழிகளை கலக்க விட்ட வள், ''எதுக்கு இப்படி நடிச்சிட்டு இருக்கீங்க? என்று கேட்டாள்...

அவள் குரல் தழுதழுத்தது...

கண்கள் கலங்கி போயின...

அவனோ குரலை செருமிக் கொண்டே அவள் தோள்களில் இருந்து கையை எடுத்தபடி விலகி நின்றவன், ''நான் எதுக்கு நடிக்கணும்??'' என்று தோள்களை உலுக்கி கேட்டான்... அவனை முறைத்தவள், ''இந்த முக மூடியை நிரந்தரமா போட்டுட்டு இருக்க முடியாது'' என்று சொல்லி விட்டு விறு விறுவென வெளியேற அவனிடம் ஒரு பெருமூச்சு மட்டுமே... அவளோ ஆத்திரத்தில் கதவை அடித்து மூட கண்களை மூடி திறந்தவனோ, காயம் பட்டு கட்டு போடப்பட்டு இருந்த தனது கையைப் பார்த்தான்.

அறைக்குள் வந்தவளுக்கோ ஆத்திரம்...

கோபமாக மேசையில் இருந்த பொருட்களை கீழே தள்ளி விட்டவள், அப்படியே கட்டிலில் படுத்து அழ ஆரம்பித்து விட்டாள்...

இப்படியே இரு நாட்கள் நகர, அவர்களின் திருமண பத்திரிகையும் வந்து சேர்ந்து விட்டது... அன்று காலையில் வேஷ்டி அணிந்து குங்குமம் வைத்து மீசையை முறுக்கி விட்டபடியே மாடியில் இருந்து இறங்கி வந்தான் யாத்ரா...

ஆடலரசியின் விழிகள் அவனில் படிந்து மீள, ''வெட்கமே இல்லாம சைட் அடிக்கிறியே... லூசு லூசு'' என்று தனக்கு தானே திட்டிக் கொண்டே தலையை குனிந்து கொண்டாள்.

அங்கே திருமண பத்திரிகையை பார்த்துக் கொண்டு இருந்த ஆர்யாவோ, ''அண்ணா வெட்டிங் கார்ட்ஸ் வந்திடுச்சு'' என்று சொல்ல, அவனோ

அங்கே நின்ற காமாட்சியிடம், ''பூ பழம் வெத்திலை வச்சு ஒரு தட்டு எடுத்து வா... முதல் பத்திரிகை சி எம் க்கு கொடுத்துடலாம்'' என்று சொன்னபடி பத்திரிகையை எடுத்தவன் அதனை அங்கே இருந்த சாமி அறைக்குள் கொண்டு செல்ல அவனுடன் ஏனையவர்களும் அதனை சாமி அறையில் வைத்து வணங்குவதற்காக சென்றார்கள்...

யாத்ராவோ ஆடலரசியை பார்க்க, அவள் மட்டும் அங்கேயே அமர்ந்து இருந்தாள்...

''நீ தானே முக்கியமா வரணும்'' என்றான்.

''போன முறையும் தான் வச்சு வணங்குனீங்க... வாழாவெட்டியா வயித்தை தள்ளிட்டு தானே நிக்கிறேன்... திரும்ப எதுக்கு??'' என்று எரிச்சலாக கேட்டபடி அங்கிருந்து எழுந்து செல்ல, அவள் மீது ஏனையவர்களின் பார்வை பரிதாபமாக படிய, ''யாத்ரா கொஞ்சம் மனசு மாறினால் தான் என்ன ??'' என்கின்ற எண்ணம் தான் ஏனையவர்களிடம் இருந்தது...

யாத்ராவோ பெருமூச்சுடன் சாமியறைக்குள் நுழைந்து கொண்டான்... திருமண பத்திரிகையை சாமி சந்நிதியில் வைத்து வணங்கி விட்டு அதனை ஜீவானந்தனுக்கு கொடுப்பதற்காக கிளம்பி விட்டான்...

அத்தியாயம் 23

யாத்ராவோ ஜீவானந்தன் வாசலில் இறங்கிய சமயம் போலீஸ் யூனிஃபார்மில் வெளியே வந்தான் அதியமான்...

அவன் விழிகளோ யாத்ராவில் படிய அவனோ,

‘‘சும்மா சொல்ல கூடாது... இந்த ட்ரெஸ் உனக்கு பக்கவா பொருந்துது மாப்பிள்ளை. ஜிம்முக்கு போய் ஜம்முன்னு தான் இருக்க’’ என்று சொன்னபடி அவன் அருகே வந்து தோளில் கையை போட, அவனோ யாத்ராவை புருவம் சுருக்கி பார்த்தான்.

‘‘உன் அப்பாவை தான் பார்க்க போறேன்... நீயும் வா’’ என்று சொல்ல, ‘‘ஹேய் எனக்கு டியூட்டிக்கு நேரம் ஆச்சு’’ என்று அவன் சொல்ல, ‘‘அங்கே போய் நீ ஒன்னும் கண்டு பிடிக்க போறது இல்ல... என் கூட வா’’ என்று சொல்ல, ‘‘கண்டுபிடிச்சாலும் நீ விடுறது இல்லன்னு சொல்லு’’ என்க, யாத்ராவும் சிரித்துக் கொண்டே வீட்டினுள் நுழைந்தான்.

அங்கே இருந்த ஜீவானந்தனோ இருவரையும் பார்த்தபடி, ‘‘இதெல்லாம் அதிசயம் ஆச்சே’’ என்றார்.

‘‘வணக்கம் தலைவரே’’ என்று கை கூப்பி சொன்ன யாத்ராவோ, ‘‘முருகன்’’ என்று அழைக்க, அவனும் காரினுள் இருந்த தட்டை எடுத்து வந்து யாத்ராவிடம் கொடுத்தான்.

‘‘அடுத்த மாசம் வீட்ல விசேஷம்’’ என்று சொன்னதுமே, அவன் அருகே நின்ற அதியமான் அதிர்ந்து யாத்ராவை பார்க்க, அவனோ அதியமானை பார்த்து ஒற்றைக் கண்ணை அடித்து விட்டு பத்திரிகையை நீட்ட ஜீவானந்தனும் லக்ஷ்மியும் அதனை வாங்கிக் கொண்டார்கள்...

‘‘ரொம்ப சந்தோஷம் பா’’ என்று சொல்லிக் கொண்டே கார்டை பிரித்த ஜீவானந்தனுக்கு தூக்கி வாரிப் போட்டது...

அதியமானுக்கும் இந்த திடீர் விவகாரம் அதிர்ச்சி தான்...

அதியமானுக்கு இந்த விஷயம் அறிவிக்கப்படவே இல்லையே...

தெரிந்து இருந்தால் ஜீவானந்தனிடம் ஏற்கனவே சொல்லி இருப்பானே...

ஒரு வாரம் ஆகும் என்று அவன் நினைத்து இருக்கே... இன்றே அதிரடியாக வந்து விட்டான் யாத்ரா

இப்போது அதியமான் தனது வீட்டில் விஷயத்தை சொல்லாத போல அல்லவா ஆகி விட்டது...

யாத்ரா வந்த நேரம், அவன் கையில் திருமண பத்திரிகையை பார்த்து இருந்தால் கூட அதியமான் சுதாரித்து இருப்பான்...

அவன் சுதாரிக்கவே கூடாது என்று தான், ஜீவானந்தனை பார்த்த பிறகு முருகனை அனுப்பில் ஜீப்பில் இருந்த திருமண பத்திரிகையை எடுத்து வர சொல்லி இருந்தான்.

ஜீவானந்தனோ அதியமானை பார்க்க அவனோ பெருமூச்சுடன், ''நான் ஆடலரசியை தான் கல்யாணம் பண்ணிக்கலாம்னு இருக்கேன்'' என்றான்.

யாத்ராவோ அவனை பக்கவாட்டாக திரும்பி பார்த்தபடி, ''பரவாயில்லையே நான் நினைச்சதை விட நீ செம்ம கெத்து டா'' என்று சொல்ல, அவனை முறைத்து விட்டு ஜீவானந்தனை அதியமான் பார்க்க, அவரோ, ''சாவடிச்சிடுவேன்... கல்யாணம் ஆனா பொண்ணு டா அவ... கொஞ்சம் கூட யோசிக்க மாட்டியா?? எல்லோரும் சிரிக்க போறாங்க'' என்று சீறினார்...

யாத்ரா எதுவும் பேசவில்லை... தனக்கும் அதற்கும் சம்பந்தம் இல்லை என்கின்ற ரீதியிலேயே விசிலடித்தபடி நின்று இருந்தான்...

''பட் ஐ லவ் ஹேர்'' என்றான் அதியமான்.

''யாத்ரா பக்கத்துல நீ நின்னு இத சொல்றத கேட்கவே நாராசமா இருக்கு'' என்றார் லக்ஷ்மி.

இப்போது யாத்ராவை பார்த்த ஜீவானந்தனோ, ''யாத்ரா என்ன இது??'' என்று கேட்க, ''எனக்கு ஒன்னும் தெரியாது தலைவரே... நானும் ஆடலும் பிரிஞ்சிட்டோம்... அப்புறம் இவங்க கல்யாணம் பண்ணிக்க போறேன்னு சொன்னாங்க... ஓகே சொல்லிட்டேன்... என்ன இருந்தாலும் ஆடல் எங்க வீடு பொண்ணு... நான் தானே ஆடலுக்கு எல்லாம் பண்ணனும்... சரின்னு கல்யாணம் பண்ணி சேர்த்து வைக்க யோசிச்சேன்... மாசமா இருக்கிற பொண்ணு வேற... ஆசைப்பட்டதை நிறைவேத்தனும் ல'' என்றான்...

''என்னது மாசமா இருக்காளா??'' என்று லக்ஷ்மி அதிர, ''இது வேறயா ??'' என்று ஜீவானந்தன் சீற, அதியமானோ யாத்ராவிடம், ''இத இப்போ கேட்டாங்களா??'' என்று சீற, ''உண்மையை சொல்லணும்ல'' என்றான் யாத்ரா...

''என்னடா இதெல்லாம்??'' என்று ஜீவானந்தன் அதியமானைப் பார்த்து கர்ஜிக்க, ''எனக்கு அவளை ரொம்ப பிடிக்கும்... அவளை தான் கல்யாணம் பண்ணிக்க போறேன்.. தட்ஸ் இட்' என்று சொல்லிக் கொண்டே வெளியேற, ''அப்போ நானும் வர்றேன் தலைவரே... கல்யாணத்துக்கு கண்டிப்பா வந்துடுங்க'' என்று சொல்லிக் கொண்டே யாத்ராவும் வெளியேறி விட்டான்.

இதனை பார்த்தபடி நின்று இருந்த அனிதாவுக்கு ஆத்திரம்...

''அவளை ரெண்டுல ஒன்னு கேட்காம விட போறது இல்ல, புருஷன லவ் பண்ணுறேன்னு என் கிட்ட ட்ராமா பண்ணிட்டு, இப்போ வேற என்னவோ பண்ணிட்டு இருக்கா... அசிங்கமா இருக்கு...'' என்று சொல்லிக் கொண்டே அனிதாவும் காலேஜுக்கு கிளம்பி விட்டாள்... ஜீவானந்தனுக்கு என்ன செய்வதென்று தெரியாத நிலை...

அதியமான் அடங்கி போகும் ஆள் இல்லை...

அவன் இஷ்டமானதை தான் செய்வான்...

அரசியல் வேண்டாம் என்று இந்த பெரிய சம்பிராஜ்யத்தை தூக்கி எறிந்து விட்டு போலீஸ் ஆனவன் அவன்.

லக்ஷ்மியோ, ''இப்போ என்னங்க பண்ணுறது??'' என்று கேட்க, ''தெரியலடி'' என்று சலித்துக் கொண்டார் அவர்...

இதே சமயம் கல்லூரிக்கு வந்து சேர்ந்த அனிதாவோ ஆடலரசிக்காக காத்துக் கொண்டு இருந்தாள்... ஆடலரசியும் ஒரு சோர்வுடன் வகுப்பறையினுள் நுழைந்து, ''ஹாய் அனிதா'' என்று முடிக்கவில்லை, ''மனசுல என்னடி நினைச்சுட்டு இருக்க??'' என்று எகிறினாள் அவள்...

ஆடலரசிக்கு அவள் எகிறும் காரணம் யூகிக்க கூடியதாக இருக்க, பெருமூச்சுடன், ''அப்புறம் பேசிக்கலாம்'' என்றாள்...

''என்ன அப்புறம் பேசிக்கலாம்?? கொஞ்சம

கூட கூச்சமே இல்லை ல'' என்று வார்த்தையை விட, அது ஆடலரசிக்கு சுருக்கென்று தைத்தது... அவள் வேறு சத்தமாக பேச, சுற்றி இருந்தவர்கள் எல்லோருமே அவளை தான் பார்த்தார்கள்...

''எல்லோரும் பார்க்கிறாங்க அனிதா'' என்று ஆடலரசி மெதுவாக சொல்ல, ''பார்க்கட்டுமே... நீ பண்ணுனது அசிங்கமா உனக்கு தெரியல... ஆனா நான் பேசுறது அசிங்கமா தெரியுதா??'' என்று கேட்டாள்...

என்ன பதில் சொல்வது என்று தெரியாத ஆடலரசி தடுமாறிப் போய் விட்டாள்...

சட்டென தன்னை சுதாரித்துக் கொண்டே, ''அனிதா மைண்ட் யோர் வேர்ட்ஸ்'' என்றாள்...

''என்னடி மைண்ட்? கல்யாணம் பண்ணி கர்ப்பமா இருக்க... யாரோ ஒருத்தரோட குழந்தைக்கு என் அண்ணன் இனிஷியல் ஆஹ் இருக்கணுமா? அசிங்கமா இல்லயா உனக்கு... இன்னும் படிச்சே முடிக்கல... அப்படி என்ன ஆம்பிள தேவைப்படுது?? என் அண்ணா தான் பைத்தியகாரன் நீ சொல்றது எல்லாத்துக்கும் தலையாட்டிட்டு இருக்கான்... உனக்கு கொஞ்சமும் செ‌ன்ஸ் இல்லையா?? நீ நாசமாக்க போறது என் அண்ணாவோட வாழ்க்கையை'' என்று சீறினாள்...

இன்னும் வகுப்பு ஆரம்பிக்கவே இல்லை... அதனால் எல்லோரும் அவர்களையே பார்த்து இருக்க, ''ப்ரெக்னன்ட் ஆஹ் இருக்கியா ஆடல்'' என்று ஒரு பெண் கேட்டாள்...

''ஆமா.. மேடம் ப்ரெக்னன்ட் ஆஹ்

இருக்காங்க.. அதுக்கு இனிஷியல் வைக்க என் அண்ணாவை கல்யாணம் பண்ணிக்க போறாங்க... நினைச்சாலே அருவருப்பா இருக்கு...'' என்று அனிதா ஆத்திரத்துடன் சீற, ஆடலரசி அந்த இடத்தில் கூனி குறுகி போய் விட்டாள்... எல்லோரும் அவளை பற்றி சற்று கீழ்தரமாகவே விமர்சிக்க ஆரம்பித்து விட்டார்கள்...

அது அவளது காதிலும் விழுந்தது...

பட்டாம்பூச்சி போல சந்தோஷமாக இருந்த பெண்ணவளுக்கோ இப்போது வலுக்கட்டாயமாக கூட சிரிக்க முடியவில்லை... சுற்றி இருப்பவர்கள் எல்லோரும் அவளை பார்த்துக் கொண்டே இருக்க, அவளுக்கோ அசிங்கமாக இருந்தது... அங்கே நிற்கவே முடியவில்லை... அழுகை வேறு... அடுத்த கணமே விறு விறுவென வெளியேறியவளோ அங்கே இருந்த மர நிழலில் வந்து அமர்ந்து விட்டாள்...

கண்களில் இருந்து கண்ணீர் வழிந்தது...

அழவே கூடாது என்கின்ற வைராக்கியத்துடன் கண்ணீரை துடைத்துக் கொண்டாள்...

ஸ்டோன் பெஞ்சில் அமர்ந்து இருந்தவள் அருகே வந்து அமர்ந்தது ஒரு உருவம்... திரும்பிப் பார்த்தாள்... யாத்ரா தான்...

கண்களில் நீர் திரையிட்டு அவள் பார்வையை மறைக்க, கண்ணீரை துடைத்துக் கொண்டே, ''இந்த ஹிட்லர் எனக்கு என்ன வசியம் பண்ணி தொலைச்சானோ தெரியல... நாள் முழுக்க அவன் நினைப்பாவே இருக்கு... அவனால கஷ்டப்பட்டும்

அவனை தான் நினைக்க தோணுது... பார்க்கிற இடம் எல்லாம் தான் தெரியுறான்... அவன் மேல மொத்தமா பைத்தியம் ஆயிட்டேன் போல...'' என்று வாய் விட்டே புலம்ப, ''ஹிட்லர் நிஜமாவே தான் வந்திருக்கேன்'' என்றான் அவளைப் பார்த்துக் கொண்டே... அவளுக்கோ அதிர்ச்சி...

சுற்றி பார்த்துக் கொண்டே, ''நீங்க எப்படி இங்க?'' என்று கேட்க, ''வேலை விஷயமா வந்தேன்'' என்றவனோ மேலும், ''நீ ஏன் இங்க இருக்கிற? கிளாஸ் போகலையா??'' என்று கேட்டான்.

அவனை முறைத்து விட்டு முன்னால் திரும்பியவளோ, ''ரொம்ப அசிங்கமா இருக்கு'' என்க, ''என்னாச்சு??'' என்று கேட்டான்...

''உங்க ஒருத்தருக்காக என் பேரையே கெடுத்துட்டு இருக்கேன்'' என்று சொன்னவளுக்கு கண்ணீர் வழிய, அதனை துடைத்துக் கொண்டாள்..

''என்னாச்சு??'' என்று மீண்டும் கேட்டான். ஆனால் இந்த முறை சற்று கடினமான குரலில்...

''ஒருத்தரை கல்யாணம் பண்ணி ப்ரெக்னன்ட் ஆகி, அடுத்தவரை கல்யாணம் பண்ணிக்க போற பொண்ண நல்ல விதமா பேசுவாங்களா என்ன?'' என்று கேட்டாள்...

''யார் என்ன பேசினா?'' என்று அடக்கப்பட்ட கோபத்துடன் கேட்டான்...

''அவங்க சரியா தான் பேசுறாங்க...'' என்று சொன்னபடி அவள் எழ முற்பட, அவள் கையை பற்றியவன் ''உட்காரு'' என்றான்.

அவளும் அவனை பார்த்துக் கொண்டே அமர,

அவள் கையை விட்டவனோ, ''உன் கிட்ட ஒரு டீல் பேசலாம்னு வந்தேன்'' என்றான்.

அவளோ விரக்தியாக சிரித்துக் கொண்டே, ''தற்றதுக்கு என் கிட்ட எதுவும் இல்ல'' என்றாள்...

குரலை செருமியவனோ, ''அடுத்த மாசம் உனக்கு கல்யாணம் ஆயிடும்... அப்புறம் உன் கிட்ட ரொம்ப டிஸ்டன்ஸ் மெயின்டெய்ன் பண்ணனும்... சோ அதுக்கு முதல் உன் கூட பழகலாம்னு நினச்சேன்'' என்றான்...

அவளோ அவனை புரியாமல் பார்க்க, ''உனக்கு கல்யாணம் ஆகுற வரைக்கும் ஃப்ரென்ட்ஸ் ஆஃ இருக்கலாம்... எதுக்கு சண்டை பிடிக்கணும்??? நீ அடுத்த மாசமே அதியமான் வீட்டுக்கு போயிடுவ...'' என்று சொல்ல, ''அதுக்கு??'' என்றாள் ஒரு மார்க்கமாக...

''சோ அதுவரைக்கும் உன்னோட பெஸ்டியா இருக்கேன்... என் இடத்தை அதியமான் அடுத்த மாசம் நிரப்ப போறான்... சோ அவன் இடத்தை இந்த மாசம் நான் நிரப்பலாம்னு யோசிச்சேன்... நான் ரொம்ப ரக்கெட்.. அது உனக்கும் தெரியும்... சோ ஃப்ரெண்ட்ஸ், கேர்ள் ஃப்ரெண்ட்ஸ் எல்லாம் எனக்கு இருக்கல... அந்த பீலிங் எப்படின்னு பார்க்க யோசிச்சேன்...'' என்றான் தோள்களை உலுக்கி... அவனை ஒரு மார்க்கமாக மேலிருந்து கீழ் பார்த்தவளோ, ''இது எனக்கு சரியா படல'' என்றாள்.

''என்னடி சரியா படல??'' என்றான் அவன்...

''அந்த பெஸ்டி என்கிறது ரொம்ப ஸ்பெஷலான விஷயம்... அவ்ளோ ஈஸியா எனக்கு

பெஸ்டியா இருக்க முடியாது.. நிறைய அட்ஜஸ்ட் பண்ணிக்கணும்... நான் ஆசைப்படுறதெல்லாம் பண்ணனும்... எல்லாத்துக்கும் மேல என் கூட கியூட் ஆஷ் பேசணும்.. அதெல்லாம் உங்களுக்கு செட்டாகாது...'' என்றாள்...

''அது செட் ஆகுதா இல்லையான்னு ஒரு கை பார்த்துடலாம்'' என்றான்...

அவளோ, '' புரிஞ்சுக்க மாட்டேங்குறீங்களே'' என்று சிணுங்களாக அவள் சொல்ல, 'என்ன தான் டி உனக்கு பிரச்சனை ?? சொன்னா தானே தெரியும்' என்றான்.

அவளோ பெருமூச்சுடன், ''ஓபன் ஆஷ் சொல்றேன்... எனக்கு இந்த யாத்ராவை ரொம்ப பிடிக்கும்... ஆனா இந்த யாத்ரா ரொம்ப ஈகோ பிடிச்சவர்... என்னை ஹேர்ட் பண்ணிட்டே இருப்பார்... ஃப்ரெண்ட்லியா பேச தெரியாது... என் கூட டைம் ஸ்பென்ட் பண்ண தெரியாது... சம்பவம் பண்ண மட்டும் நல்லா தெரியும்... அதுக்கு மேல எதுவும் தெரியாது'' என்று சொல்ல, அவனோ அவளை முறைத்துப் பார்த்துக் கொண்டே, ''இதெல்லாம் இப்போ ரொம்ப அவசியமா சொல்லணுமா?'' என்று கேட்டான்...

''உண்மையை தானே சொல்றேன்... அதுக்கு மட்டும் தானே என் கிட்ட வந்தீங்க... அதுக்கு மட்டும் டைம் இருக்கும்.'' என்று கடுப்பாக சொல்ல, ''சரி மேல சொல்லு'' என்றான் பெருமூச்சுடன்...

''அப்படி காஜியா இருந்த யாத்ராவையே எனக்கு பிடிக்கும்'' என்று சொன்னாள்...

அவனோ அவளை இடைமறித்து, ''காஜி

கீஜின்னா பல்லை உடைச்சிடுவேன்'' என்றான்...

''ஹெலோ, பெஸ்டி இப்படி எல்லாம் கோபப்பட கூடாது'' என்றாள்...

அவனோ இதழ் குவித்து ஊதிக் கொண்டே, ''சரிடி சொல்லி தொலை டி'' என்றான்...

''அதே யாத்ரா இப்போ எனக்கு பிடிச்ச போல மாறுனா... எனக்காக டைம் ஸ்பென்ட் பண்ணுனா, நான் அப்புறம் மொத்தமா ஃப்ளாட் ஆயிடுவேன்... சோ என்னை இன்னும் பைத்தியமா மாத்தாம சும்மா இருங்க'' என்றாள்...

அவன் கண்ணை பார்த்துக் கொண்டே சொன்னாள்... அவனோ அவளை பார்த்துக் கொண்டே குரலை செருமியபடி பிடரியை வருடியவன், ''அதெல்லாம் முடியாது... பெஸ்டியா இருந்து தான் ஆகணும்'' என்றான்.

''நம்ம வீக்னெஸை சொல்லியும் விட மனசு இல்லைல... சரி ஓகே... ஃப்ரெண்ட்ஸ் ஆஹ் இருக்கலாம்... பேர்ஃபெக்ட் பெஸ்ட்டியா உங்களுக்கு இருக்க முடியுதான்னு பார்க்கலாம்'' என்று அவள் முடிக்க முதல், ''ஆனா ஒரு கண்டிஷன்'' என்றான்.

''என்ன கண்டிஷன்??'' என்று கேட்க, ''இந்த ஒரு மாசமும் லவ், குழந்தை, கல்யாணம்னு செண்டிமெண்ட் ஆஹ் பேச கூடாது... அப்புறம் இர்ரிடேட் ஆயிடுவேன்... ஜஸ்ட் ஃப்ரென்ட்ஸ் ஆஹ் இருக்கலாம்... ஜாலியா சிரிச்சு பேசலாம்... நிறைய டைம் ஸ்பென்ட் பண்ணலாம்... பட் நோ எமோஷனல் கனெக்ஷன்ஸ்'' என்றான்.

அவளோ, ''நாசமா போச்சு'' என்று சொல்லிக் கொண்டே பெருமூச்சை விட்டவள், ''அதெல்லாம் இருக்கட்டும்... உங்களுக்கு சிரிக்க வருமா?'' என்று கேட்டான்.

அவனோ இப்போது இதழ் பிரித்து சிரித்துக் கொண்டே, ''நல்லாவே வரும்'' என்று சொன்னான்..

அவன் முத்து பற்களின் சிரிப்பில் மொத்தமாக கிறங்கிப் போனாள்...

'சிரிக்கும் போது செமயா இருக்கானே.... இந்த ஒரு மாசம் தாங்க முடியுமா?' என்று அவள் யோசிக்க, அவனோ, ''ஹெலோ'' என்றான் அவள் முன்னே சொடக்கிட்டு...

சட்டென தலையை உலுக்கிக் கொண்ட பெண்ணவளோ, 'ஆஹ் ஓகே ஓகே' என்று சொல்ல, 'க்ளாஸ் போகலையா??' என்று கேட்டான்.

''மூட் இல்ல... ஐஸ்க்ரீம் சாப்பிடணும் போல இருக்கு... அப்படியே அவுட்டிங் போகணும் போலவும் இருக்கு'' என்றாள்...

அவனும், ''சரி வா'' என்று சொல்லிக் கொண்டே எழுந்து கொள்ள, ''ஹெலோ சார்... உங்களுக்கு இதுக்கெல்லாம் டைம் இருக்கா என்ன??'' என்று கேட்டாள்...

அவன் பதில் சொல்லாமல் இரு விரல்களால் வரும்படி அழைத்தவன் முன்னே செல்ல அவளோ அவனை பின் தொடர்ந்து சென்று கொண்டே, ''இன்னைக்கு மழை தான்'' என்று மூணு மூணு முணுத்துக் கொண்டாள்...

ஜீப் அருகே வந்தவன், ''கீ'' என்று சொல்ல,

ட்ரைவர் ஓடி வந்து கார் திறப்பை கொடுத்தான்... அதனை வாங்கிக் கொண்டே, ''அடுத்த ஜீப் ல எல்லோரும் கிளம்புங்க... நான் வர லேட் ஆகும்'' என்று சொல்லி விட்டு, அவனது ஜீப்பில் ஏறிக் கொண்டே, அவன் பெயர், அரச இலட்சணை, மற்றும் பெயர் பலகை என எல்லாவற்றையும் வெளியே தெரியாத போல மறுபக்கம் திருப்பி வைத்தான்...

அவளோ அவனை அதிர்ந்து பார்க்க, ''ஏறு'' என்று அவன் அருகே முன்னால் இருந்த சீட்டை கண்களால் காட்ட, ''நீங்களா ட்ரைவ் பண்ண போறீங்க?'' என்று கேட்க, ''ட்ரைவ் பண்ணுவேன்டி... நம்பி ஏறு'' என்றான்...

''ட்ரைவ் பண்ணுவீங்கன்னு தெரியும்... சும்மா கேட்டேன்'' என்று சொல்லிக் கொண்டே சீட் பெல்ட்டை போட, அவனும் போட்டவன், வண்டியை கிளப்பினான்...

அவளோ, ரேடியோவை போட்டாள்...

செய்தி விழுந்தது...

''ஷப்பா, ஒரு நல்ல பாட்டு போட மாட்டீங்களா?'' என்று கேட்டாள்...

''உன் கிட்ட தானே பென் ட்ரைவ் இருக்கும்... அதுல பலான பாட்டு எல்லாம் சேவ் பண்ணி வச்சு இருக்க, கேக்கிறது எல்லாம் காஜி பாட்டு, இதுல நான் காஜியாம்...'' என்றான்...

''ஹெலோ அதெல்லாம் பலான பாட்டு இல்ல'' என்று அவள் சொல்லிக் கொண்டே பென்ட்ரைவை பையில் இருந்து எடுத்துப் போட, அவனோ,

''கட்டிப்புடி கட்டிப்புடிடா எல்லாம் பக்தி பாட்டா அப்போ?'' என்று கேட்டான்...

அவளோ, ''அது ஒன்னு மட்டும் தான்'' என்று சொல்லிக் கொண்டே பாடலை போட, அதிலோ, ''புது வெள்ளை மழை'' என்கின்ற பாடல் விழுந்தது.

அவனோ அவளை திரும்பி பார்க்க, ''இது என்னோடது இல்ல மிதிலாவோடது'' என்றாள்...

''பொய் சொல்லாதடி'' என்று அவன் சொல்ல, அவளோ, ''மானமே போகுது'' என்று நினைத்தபடி அதனை அணைக்க முற்பட, ''பரவாயில்லை... போகட்டும்'' என்றான்...

அவளோ, அவனை யோசனையாக திரும்பிப் பார்த்துக் கொண்டே, ''கொஞ்ச நேரத்துல பெரிய இம்ப்ரூவ்மென்ட் ஆஹ் இருக்கே'' என்று சொல்ல, அவனோ அவளை ஒரு கணம் மேலிருந்து கீழ் பார்த்து விட்டு வண்டியை ஓட்டினான்...

அத்தியாயம் 24

அவளோ, ''சரா குட்டி'' என்று சொல்ல, ''என்னது?'' என்றான் அவன்...

''யாத்ரா சரவணன் தானே உங்க பேர்... சோ உங்கள நான் சரா குட்டின்னு கூப்பிடுறேன்'' என்றாள்...

''ம்ம்'' என்றான் அவன்...

''சரா குட்டி... எனக்கு ஒரு டவுட்டு'' என்றாள்...

''கேளு'' என்றான்...

''எப்போ பார்த்தாலும் நியூஸ் அது இதுன்னு இருக்கீங்களே... உங்களுக்கு இந்த முதலிரவு

சமாச்சாரம் எல்லாம் எப்படி தெரியும்?'' என்று கேட்டாள்...

அவனோ சட்டென வண்டியை ஓரமாக நிறுத்தியவன், ''இதெல்லாம் தான் பெஸ்டி கிட்ட பேசுவியா?'' என்று கேட்க, ''அதியமான் கிட்ட பேச முடியாது... ஆனா யாத்ரா கிட்ட பேசலாம்'' என்றாள் அவன் விழிகளை பார்த்துக் கொண்டே...

அவனோ தலையை இரு பக்கமும் சலிப்பாக ஆட்டிக் கொண்டே வண்டியை எடுக்க, ''அடல்ஸ் ஒன்லி மேட்டர் பேச ஜாலியா இருக்கு சரா குட்டி'' என்றான்...

''இருக்கும் இருக்கும்'' என்றான் அவன்...

''நான் கேட்டதுக்கு பதில் சொல்லவே இல்லையே'' என்றாள்...

''நானும் ஆம்பிள தான் டி'' என்றான்...

''அது தெரியுது'' என்று தனது வயிற்றை கண்களால் காட்டிக் கொண்டே சொல்ல, அவனும் அதனை கண்டு கொண்டான்...

குரலை செருமிக் கொண்டே, ''நான் சொன்ன மீனிங் வேற...'' என்றான்...

''என்ன மீனிங்?'' என்று அவள் கேட்க, ''பசங்க எப்படி தெரிஞ்சுக்குவாங்களோ, அப்படி தான் தெரிஞ்சுகிட்டேன்'' என்றான்...

''படம் பார்த்தீங்களோ??'' என்று கேட்டாள்...

அவனோ, 'படுத்துறா' என்று வாய்க்குள் முணு முணுத்துக் கொண்டே, ''ஹேய் நான் மினிஸ்டர் டி'' என்றான்...

''நான் கேட்டதுக்கு இது பதில் இல்லையே'' என்றாள் அவள் அடக்கப்பட்ட சிரிப்புடன்...

''பார்த்தேன்'' என்று முன்னால் பார்த்துக் கொண்டே, அவன் பதில் சொல்ல, ''நிறைய பார்த்தீங்களோ?'' என்றாள் அவள்...

''இதெல்லாம் ரொம்ப முக்கியமா?'' என்று அவன் கேட்க, ''அது இல்ல... புதுசு புதுசா விதம் விதமா வெரைட்டி வெரைட்டியா நிறைய தெரிஞ்சு வச்சு இருக்கீங்க... அது தான் கேட்டேன்... பார்த்து கத்து கிட்ட மொத்த வித்தையையும் என் மேல இறக்கியாச்சு போல...'' என்று சொல்லி முடிக்க முதல், வண்டியை ஓரமாக நிறுத்தியவன், சட்டென அங்கே இருந்த ப்ளாஸ்டரை எடுத்து, அவள் வாயில் ஒட்டி விட்டு, ''ஐஸ்க்ரீம் சாப்பிட மட்டும் தான் இந்த வாயை திறக்கணும்'' என்றான்...

அவளுக்கோ அவன் சங்கடமும், தவிப்புமாக பதில் சொல்ல, அது பிடித்து இருந்தது...

சிரிப்பாகவும் இருந்தது...

இப்போது சிரிப்பை அடக்கிக் கொண்டே, முன்னால் திரும்பியவளோ, 'ஐஸ்க்ரீம் சாப்பிடும் போது நிறையவே கேக்கிறேன்' என்று மனதுக்குள் நினைத்துக் கொண்டாள்...

சற்று நேரத்தில் ஐஸ்க்ரீம் கடையும் வந்து விட்டது.

அவனோ வண்டியை நிறுத்தி விட்டு, ''இப்படியே போக முடியாது, மாஸ்க்கை போட்டுட்டு வர்றேன்'' என்றான்...

அவளோ, ''அதெல்லாம் தேவையில்லை... நானே

வாங்கிட்டு வர்றேன்... உங்களுக்கு என்ன ஐஸ்க்ரீம் பிடிக்கும்?'' என்று கேட்டான்...

''நான் சாப்பிட மாட்டேன்'' என்றான்...

''சரி நான் ரெண்டா சாப்பிட்டுக்கிறேன்'' என்று சொல்லிக் கொண்டே, கையை நீட்டி, அவன் ஷேர்ட் பாக்கெட்டில் இருந்த அவனது பர்ஸை எடுத்தாள்...

அவன் வேஷ்டி அணிந்து இருந்ததால் ஷேர்ட் பாக்கெட்டில் தான் பர்ஸை வைத்து இருந்தான்...

அவன் பர்ஸை தொட யாருக்கும் அனுமதி இல்லை...

அவளோ அனுமதி இன்றி எடுக்க, ''ஹேய்'' என்று அவன் அதனை பறிக்க முற்பட, அவளோ, ''எதுக்கு பதட்டம்?'' என்று சாவகாசமாக கேட்க, ''சரி பணத்தை எடுத்துட்டு கொடு'' என்றான்...

அவளும் பணத்தை எடுத்து விட்டு பர்ஸை கொடுத்தவள் வண்டியில் இருந்து இறங்கிக் கொண்டாள்...

சற்று நேரத்தில் கையில் ஒரு ஐஸ்க்ரீம் கோர்னுடன் வந்து அமர்ந்தவளோ, ''பீச் போகலாமா?'' என்று கேட்டாள்...

''இந்த நேரத்துலயா?'' என்று அவன் கேட்க, ''ஈவினிங் க்ரவுட் ஆஹ் இருக்கும்... இப்போ யாரும் பெருசா இருக்க மாட்டாங்க... போகலாம்'' என்றாள்.

அவனும், ''ம்ம்'' என்று சொல்லிக் கொண்டே வண்டியை எடுக்க, அவளோ ஐஸ்க்ரீமை சாப்பிட்டுக் கொண்டே அமர்ந்து இருந்தாள்...

வண்டியோட்டிக் கொண்டு இருந்த அவன்

விழிகளோ தன்னை மீறி ஐஸ்க்ரீம் சாப்பிட்டுக் கொண்டு இருந்த அவள் இதழ்களில் படிந்து மீள, பெருமூச்சு ஒன்றை விட்டுக் கொண்டான்...

சற்று நேரத்தில் கடற்கரையும் வந்து விட்டது...

ஜீப்பை நிறுத்தி விட்டு அவளை திரும்பிப் பார்க்க, அவளோ, ''அதுக்குள்ள வந்துடுச்சா?'' என்று கேட்டுக் கொண்டே ஐஸ்க்ரீமை சாப்பிட்டவள், அவனிடம் நீட்ட, அது அவனது மூக்கில் பட்டது...

''ஹேய், வேணாம்னு சொன்னேன் ல'' என்று சொல்லிக் கொண்டே, மூக்கை துடைக்க முயல, அவளோ அவன் கையை பற்றியவள், ''வேஸ்ட் ஆக்காதீங்க'' என்று சொல்லிக் கொண்டே, எம்பி அவன் மூக்கில் இருந்த ஐஸ்க்ரீமை நாவினால் துடைத்து எடுக்க, அவனோ, சட்டென விலகியவன், ''கீழ இறங்கு'' என்றான் எங்கோ பார்த்துக் கொண்டே...

அவளும், ''ஓகே'' என்று சொல்லிக் கொண்டே கீழே இறங்கினாள்...

காற்று வீசிக் கொண்டு இருந்தது...

சவுக்கு தோப்பின் நடுவில் ஜீப்பை அவன் நிறுத்தி இருக்க, அது ஒரு அழகான இதமான சூழ்நிலை...

அவளோ ஐஸ்க்ரீமை சாப்பிட்டுக் கொண்டே, ''ஜீப்பில ஏத்தி விடுங்க'' என்றாள்...

அவனோ, ''நீ இதுல இருந்து தான் ஆகணுமா?'' என்று கேட்க, ''போலீஸ்காரனோட ஜீப் பொனென்ல இருந்து இருக்கேன்... மினிஸ்டர் ஜீப்போட

பொனெட் ல இருக்க வேணாமா?' என்று கேட்டாள்.

அவனோ, தனது கையை நீட்ட, அவளோ, ''இடுப்பை பிடிச்சு தூக்கி வச்சு விடுங்க'' என்றாள்.

அவளை மேலிருந்து கீழ் பார்த்து விட்டு, அவள் இடையினை பற்றி மேலே ஏற்றி அவளை அமர வைத்து இருக்க, அவளோ, அதில் அமர்ந்து ஐஸ்க்ரீமை சாப்பிட்டுக் கொண்டே, அவனைப் பார்க்க, அவனோ ஜீப்பில் சாய்ந்து மார்புக்கு குறுக்கே கையை கட்டியபடி கடல் அலைகளை பார்த்துக் கொண்டே நின்று இருந்தான்...

அவள் விழிகள் அவனில் ரசனையாக படிந்தன...

அவனை பார்த்துக் கொண்டே, ஜீப்பில் இருந்து அவள் பாய்ந்து இறங்க, சட்டென அவளை திரும்பிப் பார்த்தவன், ''எதுக்கு இப்படி குதிக்கிற? கவனமா இருக்க மாட்டியா?'' என்று சற்று அதட்டலாகவே கேட்டான்...

அவளோ, 'சாரி சாரி.. ப்ரெக்னன்ட் என்கிறதையே மறந்து போறேன்' என்று சொல்ல, அவளோ இரு பக்கமும் சலிப்பாக தலையாட்டி பெருமூச்சு ஒன்றை விட்டவன் மீண்டும் முன்னால் திரும்பிக் கொண்டான்...

ஜீப்பில் சாய்ந்து நின்ற அவன் விழிகளோ கரையை முத்தமிட்டு செல்லும் கடலலையில் படிய அவன் அருகே நூலளவு இடைவெளியில் நின்ற பெண்ணவளோ அவனையே பார்த்து இருந்தாள்...

''எவ்ளோ நேரம் இப்படியே பார்த்துட்டு இருக்க போற??'' என்று அவளை பார்க்காமலே கேட்டான்.

''நான் ஒன்னும் சைட் அடிக்கல'' என்றாள்...

''ஆஹான்'' என்று அவன் சொல்ல, ''நிஜமா தான்... அந்த மீசையை தொட்டு பார்க்க நிறைய நாளா ஆசை'' என்று சொன்னதுமே, அவளை பக்கவாட்டாக திரும்பி புருவம் சுருக்கி பார்த்தான்.

''ஹெலோ அதெல்லாம் பர்பஸ் ஆஹ் தொடல... இப்போ பர்பஸ் ஆஹ் தொட்டு பார்க்க கேட்கிறேன்'' என்றாள்.

பெருமூச்சுடன், ''ம்ம்'' என்றான் யாத்ரா.

அவளோ கைகளை நீட்டி மீசையை முறுக்கி விட்டபடி, ''இப்படி லாம் மீசை வச்சுட்டு பின்னால வர கூடாதுன்னா நான் என்ன பண்ணுறது??'' என்று கேட்டாள்...

அவன் பதில் சொல்லாமல், தனது மீசையை பற்றி இருந்த அவள் கையை இறக்கி விட்டவன், நடக்க ஆரம்பிக்க அவள் அருகே நடந்து வந்த பெண்ணவளோ, ''நான் சொல்றத சொல்லுங்க... உங்க வாய்ஸ் ல கேட்க ஆசையா இருக்கு... கணீர்ன்னு இருக்கும்ல'' என்றாள்.

''ஏதும் கெட்ட வார்த்தை சொல்லி கொடுக்க போறியா??'' என்று சிரித்தபடி கேட்டுக் கொண்டே நடக்க, ''க்கும்... பசங்களுக்கு தான் பொண்ணுங்கள விட நிறைய கெட்ட வார்த்தை தெரியுமே... நான் வேற சொல்லி கொடுக்கணுமாக்கும்'' என்று சொன்னவளோ அங்கிருந்த சவுக்கு மரத்தில் சாய்ந்து நின்றாள்.

அவள் அருகே மார்புக்கு குறுக்கே கையை கட்டிக் கொண்டே அவன் நின்று இருக்க, ''உன்னோடு நான் இருந்த ஒவ்வொரு மணி துளியும்

மரணப்படுக்கையில் மறக்காது கண்மணியே''
என்று சொன்னாள் பெண்ணவள்...

அவள் சொன்னதை கேட்டவனுக்கு
இதழ்களுக்குள் சிரிப்பு... அடக்கிக் கொண்டே,
''இதெல்லாம் நானா சொல்லணும்... நீயா கேட்டு
வாங்க கூடாது'' என்றான்.

அவனை மேலிருந்து கீழ் பார்த்தவள், ''அப்படியே
சொல்லிட்டாலும்... இப்படி நான் கேட்டு வாங்கி
சந்தோஷப்பட்டா தான் உண்டு... படம்லாம்
பார்க்காத உங்களுக்கு இந்த வரி எல்லாம்
தெரிஞ்சிருக்க வாய்ப்பே இல்ல'' என்றாள்.

அவன் பதில் சொல்லாமல் நடக்க ஆரம்பிக்க,
''எனக்கு தெரியும் இதுக்கெல்லாம் நீங்க
சரிப்பட்டு வர மாட்டீங்கன்னு... பெஸ்டின்னா
ஆசைப்படுறதெல்லாம் செய்யணும்'' என்றாள்...

''பெஸ்டி கிட்ட இதெல்லாமா ஆசைப்படுவ
??'' என்று கேட்டவன் தலையை மட்டும் திருப்பி
அவளைப் பார்க்க, ''அதியமான் பெஸ்டியா இருந்தா
ஆசைப்பட முடியாது... ஆனா யாத்ரா பெஸ்டியா
இருந்தா ஆசைப்படலாம்ல'' என்றாள் அவனை
இமைக்காமல் பார்த்துக் கொண்டே... அவனோ
அவளை நோக்கி மொத்தமாக திரும்பி, நடந்து
வந்தவன் அவள் சாய்ந்து நின்ற சவுக்கு மரத்தில்
ஒற்றைக் கையை வைக்க பெண்ணவள் விழிகளோ
அவனையே பார்த்து இருந்தன...

நெருங்கி வந்து விட்டான்... விழிகள் முத்தமிட
தருணம்..

'இந்த கண்ணுல ஏதோ ஒன்னு இருக்கு' என்றாள்.

அவனோ அவளை பார்த்துக் கொண்டே நெருங்கியவன், மூச்சு காற்று படும் தூரத்துக்கும் வந்து விட்டான்.

''உன்னோடு

நான் இருந்த ஒவ்வொரு

மணி துளியும்'' என்று ஆரம்பித்து விட்டான்...

அவன் விழிகள் ஒவ்வொரு வரிகளுக்கும் அவள் இதழ்களை பார்த்து மீள, அவன் பார்வையிலேயே துவண்டு விட்டாள் பெண்ணவள்...

அவள் இதழ்களை பார்த்துக் கொண்டே நெருங்கி விட்டான்.

அவன் மூச்சு காற்று கூட அவளை மோகம் கொள்ள வைத்து இருக்க, மெதுவாக கண்களை மூடிக் கொண்டாள்...

கண் மூடி நின்றவளை பார்த்துக் கொண்டே, அவள் இதழ்களை நெருங்கி நின்ற தன்னிதழ்களை அவள் செவியருகே கொண்டு சென்றவன், ''அச்சம் களைந்தேன்

ஆசையினை நீ அணைத்தாய்

ஆடை களைந்தேன் வெட்கத்தை

நீ அணைத்தாய்'' என்று சொன்னதுமே இருவருக்குமே மோகம் கொண்ட நினைவுகள் மீண்டெழுந்தன...

கண் மூடி மரத்தில் சாய்ந்து நின்றவளோ, சட்டென அவன் ஷேர்ட் காலரைப் பற்றி விட்டாள்.

அவள் செவியில் அவன் இதழ்கள் உரசியும்

உரசாத நிலை... உணர்வுகளை அடக்க அவளுக்கு வழி தெரியவே இல்லை... அவனோ அவள் முகத்தை பார்த்துக் கொண்டே குரலை செரும, மெதுவாக கண்களை திறந்து அவன் விழிகளை நோக்க, அவனோ கண்களால் அவள் பற்றி கசக்கிக் கொண்டு இருந்த ஷேர்ட் காலரைக் காட்ட, சட்டென கையை எடுத்துக் கொண்டே இதழ் குவித்து ஊதி தன்னை சுதாரித்த பெண்ணவளோ, ''இதெல்லாம் தெரியுமா??'' என்று கேட்டாள்...

''ம்ம்'' என்றபடி அவன் மெதுவாக விலகி நிற்க, ''ஹிட்லருக்கு காஜி மட்டும் தான் வரும்னு நினச்சேன்... பரவால்லையே காதலும் வருதே'' என்றாள்...

அவனோ இதழ் பிரித்து இரு பக்கமும் தலையாட்டிக் கொண்டே நடக்க ஆரம்பிக்க, ''இப்படி லாம் சிரிக்காதீங்க'' என்றாள்..

''நீ தானே சிரிச்சு பேச சொன்ன.. இப்போ சிரிக்க வேணாம்னு சொல்ற'' என்றபடி நடக்க அவன் அருகே நடந்தவளோ, ''இப்படி சிரிச்சு மயக்குவீங்கன்னு தெரிஞ்சு இருந்தா சிரிக்கவே சொல்லி இருக்க மாட்டேன்...'' என்றாள்...

''இன்னும் மயங்க இடம் இருக்கா என்ன??'' என்று கேட்க, அவனை மறித்தபடி வந்து நின்று தனது இடையில் இரு கைகளையும் வைத்துக் கொண்டே முறைத்தவள், ''என்ன கிண்டலா??'' என்று கேட்டாள்...

''இல்லையே'' என்றான் ஒரு கிண்டல் தொனியில்.

சட்டென அவள் கண்கள் கலங்க, ''அது தான்

உங்க மேல பைத்தியமா இருக்கேன்னு தெரியுதுல. அப்புறம் ஏன் இந்த ஈகோ?'' என்று கேட்டாள்...

அவளை துளைத்தெடுக்கும் பார்வை பார்த்தவன், ''இதெல்லாம் பேச கூடாதுன்னு கண்டிஷன் போட்டதா நியாபகம்'' என்றான்...

''சரி பேசல'' என்று சொல்லிக் கொண்டே, மணலில் கால் புதைய பெண்ணவள் நடக்க, அவளை தொடர்ந்து பின்னால் நடந்து சென்றான் யாத்ரா...

கொஞ்ச நேரம் அங்கேயே நின்று இருப்பார்கள்...

பெரிதாக பேசிக் கொள்ளவில்லை...

ஆனால் அந்த அருகாமை இருவருக்குமே பிடித்து இருந்தது...

கணவன் மனைவி உறவை விட, இந்த பெயர் தெரியாத உறவில் ஏதோ ஒரு ஈர்ப்பும் மயக்கமும் இருவருக்கும்...

யாத்ரா தனது எல்லையை கடந்து அவளுடன் பழக ஆரம்பித்து விட்டான்...

கோபமும் எதிர்பார்ப்பும் இல்லாத ஒரு புது வித உணர்வு...

அவன் அருகே நெருங்கி வந்தவளோ, அவன் கரத்தை பற்றிக் கொள்ள, அவனோ அவளை பக்கவாட்டாக திரும்பிப் பார்க்க, ''கையை பிடிச்சுக்கலாம் ல'' என்றாள்...

''ம்ம்'' என்றான்...

அவன் கையை பிடித்துக் கொண்டே நடந்தாள்..

நீண்ட நேரம் பேசினார்கள்...

என்ன பேசினார்கள் என்று சாராம்சம் தெரியவில்லை...

ஆனாலும் பேசினார்கள்...

அவன் புன்னகை அவளுக்கு புதிது...

இப்படி சிரித்து பேசுவதும் புதிது...

அவள் புரிந்து கொள்ளவே முடியாத புதிர் தான் இந்த யாத்ரா சரவணன்...

அவள் மனதை ஆயிரம் பேர் காயப்படுத்திக் கொண்டு இருந்தாலும், அவன் அருகாமை ஒன்றே அந்த ஆயிரம் வார்த்தைகளையும் விழுங்கி விடும் வல்லமை உடையது...

ஆம் அவன் அருகே இருக்கும் போது அவள் எதனை பற்றியும் கவலைப்படவில்லை...

யார் பேசியதையும் யோசிக்கவில்லை...

அவன் இருக்கின்றான் என்கின்ற ஒரு குருட்டு நம்பிக்கை அவளுக்கு...

வலி கொண்ட காயத்தை மயிலிறகால் வருடும் இதம் அவளுக்கு...

அந்த உணர்வை தான் அவன் கொடுத்துக் கொண்டு இருந்தான்...

அவளுடன் பேசிக் கொண்டே நேரத்தைப் பார்த்தவனோ, ''மீட்டிங் ஒன்னு இருக்கு... உன்னை காலேஜ் ல விட்டுட்டு கிளம்புறேன்'' என்றான்...

அவளும், ''ஓகே, அப்போ மீதியை நைட் பேசிக்கலாம்'' என்று சொல்லிக் கொண்டே ஜீப்பில்

ஏறியவளோ, ''உங்களுக்கு இந்த அரசியல், சட்டம் தவிர எதுவும் தெரியாதுன்னு தப்பா நினச்சுட்டேன்'' என்றாள்...

''எல்லாமே தெரிஞ்சு வச்சுப்பேன்'' என்று அவன் சொல்லிக் கொண்டே ஜீப்பை ஸ்டார்ட் எடுக்க முயல, ' 'ஐயோ'' என்று கத்தினாள்...

அத்தியாயம் 25

அவளது சத்தம் கேட்டதுமே, ஜீப்பை ஸ்டார்ட் எடுக்காமலே, ''என்னடி ஆச்சு?'' என்றான்...

''ஐயோ குறு குறுன்னு இருக்கு'' என்று சொல்லிக் கொண்டே, முதுகை கையால் வருட முயன்றவளோ, ''ஐயோ'' என்றாள் மீண்டும்...

''என்னாச்சு?'' என்று அவன் கேட்க, ''டாப் உள்ளே ஏதோ விழுந்திருக்கு'' என்று சொல்லிக் கொண்டே, பதறியவள், வேகமாக டாப்பை கழட்ட, ''ஹேய் என்ன பண்ணுற?'' என்று கேட்டுக் கொண்டே சுற்றி யாரும் இருக்கின்றார்களா என்று பார்த்தான்... அவளோ பதறிக் கொண்டே, ''முதுகுல ஏதோ ஊறுற போல இருக்கு... எடுத்து விடுங்க..'' என்றபடி கண்களை மூடிக் கொண்டே அருவருப்பாக பதறியவள், அவன் மார்புக்குள் புகுந்து இருக்க, அவனோ, ''ரிலாக்ஸ்'' என்று சொல்லிக் கொண்டே, அவள் முதுகை எட்டிப் பார்த்தான்...

அதில் ஒரு சின்ன புழு ஊர்ந்து கொண்டு இருந்தது...

''புழு தான்...'' என்று அவன் சொல்லிக் கொண்டே, அருகே இருந்த டிஸ்ஸூவை எடுக்க, அவளோ, ''ஐயோ புழுவா?'' என்று கத்தியவள்,

பயத்தில் சத்தம் போட ஆரம்பிக்க, ''ஷ்ஷ்.. சத்தம் போடாதடி'' என்று சொல்லிக் கொண்டே, கையை நீட்டி, டிஸ்ஸூவினால் முதுகில் ஊர்ந்து கொண்டு இருந்த புழுவை எடுத்தவன், ஜீப் ஜன்னலை திறந்து அதனை வெளியே போட்டான்...

அவள் இன்னுமே அவன் ஷேர்ட்டினுள் முகம் புதைத்துக் கொண்டே இருக்க, ஒரு பெருமூச்சுடன், ''ஆடல்'' என்றாள்...

''புழு போயிடுச்சா?'' என்று கேட்டுக் கொண்டே, அவனை விட்டு விலகியபடி கேட்க, அவன் விழிகள் தன்னையும் மீறி, அவள் விழிகளை விட்டு கீழிறங்கி மீள, குரலை செருமிக் கொண்டே முன்னால் திரும்பியவன், ''போயிடுச்சு'' என்றான்...

அவன் விழிகள் பயணம் செய்ததை வைத்து தான், அவளுக்கு தான் இருக்கும் நிலை நினைவுக்கு வர, தன்னை குனிந்து பார்த்துக் கொண்டே, ''ஐயோ என்னோட டாப்'' என்று சொன்னபடி கையால் தன்னை மறைக்க முயன்றவள், டாப்பை தேடினாள்.

அவளோ பதட்டத்தில் அதனை கீழே போட்டு இருக்க, அவனே குனிந்து அதனை எடுத்து அவளிடம் நீட்டினான்...

சட்டென அதனை பறித்து எடுத்துக் கொண்டே, அதனை உதறி விட்டு அணிந்து கொள்ள, அவனோ அவள் பக்கம் திரும்பவில்லை...

முன்னால் பார்த்துக் கொண்டே அமர்ந்து இருந்தான்...

''ஓஹோ டிசென்ட் ஆஹ்ற முன்னால் பார்த்துட்டு இருக்கீங்க போல'' என்றாள் கிண்டலாக...

அவனோ, ''நான் டீசென்ட் தான்'' என்று சொல்லிக் கொண்டே ஜீப்பை ஸ்டார்ட் செய்ய, ''அது தான் பார்த்தேனே... சாரோட கண் என்னோட கண்ணை விட்டு கீழேயே இறங்கல'' என்று நக்கலாக சொன்னாள்...

''புழுவை எடுத்து விட்டது தப்பு... இன்னும் நாலு புழுக்களை கொண்டு வந்து மேல போட்டு இருக்கணும்...'' என்று அவன் கடுப்பாக சொல்ல, ''ஆமா அப்போ தானே மொத்தமா கழட்டி இருப்பேன்'' என்றாள் மீண்டும் அவனை சீண்டும் பொருட்டு...

அவனோ சட்டென ப்ரேக்கை அடித்துக் கொண்டே அவளை பார்த்தவன், ''மேடம், இது எல்லாம் எனக்கு புதுசு இல்ல... ஆல்ரெடி பார்த்தது தான்... பெருசா பேச வந்துட்டா'' என்று சொல்லிக் கொண்டே மீண்டும் ஜீப்பை கிளப்ப, ''ஆனாலும் திரும்ப பார்க்க தோணுதுல'' என்றாள்...

'எப்படி பேசினாலும் கேட் போடுறா' என்று முணுமுணுத்தவன், ''ஆமாடி தோணுது... நான் ஒன்னும் முனிவன் இல்லையே'' என்றான்...

''ஆஹ் நீங்க முனிவன் இல்லன்னு நல்லாவே தெரியும்... ஆனா பெஸ்டியை இப்படி தப்பா பார்க்கிறது தப்பில்லையா சரா குட்டி'' என்று கிண்டலாகவே சிரித்துக் கொண்டே கேட்டாள்...

''பெஸ்டி வேற யாரும்னா பார்க்கிறது தப்பு தான். ஆனா அதுவே நீயா இருக்கும் போது தப்பில்ல'' என்றான் அவளை ஆழ்ந்து பார்த்துக் கொண்டே...

அவள் சொன்ன பதிலையே மாற்றி சொன்னான்.

அவன் பேச்சில் சட்டென கன்னங்கள் சிவக்க, அவனில் இருந்து பார்வையை அகற்றியவள் முன்னால் திரும்பிக் கொண்டாள்...

அவள் மனமோ இன்னும் இன்னும் அவனிடம் ஈர்க்கப்பட்டு விட்டது...

ஹிட்லர் யாத்ராவையே காதலித்தவள் அவள்...

பெஸ்டி யாத்ரா என்றால் கேட்கவும் வேண்டும்...

அவனிடம் மொத்தமாக தொபுக்கடீர் என்று விழுந்தே விட்டாள்...

அவளை காலேஜில் அவன் விட, அவளோ இறங்கிக் கொண்டே, ஜீப் கண்ணாடியூடு அவனைப் பார்த்தவள், ''பை'' என்றாள்...

அவனும், ''பை'' என்று சொல்ல, கண்களை சிமிட்டிக் கொண்டே அவள் அங்கிருந்து நகர, அவனோ ஒரு மென் சிரிப்புடன் ஜீப்பை கிளப்பி இருந்தான்...

வகுப்பறைக்குள் வந்தவள் தனியாக போய் அமர்ந்தாலும் இதழ்களில் இன்னும் சிரிப்பு அப்படியே இருந்தது...

அனிதாவோ, ''பண்ணுறது எல்லாம் பண்ணிட்டு, எப்படி தான் சந்தோஷமா இருக்க முடியுதோ?'' என்று வாய்க்குள் திட்டிக் கொண்டாள்...

அன்று இரவு அவனுக்காகவே காத்துக் கொண்டு இருந்தாள் ஆடலரசி...

ஹாலில் தான் அமர்ந்து இருந்தாள்...

''ஆடல், சாப்பிட வா'' என்று மிதிலா அழைக்க,

''என் பெஸ்டி வரட்டும்... சேர்ந்து சாப்பிடுறோம்'' என்றாள்...

''பெஸ்டியா? அது யாருடி?'' என்று கேட்டுக் கொண்டே, மதுராவும் மிதிலாவும் அவள் அருகே அமர, ''அந்த ஹிட்லர் தான்'' என்றாள்...

மதுரா அவளை மேலிருந்து கீழ் பார்த்துக் கொண்டே, ''ஆர் யூ ஓகே?'' என்று கேட்டாள்...

ஆடலரசியோ, ''ஏய் என்ன? என்னை பைத்தியம் போல ட்ரீட் பண்ணுற? எல்லாம் நிதானமா தான் இருக்கேன்'' என்றாள்...

''என்னடி நடக்குது இந்த வீட்ல?'' என்று மிதிலா கேட்க, ஆடலரசியோ, ''அவரே இன்னைக்கு காலேஜ் வந்து பெஸ்டியா இருக்கலாமான்னு கேட்டார்... ஓகே சொல்லிட்டேன்'' என்றாள்...

''ஏதும் கனவு கண்டியா?'' என்று மதுரா கேட்க, ''அட ச்ச... நிஜமா தான் டி...'' என்றாள் ஆடலரசி...

''மாமா கோபக்காரர்ன்னாலும் தெளிவானவர்ல... இதுக்கெல்லாம் வாய்ப்பிருக்கா என்ன?'' என்று கேட்க, ஆடலரசியோ, ''இருக்கு'' என்றாள் தோள்களை உலுக்கி...

மிதிலாவோ, ''அத விடு... ப்ரெக்னன்ட் ஆஹ இருக்க... லேட்டா சாப்பிடாதே...'' என்று சொல்ல, சற்று நேரம் யோசித்த ஆடலரசியோ, ''அதுவும் சரி தான்'' என்று சொல்லிக் கொண்டே, எழுந்து கொண்டவள் சாப்பாட்டு மேசையில் வந்து அமர்ந்து விட்டாள்...

அங்கே ஒவ்வொருவராக வந்து அமர்ந்து கொண்டார்கள்...

எப்போதும் சோகமாக இருக்கும் ஆடலரசியின் முகம் இன்று பிரகாசமாக இருந்தது...

அது எல்லோர் கண்ணிலும் பட்டது...

குரலரசிக்கோ அவள் முகத்தை பார்த்ததும் கொஞ்சம் மனம் இதமானது...

அவள் அழுது வடிந்து கொண்டு இருப்பது அங்கே இருக்கும் யாருக்கும் பிடிக்கவே இல்லை...

அவள் யாத்ரா மேல் எந்தளவு காதலை வைத்து இருக்கின்றாள் என்று எல்லோருக்கும் தெரியும்...

வேண்டும் என்று தான் அதியமானை திருமணம் செய்ய போகின்றாள் என்றும் தெரியும்...

இந்த கல்யாணம் நின்று விடாதா? என்கின்ற ஏக்கம் எல்லோருக்கும் இருந்தது...

யாத்ரா நினைத்தால் மட்டுமே நிறுத்த முடியும்...

இல்லை என்றால் ஆடலரசி நிறுத்த வேண்டும்...

இருவரும் நிறுத்துவதாக தெரியவே இல்லை...

ஆனாலும் ஆடலரசி முகத்தில் தோன்றிய மாற்றம் அவர்களுக்கு ஏதோ ஒரு நம்பிக்கையை கொடுத்தது...

அவர்கள் சாப்பிட்டுக் கொண்டு இருந்த சமயம் யாத்ராவின் வண்டி வந்தது...

உள்ளே வந்தவனை, ''சரா குட்டி... ஹாய்'' என்று சொன்னாள் ஆடலரசி...

அவனுக்கோ புரையேறி விட்டது...

தலையில் தட்டிக் கொண்டே, அவளை திரும்பிப்

பார்க்க, சாப்பிட்டுக் கொண்டு இருந்தவர்களோ சாப்பிடுவதை நிறுத்தி விட்டு அவளையே பார்த்தார்கள்...

அவன் விழிகளும் சுற்றி இருந்தவர்களில் படிந்து மீள, கண்களால் அவர்களை காட்டினான் யாத்ரா...

அவளோ, ''அவங்க கிடக்கிறாங்க... ஹாய் சொன்னேன்'' என்றாள்...

இப்போது எல்லோரும் அப்படியே திரும்பி யாத்ராவைப் பார்க்க, அவனுக்கோ தர்ம சங்கடமான நிலை...

தனது பெரிய விழிகளால் அனைவரையும் பார்த்து விட்டு அவளைப் பார்க்க, ''ஹாய் சொல்லுங்க'' என்றாள்...

அவனும், குரலை செருமிக் கொண்டே, ''ஹாய்'' என்று சொல்ல, இப்போது சாப்பிட்டுக் கொண்டு இருந்தவர்களின் விழிகள் அதிர்ந்து விரிந்தன...

ஆடலரசியோ, ''இவர் தான் என்னோட புது பெஸ்டி'' என்றாள்...

ஆர்யாவோ, ''பெஸ்டியா?'' என்று அதிர்ந்து கேட்க, ''ம்ம், அடுத்த மாசம் கல்யாணம் பண்ணி நான் போயிடுவேன்ல... சோ அது வரைக்கும் என் பெஸ்டி'' என்று சொல்ல, ஹரிஷோ, ''இல்ல எனக்கு புரியல'' என்றான்...

குரலரசியோ, ''என்ன உளர்ற?'' என்று கேட்க, ஆடலரசியோ, ''நான் சொன்னா நம்ப மாட்டிங்கன்னு தெரியும்... அவரே சொல்லட்டும்'' என்று சொன்னவள், யாத்ராவை பார்க்க, அவனோ

பிடரியை வருடிக் கொண்டே, 'வச்சு செய்யுறா' என்று நினைத்தபடி குரலரசியை பார்த்தவன், ''பெஸ்டி தான்'' என்று சொல்லி விட்டு விறு விறுவென மாடியேற, ''இப்போ நம்புறீங்களா?'' என்று அங்கே இருந்த அனைவரிடமும் கேட்டாள்...

கிருஷ்ணனோ, ''யாத்ரா தெளிவா தானே இருந்தான்'' என்று விசித்ராவிடம் சொல்ல, ''உங்க பொண்ண கல்யாணம் பண்ணுன அப்புறம் எப்படி தெளிவா இருக்கிறது?'' என்று கேட்க, ''அது சரி'' என்று பெருமூச்சுடன் சொல்லிக் கொள்ள, எல்லோரும் யோசனையுடன் சாப்பிட்டார்கள்...

'ஏதோ நல்லது நடந்தால் சரி' என்கின்ற எண்ணம் தான் எல்லோருக்கும்...

யாத்ரா குளித்து விட்டு கீழே வந்த போது, அங்கே அனைவரும் சாப்பிட்டு விட்டு கிளம்பி இருக்க, ஆடலரசி மட்டும் அங்கேயே அமர்ந்து இருந்தாள்...

அவனோ அவளை பார்த்துக் கொண்டே, இருக்கையில் அமர்ந்தவன், ''தூங்கலையா நீ?'' என்று கேட்க, ''தூக்கம் வரவே இல்ல'' என்றாள்...

சாப்பாட்டை எடுத்து தட்டில் வைத்துக் கொண்டே, அவன் சாப்பிட ஆரம்பிக்க, அவள் அலைபேசி அலறியது...

அதியமான் தான் எடுத்தான்...

அவளோ, ''நான் கல்யாணம் பண்ணிக்க போறவன் கால் பண்ணுறான்'' என்று அலைபேசியை தூக்கி காட்ட, ''பேசிட்டு வா'' என்று சொல்லிக் கொண்டே, அவன் சாப்பிட, ''அப்புறம் தனியா பேசிக்கிறேன்.. உங்க முன்னாடி பெர்சனல் ஆஃற பேச முடியாது ல''

என்று சொன்னவளோ அவன் முக உணர்வுகளை கவனித்தாள்...

திருடன் அவன்...

முகத்தில் சின்ன உணர்வு மாற்றம் கூட இல்லை..

''ச்ச ச்ச, நான் ஒன்னும் தப்பா நினைக்க மாட்டேன்'' என்றான்...

அவளோ, ''அது சரி... ரொம்ப மார்டன் ல நீங்க'' என்று கிண்டலாக சொல்ல, ''ம்ம்'' என்று சிரித்தபடி சொல்லிக் கொண்டே அவன் சாப்பிட, அவளோ மேசையில் தலையை வைத்து படுத்துக் கொண்டே, அவனையே பார்த்து இருந்தாள்...

சாப்பிட்டுக் கொண்டு இருந்தவனோ தனக்கு முன்னால் அமர்ந்து இருந்தவளை பார்த்து, ''இப்படியே பார்த்துட்டு இருந்தா எப்படி சாப்பிடுறது?'' என்று கேட்க, ''ச்ச, நிம்மதியா சைட் கூட அடிக்க முடியல'' என்று சொல்லிக் கொண்டே எழுந்தவள் அறைக்குள் செல்ல, அவனோ அடக்கப்பட்ட சிரிப்புடன் அவள் முதுகை பார்த்து விட்டு சாப்பிட தொடங்கினான்...

அத்தியாயம் 26

இப்படியே நாட்கள் நகர, திருமண வேலைகளும் ஆரம்பித்து விட்டன...

இந்த முறை கடைக்கு சென்று உடைகள் எடுக்கலாம் என்று ஷண்முகி யாத்ராவிடம் கேட்டு இருந்தார்...

வீட்டுக்கு வரும் உடைகளை விட கடையில் நிறைய கலெக்ஷன்ஸ் இருக்கும் என்று அவர் எதிர்பார்ப்பு...

''ம்ம் போகலாம்'' என்று சொன்னவன், ஒரு நல்ல நாளில் அனைவருடனும் கிளம்பி இருந்தான்...

ஆடலரசியும் புறப்பட்டு இருந்தாள்...

அவள் இப்போதெல்லாம் அழுது வடிவது இல்லை.

சந்தோஷமாக இருக்கின்றாள்...

நிஜமாகவே சந்தோஷமாக இருக்கின்றாள்...

குரலரசியோ, ஷண்முகியிடம், ''உன் பையன் பேசுறான்னு சொன்னதும் அவ முகம் எவ்ளோ பிரகாசமா இருக்குன்னு பார்த்தியா? அவ ரொம்பவே பாவமா இருக்கா.. அப்படி என்ன உன் பையனுக்கு ஈகோ?'' என்று திட்ட, ''பாட்டியோட ஈகோ பேரனுக்கு இருக்கு போல'' என்று ஷண்முகி சொல்ல, ''க்கும்... என்னையே இடைல குத்தி காட்டிட்டே தானே'' என்று அவர் கேட்க, ஷண்முகி சிரித்துக் கொண்டார்...

புடவை கடையும் சற்று நேரத்தில் வந்து விட்டது.

யாத்ராவின் குடும்பத்துக்காக பிரத்தியேக கவனிப்பு அவர்களுக்கு...

சோடா வாங்கி கொடுத்து இருந்தார்கள்...

எல்லோரும் ஆடைகளை தெரிவு செய்ய ஆரம்பித்து இருக்க, ஆடலரசியோ, புடவைகளை பார்க்காமல் சுடிதார்களை பார்த்துக் கொண்டே இருந்தாள்...

மிதிலாவோ, ''என்னடி அங்கே நிக்கிற? கல்யாணத்துக்கு சுடிதாரா போட போற?'' என்று கேட்க, அவளோ, ''முதல் இத எடுத்துட்டு வர்றேன். நீங்க புடவைய பார்த்து வைங்க'' என்று சொல்லி

விட்டு, சுடிதார் ஒன்றை எடுத்தாள்...

அதனை போட்டு பார்க்க வேண்டும்...

கண்ணாடியில் தன்னை பார்த்தவளோ, ''கொஞ்சம் உடம்பு வச்ச போல இருக்கு... போட்டு பார்த்து எடுக்கணும்'' என்று நினைத்துக் கொண்டே, உடை மாற்ற இருக்கும் அறைக்குள் நுழைந்தவள் சுடிதாரை போட்டாள்...

முதுகில் இருக்கும் சிப்பை மூட வேண்டும்...

அவளுக்கு எட்டவே இல்லை...

அப்படியே கதவை திறந்து பார்த்தாள்...

எல்லோரும் புடவை எடுப்பதில் மும்முரமாக இருந்தார்கள்...

யாத்ரா தான் அங்கே நின்று அலைபேசியில் பேசிக் கொண்டு நின்று இருந்தான்...

''சரா குட்டி'' என்றாள்...

அவனோ திரும்பிப் பார்த்து, ''என்ன?'' என்கின்ற தோரணையில் கண்களால் கேட்க, அருகே வரும்படி கண்களால் அழைத்தாள்...

அவனும், ''அப்புறம் பேசுறேன்'' என்று சொல்லிக் கொண்டே அலைபேசியை வைத்துக் கொண்டே சுற்றிப் பார்த்தபடி அவளை நோக்கி செல்ல, ''உள்ளே வாங்க'' என்று அழைத்தாள்...

''நானா?'' என்று அவன் கேட்க, ''ஆமா வாங்க'' என்று அவள் சொல்ல, ''இல்ல வேற யாரையும்'' என்று அவன் தடுமாற, ''ப்ளீஸ் வாங்க'' என்று எட்டி அவன் கையை பற்றி உள்ளே இழுக்க, அவனும் உள்ளே நுழைந்து விட்டான்...

கதவை தாழிட்டாள் பெண்ணவள்...

ஆர்யாவோ அருகே நின்ற ஹரிஷிடம், ''நீ அத பார்த்தியா?'' என்று கேட்க, ''ம்ம் ம்ம் பார்த்தேன் பார்த்தேன்'' என்றான் அவன்...

ஆடலரசியோ சட்டென அவனுக்கு முதுகு காட்டி நின்றவள், ''இத மூடி விடுங்க'' என்று சொல்ல, அவனோ ஒரு உஷ்ண பெருமூச்சுடன் அவள் உடையின் சிப்பை மூடி விட்டான்...

இப்போது பெண்ணவள் அவனை நோக்கி திரும்ப, இருவரின் மேனியும் மொத்தமாக உரசிக் கொண்டன.

அவனோ ஒரு அடி பின்னால் செல்ல, ''ரொம்ப டைட்டா இருக்குல்ல'' என்று தன்னை கண்ணாடியில் பார்த்துக் கொண்டே கேட்க, அவன் பதில் சொல்லவில்லை...

''உங்க கிட்ட தான் கேக்கிறேன், லைட்டா குண்டாயிட்டேன் ல'' என்று கேட்டாள்...

அவனை மேலிருந்து கீழ் பார்த்தவன், ''சைசெல்லாம் பெருசான போல தான் இருக்கு'' என்று சொல்லிக் கொண்டே, தன்னையும் மீறி தனது கையை பார்க்க, அவள் விழிகள் இப்போது விரிய, சட்டென அவள் கன்னக்கதுப்பு சிவந்து போக, ''இப்போ எதுக்கு கையை பார்த்தீங்க?'' என்று கேட்டாள்...

அவன் மனமோ, 'டீப்பா நோட் பண்ணிட்டே இருக்கா' என்று நினைத்துக் கொள்ள, தன்னை சுதாரித்துக் கொண்டவன், கையை மூடி திறந்து கொண்டே, ''கை விறைச்சிடுச்சு... அது தான் பார்த்தேன்'' என்றான்...

அவனுக்கே தன்னை நினைத்து சிரிப்பு ஒரு பக்கம்... சங்கடம் இன்னொரு பக்கம்...

தன்னையும் மீறி தனது உள்ளங்கையை பார்த்து விட்டான்...

அவளோ, ''இந்த பொய் எல்லாம் நம்புறதுக்கு நான் ஒன்னும் குழந்தை இல்ல... எதுக்கு பார்த்தீங்கன்னு எனக்கு நல்லாவே தெரியும்'' என்றாள்.

''இது தான் ரீசன்... நீ நம்பலைன்னா அதுக்கு நான் ஒன்னும் பண்ண முடியாது'' என்று சொல்லிக் கொண்டே, வெளியேறுவதற்காக கதவில் கையை வைக்க, ''ஹெலோ ஹிட்லர்'' என்றாள் அங்கிருந்த சுவரில் சாய்ந்து கொண்டே...

அவனும் திரும்பிப் பார்க்க, ''வெள்ளை சட்டை போட்டா மட்டும் மனசு வெள்ளையா இருக்குன்னு அர்த்தம் இல்ல... உங்க மனசுல என்ன நினைப்பெல்லாம் ஓடுதுன்னு வெளிப்படையாவே தெரியுது'' என்றாள்...

அவன் பதில் சொல்லாமல், அவளை மேலிருந்து கீழ் பார்த்து விட்டு வெளியேறியவனுக்கு இதழ்களுக்குள் ஒரு வித புன்னகை... அடக்கிக் கொண்டே, தன்னுடைய வெண்ணிற ஷேர்ட்டின் கையை மடித்து விட்டுக் கொண்டே நடக்க, ''இவங்கள பார்த்தா பெஸ்டி போல தெரியலையே'' என்று ஹரிஷிடம் சொல்லிக் கொண்டான் ஆர்யா...

இதே சமயம் வெளியே வந்த யாத்ராவோ ஓரமாக சென்று அழைத்தது என்னவோ அதியமானுக்கு தான்... டியூட்டியில் இருந்த அவனோ

அலைபேசியை எடுத்து காதில் வைத்தான்...

''கல்யாணம் பண்ணிக்கிற ஐடியா நிஜமாவே இருக்கா சார்?'' என்று கேட்டான் யாத்ரா...

''எதுக்கு திடீர்னு இப்படி கேக்கிற?'' என்று அதியமான் கேக்க, அவனோ, ''கல்யாணத்துக்கு முதல் நிறைய சடங்கெல்லாம் இருக்குல்ல... அதெல்லாம் பண்ண வேணாமா?'' என்று கேட்டான்.

அதியமானோ, ''வீட்ல அதெல்லாம் பண்ண யாரும் ரெடி இல்லை.. முதல் கல்யாணம் பண்ணிக்கிறேன். மீதியை அப்புறம் பார்த்துக்கலாம்'' என்றான்...

''அதுவும் சரி தான்... கல்யாணத்துக்கு ட்ரெஸ் எடுக்க வந்து இருக்கோம்... நீயும் வரலாமே, உன்னோட கன்னுகுட்டி ஆசைப்படுறா'' என்று சொல்ல, அதியமானோ, 'எந்த கடை?' என்று கேக்க, அவனும் கடையை சொல்ல, கிளம்பி விட்டான்...

காக்கி ஜீன்ஸும் கருப்பு நிற டீ ஷேர்ட்டுமாக தான் கடைக்குள் நுழைந்தான் அதியமான்...

அவன் வந்த நேரம் எல்லோரும் உடைகளை கிட்டத்தட்ட எடுத்து முடித்து விட்டார்கள்...

ஆடலரசி மட்டும் எதனை எடுப்பது என்று தெரியாமல் தடுமாறிக் கொண்டு இருந்தாள்...

இந்த கல்யாணம் நின்று விடும் என்ற நம்பிக்கை அவளுக்குள்... அதனாலேயே உடைகளை அவள் தெரிவு செய்ய தடுமாறிப் போக, ''அட மாப்பிள்ளையே வந்துட்டார்'' என்ற யாத்ராவின் குரல் கேட்டது...

எல்லோரும் சட்டென திரும்பிப் பார்த்தார்கள்...

அனைவரின் முகமும் தங்களை அறியாமல் சுருங்கிப் போக, அதியமானை திரும்பிப் பார்த்த ஆடலரசிக்கு தூக்கி வாரிப் போட்டது...

அவனை அவள் எதிர்பார்க்கவே இல்லை...

அவள் விழிகள் அதிர்ந்து விரிய, யாத்ராவோ, ''நீ வரும் வரைக்கும் எதையுமே செலெக்ட் பண்ணாம இருக்கா... நீ தான் செலெக்ட் பண்ணி கொடுக்கணுமாம்'' என்றான் யாத்ரா.. ஆடலரசியோ அவனை முறைத்துப் பார்த்து விட்டு அதியமானைப் பார்த்து கஷ்டப்பட்டு புன்னகைக்க, அவனோ ஆடலரசியின் அருகே சென்றவன், ''ஆர் யூ ஓகே? ஏன் முகம் டல்லா இருக்கு?'' என்று கேட்டான்...

''நீ வரலன்னு தான்'' என்றான் யாத்ரா...

குரலரசியோ, ''இங்க நின்னா நான் ஏதும் பேசிடுவேன்... ஓரமா போறேன்'' என்று சொல்ல, ஷண்முகியும் அவருடன் கிளம்பி விட, அந்த இடத்தில் நின்று இருந்தது என்னவோ ஆடலரசி, யாத்ரா மற்றும் அதியமான் தான்...

ஆடலரசிக்கோ என்ன செய்வது என்று தெரியவே இல்லை... சற்று முன்னர் வரை இருந்த குதூகலம் மொத்தமாக வடிந்து போன உணர்வு... அந்த இடத்தில் சங்கடமாக உணர்ந்தாள்...

அதியமானோ, ''கொஞ்ச நாளாவே இப்படி தான் இருக்கிறா'' என்றான்... யாத்ராவோ, ''ப்ரெஷன்சி சிக்னஸ்... நீங்க புடவையை செலெக்ட் பண்ணுங்க... நான் தள்ளி போய் நிக்கிறேன்'' என்று சொல்லிக் கொண்டே அகன்று செல்ல, அவன் முதுகை வெறித்துப் பார்த்து விட்டு, அதியமானை பார்த்தாள் ஆடலரசி...

''இந்த கல்யாணத்துல உனக்கு இஷ்டம் தானே'' என்று அதியமான் மீண்டும் கேட்டான்...

இல்லை என்று சொல்லி விடலாமா? என்று மனம் ஒரு கணம் யோசித்தது...

ஆனால் யாத்ரா இந்த கல்யாணத்தை நிறுத்த வேண்டும் என்கின்ற வீராப்பு...

''சம்மதம் தான்'' என்றாள்...

''சரி அப்போ சாரீ எடுக்கலாம் கன்னுகுட்டி'' என்று சொல்லிக் கொண்டே புடவைகளை பார்த்தவன், ''இப்போ எல்லாம் என் கூட முதல் போல நீ பேசுறதே இல்ல'' என்றான்...

அவளோ, ''கொஞ்சம் உடம்பு சரி இல்ல...'' என்று சொல்லி சமாளிக்க, அவனோ, ''உனக்கு பிடிச்ச ரெட் கலர் ல புடவை எடுக்கலாம்'' என்று சொல்லி, ஒரு புடவையை காட்ட, அவளுக்கோ எதுவும் தலைக்குள் ஏறவே இல்லை...

வேண்டா வெறுப்பாக, ''வாவ், சூப்பரா இருக்கு மான்குட்டி... எடுக்கலாம்'' என்று கடமைக்கு சொல்ல, ''நீ பேசுறது ஏனோ ரொம்ப ஆர்டிஃபிஷியல் ஆஹ் நெருடலா இருக்கு'' என்று சொல்லிக் கொண்டே அதியமான் அந்த புடவையை எடுக்க, அவளோ கண்களை மூடி திறந்து பெருமூச்சு ஒன்றை விட்டுக் கொண்டாள்...

அவளுக்கோ யாத்ரா மீது கொலை வெறி ஆத்திரம்.

அதியமானை அழைத்து, அவளது புன்னகையையே துடைத்து எறிந்து விட்டானே...

அதனை தொடர்ந்து அதியமானுக்கு சோடாவை கொண்டு வந்து கொடுத்தார்கள்...

அவனோ அதனை குடித்துக் கொண்டே, யாத்ரா அருகே அமர்ந்து பேசிக் கொண்டு இருந்தவன், ''ஏன் எல்லோரும் என்னை பார்த்து ரொம்ப அன் ஈஸியா இருக்காங்க?'' என்று கேட்க,

அவனோ, ''என் மேல பிரியம் அதிகம்... சோ இந்த கல்யாணத்தை ஏத்துக்க முடியல... ஆனா போக போக ஓகே ஆயிடுவோங்க மாப்பிள்ளை'' என்று சொல்லி தோளில் கையை போட்டவன்,

''மாமா'' என்று கிருஷ்ணனை அழைக்க, அவரோ விசித்ராவிடம், ''அடியேய் கூப்பிடுறான் டி'' என்றார்.

''போங்கேளேன்'' என்று அவர் சொல்ல, கிருஷ்ணனும் வலுக்கட்டயமாக சிரித்துக் கொண்டே, அவர்கள் அருகே வந்து அமர,

''இவர் தான் ஆடலோட அப்பா... உன்னோட மாமனார்'' என்று சொல்ல, ''ம்ம் பார்த்து இருக்கேன்.. ஆனா பேச கிடைச்சது இல்ல'' என்ற அதியமானோ, ''ஹெலோ சார்'' என்றான்...

அவரும், ''ஹெலோ'' என்று சிரித்துக் கொண்டே சொன்னவர் யாத்ராவிடம், ''பாத்ரூம் போகணும்'' என்றார்...

யாத்ராவோ, 'இவர் ஒருத்தர், ஸ்கூல் பையன் போல பேசிக்கிட்டு' என்று முணு முணுத்தவன், ''தாராளமா போயிட்டு வாங்க மாமா'' என்று சொல்ல, அவரும் எழுந்து அங்கிருந்து வேகமாக நகர்ந்து விட்டார்...

அதனை தொடர்ந்து யாத்ராவோ, அனைவரையும் அதியமானுக்கு அறிமுகப்படுத்தினான்...

அனைவரும் கடமைக்கு சிரித்துக் கொண்டார்கள்.

அத்தியாயம் 27

ஆடலரசியோ அங்கே ஓரமாக நின்று இருக்க, ''எதுக்கு நிக்கிற? வந்து உட்காரு'' என்று அதியமான் சொல்ல,

அவளோ யாத்ரா அருகே இருக்கும் இருக்கையில் அமர முயல, ''அங்கே உட்காரும்மா'' என்று சொன்ன யாத்ராவோ, அதியமான் அருகே இருந்த இருக்கையை காட்ட, அவளுக்கோ ஆத்திரம்...

அவனை முறைத்துக் கொண்டே, அதியமான் அருகே அமர, அவன் பக்கவாட்டாக திரும்பி ஆடலரசியை பார்த்தான்...

அவளோ வலுக்கட்டாயமாக புன்னகைத்துக் கொள்ள, அங்கே எல்லோருக்கும் கொடுக்க சோடா பாட்டில்களை கொண்டு வந்தான் வேலை செய்யும் ஊழியன்...

''தம்பி இத கொண்டு போ'' என்று சொல்லிக் கொண்டே, தான் குடித்து பாதி வைத்து இருந்த சோடாவை அவன் கையில் இருந்த ட்ரேயில் யாத்ரா வைத்து விட்டான்...

அந்த பையனும் அவர்களை கடந்து செல்ல முற்பட, ''எனக்கு சோடா'' என்று சொன்னாள் ஆடலரசி...

அந்த பையனும் ஆடலரசி அருகே வர, அவளோ கையை நீட்டி, எடுத்தது என்னவோ யாத்ரா குடித்து மீதம் வைத்து இருந்த பாட்டிலை தான்...

அது யாத்ராவை பார்த்து பேசிக் கொண்டு இருந்த அதியமானுக்கு தெரியவில்லை... ஆனால் யாத்ராவுக்கு தெரிந்தது...

அந்த பையனோ அதிர்ந்து, ''மேடம்'' என்று ஆரம்பிக்க, யாத்ராவோ இருமிக் கொண்டே, ''தம்பி தண்ணி எடுத்து வா'' என்று சொல்லி, அந்த பையன் பேச வந்ததை தடுத்து விட்டு, ஆடலரசியை எட்டி முறைத்துப் பார்த்து விட்டு, அதியமானுடன் பேச்சை தொடர்ந்தான்...

அவளோ அவன் இதழ் வைத்து குடித்த ஸ்டராவில் தன்னிதழ்களை வைத்து சோடாவைக் குடித்துக் கொண்டே, கடைக்கண்ணால் யாத்ராவை பார்க்க, அவன் இதழ்கள் அதியமானுடன் சிரித்தபடி பேசிக் கொண்டு இருந்தாலும் கண்களில் ஒரு இறுக்கம்...

அவள் செய்த வேலையால் உண்டான இறுக்கம்..

அதியமான் கவனித்து இருந்தால் நிலைமையே தலைகீழாக மாறி இருக்கும் அல்லவா?

இதே சமயம் அதியமானின் அலைபேசி அலற, அவனோ அதனை எடுத்துக் கொண்டே, ''எக்ஸ்கியூஸ் மீ'' என்று சொல்லிக் கொண்டே எழுந்து நகர்ந்து செல்ல, யாத்ராவோ அவன் முதுகை பார்த்து விட்டு, ஒரு இருக்கை தள்ளி இருந்த ஆடலரசியை பார்த்தவன், 'இப்போ அந்த சோடாவை நீ குடிச்சு தான் ஆகணுமா?' என்று பற்களை கடித்துக் கொண்டே கேட்டான்...

''தோணிச்சு'' என்று அவள் கண் சிமிட்டி சொல்ல, அவளை முறைத்து விட்டு, அவ்விடத்தில் மீண்டும் வந்து அமர்ந்த அதியமானை பார்த்து புன்னகைத்தான்...

அதியமானும் சற்று நேரத்தில் அங்கிருந்து விடை பெற்று கிளம்பி விட, எல்லோரும் வீட்டுக்கு வந்து சேர்ந்து இருந்தார்கள்...

வீட்டுக்கு அவர்கள் வந்து சேர்ந்த நேரமே, இரவாகி இருந்தது...

சாப்பிட்டு விட்டு எல்லோரும் தூங்க சென்ற நேரம்...

யாத்ராவின் அறைக் கதவு தட்டப்பட்டது...

அவனும் கதவை திறக்க, வாசலில் நின்று இருந்தாள் ஆடலரசி...

இரவு உடையான பைஜாமா மற்றும் ஷேர்ட் அணிந்து இருந்தாள்...

''என்னடி?'' என்று கேட்டான்...

''தூக்கம் வரல'' என்றாள் சிணுங்களாக...

''அதுக்கு?'' என்றான்...

''மொட்டை மாடில நின்னு பேசிட்டு இருக்கலாமா?'' என்று கேட்டாள்...

''ஹேய் போய் தூங்குடி'' என்று அவன் சொல்ல, ''பெஸ்டின்னா கேட்டது எல்லாமே பண்ணனும்'' என்று சொன்னாள்...

அவளை மேலிருந்து கீழ் பார்த்தவன், ''என்னை படுத்துற'' என்று சொல்லிக் கொண்டே, டீ ஷேர்ட்டை அணிந்தவன், ''நீ முன்னாடி போ, பின்னாடி வர்றேன்'' என்று சொல்ல, அவளும் மாடியேற, அவளை தொடர்ந்து அவனும் மாடியேறி சென்றான்...

இதே சமயம், மொட்டை மாடியில் ஏற்கனவே ஆர்யா மற்றும் மிதிலா நின்று இருந்தார்கள்...

இவர்கள் வரும் சத்தம் கேட்டதுமே, ''யாரோ

வர்றாங்க, மல்லிகை பந்தல் கீழ போகலாம் வா''
என்று சொல்லிக் கொண்டே, அவர்கள் மல்லிகை
பந்தலை நோக்கி செல்ல, ''ஐயோ இங்க தான்
வர்றாங்க'' என்று மல்லிகை பந்தலில் இருந்து ஒரு
குரல்...

ஆம் அங்கே ஒட்டி நின்று பேசிக் கொண்டு
இருந்தது என்னவோ ஹரிஷும் மதுராவும் தான்...

மல்லிகை பந்தல் உள்ளே ஆர்யாவும் மிதிலாவும்
வந்து விட்டார்கள்...

அங்கே நின்ற இருவரையும் பார்த்து அதிர்ச்சி...

''டேய் நீங்க என்னடா இங்க பண்ணுறீங்க''
என்று ஆர்யா கேட்க, ''ஜஸ்ட் மல்லிகை பந்தலை
சுத்தி பார்க்க வந்தோம்'' என்று ஹரிஷ் சொல்ல,
மதுராவும், ''ஆமா ஆமா'' என்றாள்...

''அடிச்சேன்னா, ஒட்டி நின்னு எங்களை வேவு
பார்த்தீங்களா?'' என்று ஆர்யா கேட்க, ஹரிஷோ,
''ச்ச ச்ச, வீ ஆர் டீசென்ட் யூ க்னோ?'' என்றான்...

''அது சரி... வா, நாலு பேரும் மல்லிகை பந்தலை
சுத்தி பார்க்கலாம்'' என்று ஆர்யா சொல்ல, மிதிலா
பக்கென்று சிரித்து விட, ஆர்யாவோ, ''ஷ்ஷ்''
என்றான்...

ஹரிஷோ, ''ஏன் டா இங்க வந்தீங்க?'' என்று
கேட்க, ''யாரோ வர்ற போல இருக்கு டா'' என்றான்..

''யாரா இருக்கும்?'' என்று கேட்ட மதுராவோ,
''ஆத்தாடி, பெஸ்டீஸ்'' என்றாள் அங்கே வந்து
சேர்ந்த யாத்ராவையும் ஆடலரசியையும் பார்த்துக்
கொண்டே...

''பெஸ்டிஸ் என்ன பண்ண போறாங்கன்னு பார்ப்போம்'' என்று சொல்லிக் கொண்டே, நால்வரும் அங்கே நின்று அவர்களை பார்க்க தொடங்கி இருந்தார்கள்...

இதே சமயம் ஆடலரசியோ, ''செமயா இருக்குல்ல'' என்று சொல்லிக் கொண்டே, வானத் தில் தெரிந்த நட்சத்திங்களை ரசனையுடன் பார்த்தபடி சொல்ல, ''ம்ம்'' என்று சொன்ன யாத்ராவோ, ஹான்ட் ரெயிலில் கையை வைத்துக் கொண்டே நிற்க, அவளும் நெருக்கமாக தான் நின்று இருந்தாள்...

இரவு நேரம்...

இதமான சூழல்...

ஒரு வித மெளனம் இருவரையும் ஆட்கொள்ள, ஆடலரசியோ, யாத்ராவின் கையை பற்றினாள்...

அவனோ அவளை திரும்பிப் பார்க்க, அவளோ அவன் கையில் இருந்த காயத்தைப் பார்த்து வருடிக் கொண்டே, ''அன்னைக்கு கோபத்துல தானே க்ளாஸை உடைச்சீங்க?'' என்று கேட்டாள்...

''நீயா எதையும் கற்பனை பண்ணிக்காதே'' என்றான்...

''உங்களுக்கு நடிக்க வரல... ஐ க்னோ'' என்றாள்.

அவனிடம் பெருமூச்சு...

''உங்க மனசுல என்ன தான் இருக்கு?'' என்று கேட்டாள்...

''அடுத்த சி எம் ஆவது எப்படின்னு யோசிச்சுட்டு இருக்கேன்'' என்றான்...

''க்கும், ரொம்ப முக்கியம்... எப்போ பார்த்தாலும் அரசியல் தானா?'' என்று கேட்டுக் கொண்டே, இன்னும் நெருங்கி நின்றவளோ, ''இப்போ எல்லாம் யாரு என்னை அசிங்கமா பேசுனாலும் வலிக்க மாட்டேங்குது'' என்றாள்...

அவளுக்கோ கண்களை கலங்கி விட, அவனோ அவளை திரும்பி புருவம் சுருக்கி பார்க்க, அவனை ஏறிட்டுப் பார்த்தவளோ, ''நீங்க என் கூட நல்லா பேசுறது, பழகுறதுன்னு எல்லாமே பிடிச்சு இருக்கு... சோ நான் யாரை பத்தியும் கவலை படவே இல்லை...'' என்றாள்...

சட்டென கலங்கி இருந்த கண்ணில் இருந்து நீர் வழிந்து விட, ''இப்போ எதுக்கு அழுற?'' என்று கேட்டுக் கொண்டே, அவளை நோக்கி திரும்பியவன், அவள் முகத்தை இரு கைகளாலும் தாங்கி கண்ணில் வழிந்த கண்ணீரை பெருவிரல்களால் துடைத்து விட்டான்...

அவளோ அவன் விழிகளை பார்த்துக் கொண்டே, ''பெஸ்டின்னா ஆசையை நிறைவேத்தணும் ல'' என்றாள்...

''ம்ம் என்ன ஆசைப்படுற?'' என்று கேட்டான்...

''ஐ ஜஸ்ட் வாண்ட் டு கிஸ் யூ'' என்றாள்...

அவனோ கண்களை மூடி திறந்து கொண்டே, குரலை செருமியவன், ''இல்ல, அது'' என்று ஆரம்பித்துக் கொண்டே அவளை விட்டு விலகி நிற்க, ''ப்ளீஸ்'' என்றாள் கெஞ்சுதலாக...

அவனோ இதழ் குவித்து ஊதிக் கொண்டே, ''ஆடல் லிஸின்'' என்று முடிக்க முதல், கால்

பெருவிரலில் எம்பியவள், அவன் இதழில் இதழ் பதித்து இருக்க, அவனோ மீதி வார்த்தைகளை விழுங்கிக் கொண்டே, கண்களை மெதுவாக மூடிக் கொண்டான்.

அன்று அவள் முத்தமிட்ட போது தோள்களை பற்றி விலக்கி நிறுத்தினான்...

இன்று விலக்கி நிறுத்தவில்லை... மாறாக, தனது இதழ்களை விரித்து, அவள் முத்தத்துக்கு வழியை விட்டவன், பதிலுக்கு அவள் இதழ்களையும் அழுத்தமாக கவ்வி முத்தமிட ஆரம்பிக்க, பெண்ணவள் அவன் கையிலேயே துவண்டு சரிய, சட்டென இரு கைகளாலும் அவளை இறுக அணைத்து, தன்னுடன் நெருக்கிக் கொண்டான்...

பெண்ணவளோ, அவன் கழுத்தை மாலையாக கோர்த்துக் கொண்டே, உணர்வின் மிகுதியில் துவண்டு விடாமல் இருக்க படாத பாடு பட்டாள்...

எவ்வளவு நேரம் அந்த இதழ் முத்தம் நீடித்தது என்று தெரியவில்லை...

மிக நீண்ட ஆழமான முத்தம் அது...

அவன் எச்சில் அவள் தொண்டைக்குழிக்குள் இறங்க, அவள் எச்சில் அவன் தொண்டைக்குழிக்குள் இறங்கியது...

இருவரின் மேனியும் காற்று புக கூட இடைவெளி விடாமல் நெருங்கி இருக்க, தம்மை மறந்து நீண்ட நேரம் அப்படியே முத்தமிட்டுக் கொண்டே நின்று இருந்தார்கள்...

முதலில் நிதானத்துக்கு வந்தது என்னவோ யாத்ரா தான்...

மெதுவாக அவளை விட்டு விலகிக் கொண்டே, முத்தத்தை முடிவுக்கு கொண்டு வர, பெண்ணவளோ கண்களை திறந்து அவனைப் பார்க்க, அவள் இதழ்கள் தடித்து சிவந்து போய் விட்டன...

வெட்கம் தாங்க முடியாமல் கன்னங்கள் வேறு ஏட்டிக்கு போட்டியாக சிவந்து போய் இருக்க, அவனுக்கு தான் அவளை பார்க்க முடியவில்லை...

அவனே எதிர்பாராத நீண்ட நெடிய முத்தம் ஆயிற்றே...

என்ன பேசுவது என்றும் அவனுக்கு தெரியவில்லை...

அவளோ, ''தேங்க்ஸ்'' என்றாள்...

''போகலாமா?'' என்று கேட்டுக் கொண்டே, அவன் நடக்க, அவள் ஒரு வெட்க சிரிப்புடன் அவனை பின் தொடர்ந்து செல்ல, ''போய் தூங்கிடு... மறுபடி தூக்கம் வரலன்னு கதவை தட்டாதே'' என்றான்...

அவளோ, ''இனி தூங்குன போல தான்'' என்றாள்.

அவளை ஒரு ஆழமான பார்வை பார்த்து விட்டு தனது அறைக்குள் நுழைந்து கொண்டான் யாத்ரா...

ஆடலரசியோ, ஒரு அடக்கப்பட்ட புன்னகையுடன் தனது அறைக்குள் நுழைந்து கொண்டாள்...

இதே சமயம், மொட்டை மாடியில் பேயறைந்த போல நின்று இ ருந்தார்கள் நால்வரும்...

மிதிலாவோ, ''பெஸ்டிஸ் இப்படி எல்லாம் பண்ணுவாங்களா என்ன?'' என்று கேட்டாள்...

ஹரிஷோ, ''இந்த பெஸ்டீஸ் பண்ணுவாங்க போல'' என்று சொல்ல, மதுராவோ, ''நான் எல்லாம் உங்க அண்ணனை என்னவோன்னு நினச்சு இருந்தேன்'' என்றாள்...

ஆர்யாவும், ''நானும் தான்... இப்படி ஒரு ரெமோ உள்ளே இருக்கும்னு நான் கனவுல கூட எதிர்பார்க்கல'' என்று சொல்ல, ''சரி வாங்க கிளம்புவோம்'' என்று சொன்ன ஹரிஷோ அவர்களை அழைத்துக் கொண்டே கிளம்பி இருந்தான்...

இதே சமயம் கண்ணாடி முன்னே நின்று இருந்தான் யாத்ரா...

அவளை முத்தமிட்டதில் இருந்தே அவன் அவனாக இல்லை...

அவள் வேண்டும் என்று அவன் ஒவ்வொரு அணுவும் துடித்துக் கொண்டு இருந்தது...

தன்னை கட்டுபடுத்த முனைகின்றான்... முடிந்தால் தானே...

மீண்டும் மீண்டும் அவள் நினைவுகள்...

அவளுடன் கலந்த நாட்களின் நினைவுகள்...

அவளது எழில் கோலங்களில் நினைவுகள்...

தலையை உலுக்கிக் கொண்டே கதவை திறந்தவன், நேரே சென்றது என்னவோ ஆடலரசியின் அறையை நோக்கி தான்...

கதவை தட்டினான்...

கதவை திறந்த ஆடலரசியோ, ''என்ன விஷயம்?'' என்று அவனை ஆச்சரியமாக பார்த்துக் கொண்டே, ''பேசணும்'' என்று சொல்லிக் கொண்டே உள்ளே

நுழைந்தவன் கதவை தாழிட்டு இருந்தான்...

இதே சமயம் மொட்டை மாடியில் இருந்து இறங்கி வந்த ஹரிஷோ, ''டேய் அப்படியே நில்லுங்க... இங்க அடுத்த சீன்'' என்று சொல்ல, அவர்களும் யாத்ரா ஆடலரசியின் அறைக்குள் செல்வதை பார்த்து விட்டு, ''இதுக்கு எதுக்கு பெஸ்டி ட்ராமா?'' என்று மதுரா கேட்டாள்...

''எனக்கென்னவோ கல்யாணம் அன்னைக்கு பெரிய சம்பவம் நடக்கும்னு தோணுது'' என்று ஆர்யா சொல்ல, ''நம்ம கல்யாணத்துக்கு ஒன்னும் பிரச்சனை வந்துடாதே'' என்று கேட்டான் ஹரிஷ்...

''உனக்கு உன் பிரச்சனை'' என்று சிரித்துக் கொண்டே சொன்ன ஆர்யா அங்கிருந்து நகர்ந்து தனது அறைக்குள் செல்ல, ஏனையவர்களும் தத்தமது அறைகளுக்குள் சென்றார்கள்...

இதே சமயம் ஆடலரசியின் அறைக்குள் வந்த யாத்ராவிடம், ''என்ன விஷயம்?'' என்று பெண்ணவள் கேட்டுக் கொண்டே சுவரில் சாய்ந்து நிற்க, அவனோ குரலை செருமிக் கொண்டே, அவள் அருகே இருந்த சுவரில் கையை வைத்தபடி அவளை நெருங்கி நின்றவன் அவள் விழிகளை பார்த்துக் கொண்டே, ''வாட் டூ யூ திங்க் அபவுட் ஃப்ரெண்ட்ஸ் வித் பெனிஃபிட்ஸ்?'' என்றான்...

அவளுக்கு புரிந்து விட்டது...

இதழ்களுக்குள் சிரிப்பு...

சிரிப்பை அடக்கிக் கொண்டே, ''எனக்கு புரியல'' என்று சொன்னாள்...

''அடுத்த மாசம் நீ வேற ஒருத்தன்

பொண்டாட்டி... அதுக்கப்புறம் இதெல்லாம் ரொம்ப தப்பாயிடும் ல'' என்றான்...

''ஓஹோ'' என்றாள் அவள் கிண்டலாக...

''என்ன ஓஹோ?'' என்று அவன் கேட்க, ''சரி சரி மேல சொல்லுங்க'' என்றாள்...

''இதெல்லாம் நமக்கு ஒன்னும் புதுசு இல்லையே... அதனால கல்யாணம் வரைக்கும்...'' என்று இழுத்தான்...

அவனை மேலிருந்து கீழ் பார்த்தவள், ம்ம் மேல சொல்லுங்க'' என்றாள்...

அவள் தெரிந்து கொண்டே, கேட்பது அவனுக்கு தெரியாதா என்ன?

''என்னடி மேல சொல்லணும்?'' என்று கேட்டான்..

''ஃப்ரெண்ட்ஸ்ன்னு சொல்றீங்க... பெனிஃபிட்ன்னு சொல்றீங்க... எனக்கு எதுவும் புரியலப்பா'' என்று தெரியாத போலவே சொல்ல, அவள் விளையாடுகின்றாள் என்று அவனுக்கு தெரிந்தது.

''புரிய வச்சிடுறேன்'' என்று சொல்லிக் கொண்டே தனது டீ ஷேர்ட்டை கழட்டி கட்டிலில் போட்டவன், அடுத்த கணமே அவளது ஷேர்ட்டில் இரு கைகளையும் வைத்து இழுக்க, அதன் பட்டன்கள் எல்லாமே தெறித்து இருக்க, ''ஐயோ'' என்று பெண்ணவள் தன்னை மறைத்துக் கொள்ள முன்னரே, அவனே அவள் மேனியை தன் மேனி கொண்டு மறைத்துக் இருக்க, அவள் இதழ்கள் அவன் வசமானது...

அவளோ அவன் முத்தத்தில் கிறங்கி இருக்க,

அவள் கைகள் அவன் முதுகில் கோலம் போட்டு நகக்கண்களை பதித்தன...

அவளுடன் மஞ்சத்தில் தஞ்சம் புகுந்தான்...

பெண்ணவள் தடுக்கவில்லை... மாறாக மேலும் ஒன்றிப் போனாள்...

இத்தனை நாட்கள் அவளை தான் அவன் ரசித்து, வருடி, முத்தமிட்டு கொண்டாடி இருந்தான்... அவளுக்கோ அந்த சமயத்தில் எல்லாம் அவனை நினைத்தாலே பயம்...

இன்று அவளும் ரசித்தாள்... தயக்கம் இன்றி முத்தமிட்டாள்... ஆசை தீர ஸ்பரிசித்தாள்...

புதிதாக இருந்தது அவனுக்கு... பிடித்தும் இருந்தது...

கொடுப்பதை விட வாங்குவதில் போதை அதிகம் ஆயிற்றே...

குடிக்காமலே அவனுக்கு போதை ஏறிய உணர்வு.

முற்றும் துறந்து, சித்தம் இழந்து, சரீரம் பிணைந்த கணங்கள் அவை...

அடக்கி வைத்த ஆசைகள் எல்லாமே, தடை கடந்து அலைபாய, இந்த சந்தர்ப்பத்தை இருவருமே இழக்க விரும்பவில்லை...

பிணையும் கணங்கள் நீண்டன...

நீண்ட கணங்கள் முற்றுப் பெறவே கூடாது என்கின்ற ஏக்கமும் எதிர்பார்ப்பும் இருவருக்கும்...

முற்றுப் பெற்றால் விலகி விட வேண்டுமே...

விலகி விடும் மனநிலை இருவருக்குமே இருக்கவில்லை...

ஆரம்பம் என்று ஒன்று இருந்தால் முடிவு என்று ஒன்று இருக்க தானே வேண்டும்...

ஆனால் இங்கே முடிவே இல்லாமல் கணங்கள் கடந்தன...

ஆரம்பித்து விட்டார்கள்... முடிக்க வழி தெரியவில்லை... மனமும் சம்மதிக்கவில்லை...

ஒரு வழியாக முடிவுக்கும் வந்து விட்டார்கள்...

அவள் இதழ்களை தீண்டி விலகிப் படுத்த யாத்ராவோ, அவளை போர்வையினால் மூடி விட்டான்...

ஏ சி குளிரில் இதுவரை அவன் மேனி அவளுக்கு கதகதப்பாக இருந்து இருக்கும்...

அவன் விலகியதும் அவளுக்கு குளிரும் என்று அவன் அறிவான்...

அதனால் அவளை அவனே மூடி விட, அவளோ அதனை கூட உணர முடியாத ஒரு மோன நிலையில், விட்டத்தை பார்த்துக் கொண்டே படுத்து இருந்தாள்.

அத்தியாயம் 28

அவளை அவளாக இல்லை... இவ்வளவு நேரமும் சொர்க்கத்தில் இருந்து, பூமிக்கு இப்போது தான் திரும்பிய உணர்வு...

அவன் மேல் பைத்தியமாக இருப்பவள் அவள்.. ஏற்கனவே அவன் தீண்டிய சமயம், மோகம் மட்டுமே அவளிடம்... இப்போது காதலும் சேர்ந்து இருக்கும் போது கேட்கவும் வேண்டுமா?

அவனே அவளுக்கு மொத்தமாக கிடைத்து இருக்கும் போது நிதர்சனத்துக்கு வரவே அவளுக்கு நேரம் எடுத்தது...

உணர்வுகளின் விளைவால் கண்களில் இருந்து கண்ணீர் வேறு வழிந்தது...

அவளை பக்கவாட்டாக திரும்பிப் பார்த்த யாத்ராவோ, ''ஆர் யூ ஓகே?'' என்று கேட்டான்...

அவனை திரும்பிப் பார்த்தவளோ, 'பேர்ஃபெக்ட்லி ஃபைன்' என்றாள்...

''அப்போ எதுக்கு அழுற?'' என்று கேட்டுக் கொண்டே, கைகளை நீட்டி அவள் கண்ணீரை துடைத்து விட, அவளோ அவன் மேல் ஏறி படுத்துக் கொண்டே, ''சந்தோஷத்துல அழுறேன்'' என்றபடி அவன் நெற்றியில் முத்தமிட்டாள்...

அவளோ, அவனை அணைத்துக் கொண்டே, ''என்னடி?'' என்று காற்றுக்கும் கேட்காத குரலில் கேட்டான்...

பெண்ணவள் அவன் இதழ்களில் தனது பெருவிரலை வைத்து, ''ஷ்'' என்றாள்...

அவன் அப்படியே படுத்து இருக்க, அவன் கன்னத்தில் முத்தம் பதித்தாள்...

அவள் முடியோ முன்னால் விழ, அவனோ அதனை எடுத்து அவள் காதுக்கு பின்னே விட்டான்...

இப்போது அவன் விழிகளுடன் விழிகளை கலக்க விட்டவளோ, ''உங்கள ஏன் எனக்கு இவ்ளோ பிடிக்குது?'' என்று கேட்டாள்...

இதழ்களை பிதுக்கியவன், ''அத நீ தான் சொல்லணும்'' என்றான்...

அவளோ, ''நீங்க என் கண் முன்னால கொலை பண்ணி இருக்கீங்க... எனக்கு திட்டி இருக்கீங்க... என்னை ஹேர்ட் பண்ணி இருக்கீங்க... சாஃப்ட்டுன்னா என்னன்னே உங்களுக்கு தெரியாது... ஆனாலும் உங்கள எனக்கு ரொம்ப பிடிச்சு போச்சு'' என்றாள்...

அவனிடம் பதில் இல்லை...

அவளையே பார்த்துக் கொண்டே, அவளை அணைத்தபடி, ''ம்ம் அப்புறம்'' என்றான்...

''ஐ லவ் யூ சோ மச்'' என்று சொன்னவளது கண்ணில் இருந்து வழிந்த கண்ணீர் அவன் கன்னத்தை நனைக்க, அவள் முகத்தை பற்றியவன், ''எதுக்குடி அழுதுட்டே இருக்க?'' என்று கேட்டான்.

''ஐ டோன்ட் க்னோ... ஆனா அழுகையா வருது...'' என்று சொன்னவளோ மேலும், ''குழந்தைங்க ஆசைப்படுறத கொடுத்தா அழுகை நின்னுடுமாம்'' என்றாள்...

''நீ ஒன்னும் குழந்தை இல்ல'' என்று சொன்னவனின் விழிகள் தன் மீது படுத்து இருந்தவளின் கண்களை தாண்டி கீழே இறங்க, ''நான் அத சொல்லவே இல்ல'' என்று சொல்லிக் கொண்டே, அவன் முகத்தை தன்னை நோக்கி நிமிர்த்தி, ''கண்ணை மட்டும் பாருங்க'' என்றாள்...

அவனோ, ''இதெல்லாம் ரொம்ப அநியாயம், நீ இருக்கிற நிலைமைக்கு கண்ணை மட்டும் வேற நான் பார்க்கணுமா?'' என்று கேட்க, அவளுக்கோ கண்ணீருடன் சிரிப்பு...

அவள் முகத்தை தாங்கி, கண்ணீரை துடைத்து விட்டவனோ, ''சரி என்ன வேணும்னு சொல்லு... அழுதுட்டே இருக்காதே'' என்றான்...

''என்ன கேட்பேன்னு நினைக்கிறீங்க?'' என்று கேட்டாள்...

''என்னை தான் கேட்ப'' என்றான்...

அவளோ, ஆம் என்கின்ற ரீதியில் தலையாட்டிக் கொண்டே, ''டயர்ட் ஆஃ இருக்கா?'' என்று கேட்டாள்...

அவனோ இல்லை என்று தலையாட்டியவன், ''எனக்கில்லை, உனக்கு?'' என்று கேட்டான்...

''டயர்ட் ஆஃ இருக்கு தான்... ஆனாலும் வேணும்னு தோணுது, கிடைக்குமா?'' என்று கேட்டாள்...

அவனுக்கு அவள் கேட்ட தோரணையில் சிரிப்பே வந்து விட்டது...

இதழ் பிரித்து சிரித்துக் கொண்டே, கண்களால் அவளை அழைக்க, அவளும் நெருங்க, அவள் காதருகே மீசை முடி உரச எம்பியவன், ''எடுத்துக்கோ'' என்றான்...

அவள் கன்னங்கள் சிவந்து போக, வெட்கத்தில் கண்களை மூடி திறந்து கொண்டே, அவன் இதழில் அழுந்த இதழ் பதித்து இருந்தாள் பெண்ணவள்...

மீண்டும் அவர்களிடத்தில் ஒரு சங்கமம்... ஆண்டு முடித்தவனே, தன்னை ஆளவும் விட்டான்.

அடுத்த நாள் காலையில் தான் கண் விழித்தான் யாத்ரா... அவள் அறைக்குள்ளேயே தூங்கி

விட்டான்... தன் மார்பில் படுத்து இருந்த ஆடலரசி யை தள்ளிப் படுக்க வைத்தவனோ, சட்டென எழுந்து அமர்ந்து கொண்டே, பிடரியை வருடிக் கொண்டே நேரத்தைப் பார்க்க, நேரம் ஆறு மணியைக் காட்டியது...

''ஷிட்... இங்கயே தூங்கிட்டேன்'' என்று சொல்லிக் கொண்டே, உடைகளை அணிந்து விட்டு, கதவை திறந்தவனுக்கு தூக்கி வாரிப் போட்டது...

அங்கே வாயில் கையை வைத்துக் கொண்டே நின்று இருந்தார் குரலரசி...

அவனுக்கு என்ன செய்வது என்று தெரியவில்லை.

நெற்றியை நீவிக் கொண்டே, கதவை மூடி விட்டு அவரை அவன் தாண்டிச் செல்ல, ''அப்போ கல்யாணம் நின்னுடும்ல'' என்று கேட்டார்...

அவனோ, ''கல்யாணம் கண்டிப்பா நடக்கும்'' என்று அவரைப் பார்க்காமல் சொல்லிக் கொண்டே நகர, ''இல்ல எனக்கு புரியல'' என்று அவர் புலம்பிக் கொண்டே நடந்து சென்றார்...

இதே சமயம், எல்லோரும் சாப்பிட வந்து அமர்ந்து விட்டார்கள்...

ஆடலரசியும் வந்து அமர்ந்து விட்டாள்...

அவள் விழிகள் யாத்ராவில் படிந்து மீள, அதே சமயம் அவனும் அவளை பார்க்க, இருவரின் பார்வைகளும் ஒன்றோடு ஒன்று உரசிக் கொண்டன.

ஆர்யாவோ, ''நேற்று மொட்டை மாடில செம்ம குளிர் ல'' என்றான்...

யாத்ராவுக்கோ அதனை கேட்டதுமே புரையேற,

அவனிடம் நீர் குவளையை நீட்டினான் ஹரிஷ்...

அவர்களை ஒரு மார்க்கமாக பார்த்துக் கொண்டே அதனை வாங்கி யாத்ரா குடிக்க, ஆடலரசி திரு திருவென விழித்துக் கொள்ள, ஹரிஷோ, ''ஆமா செம்ம குளிர்'' என்றான்...

அவர்கள் பேசிய தோரணையே தாங்கள் முத்தமிட்டதைப் பார்த்து விட்டார்கள் என்று யாத்ராவுக்கு உணர்த்த, மொத்தமாக சாப்பிட்டு முடித்து கையை கழுவியவனோ, ''முதல் ல மொட்டை மாடில இருக்கிற மல்லிகை பந்தலை வெட்டணும்'' என்று சொல்லிக் கொண்டே எழுந்து நடந்து செல்ல, ஆடலரசியோ சத்தமாக சிரித்து விட்டாள்...

யாத்ரா திரும்பி அவளை முறைத்துப் பார்க்க, ''சிரிப்பு வருது... நான் என்ன பண்ணட்டும்?'' என்று கேட்டாள்...

அவளுக்கு மட்டும் அல்ல, ஏனையவர்களுக்கும் சிரிப்பு தான்... அடக்கிக் கொண்டே இருந்தார்கள்... யாத்ராவுக்கு முன்னால் அவர்களுக்கு சிரிக்க பயம்...

ஆடலரசிக்கு தானே பயம் இல்லையே...

ஷண்முகியோ, ''என்னன்னு சொல்லிட்டு சிரிடி'' என்றார்...

''உங்க புள்ள கிட்ட கேளுங்க'' என்று சொல்ல, அவரோ திரும்பி யாத்ராவை பார்க்க, ''ஏதோ உளர்றா'' என்று சொல்லிக் கொண்டே வெளியேற முற்பட, ''நீயாவது சொல்லுடா'' என்று சொல்லிக் கொண்டே ஆர்யாவை அவர் பார்க்க, சட்டென யாத்ரா ஆர்யாவை திரும்பி ஒரு பார்வை தான் பார்த்தான்...

‘‘எனக்கு உயிர் மேல ஆசை இருக்கு’’ என்று சொன்ன ஆர்யாவோ சாப்பிட, யாத்ரா வெளியேறி விட்டான்...

‘‘யாரும் எதுவும் சொல்லாதீங்க... இப்போ எல்லாம் நம்ம வீடு ஒழுங்காவே இல்ல’’ என்று புலம்பினார் ஷண்முகி...

ஆடலரசியோ, ‘‘இப்போ தான் அத்தை ஒழுங்கா இருக்கு... சிரிச்சிகிட்டு சந்தோஷமா இருக்கோம்’’ என்று கண் சிமிட்டி சொல்ல, அவள் சொன்னது என்னவோ ஏனையவர்களுக்கும் சரியாக தான் பட்டது...

ஆடலரசி மற்றும் யாத்ராவின் இரவு நேர சந்திப்பு அன்றுடன் முடிந்து விடவில்லை...

முடியாத தொடர்கதையாக தினமும் தொடர்ந்தது..

எல்லோரும் தூங்கிய பின்னர் அவளை தேடி செல்வான்...

‘‘இன்னைக்கும் ஃப்ரெண்ட்ஸ் வித் பெனிஃபிட்ஸ் ஆஹ்?’’ என்று கேட்பாள்...

அவனும், ‘‘எஸ்’’ என்று சொல்லிக் கொண்டே, அவளை முத்தமிட்டு தனது செயலை தொடங்கி விடுவான்...

இப்படியான ஒரு நாளில், ஆடலரசியின் அலைபேசி அலறியது...

தனது மேனி முழுவதும் முத்தமிட்டு அத்து மீறிக் கொண்டு இருந்த யாத்ராவின் முகத்தை பற்றி நிறுத்தியவள், ‘‘ஃபோன்’’ என்றாள்...

அவனோ கையை நீட்டி டீப்பாயில் இருந்த

அலைபேசியை எடுக்க, அதில் அழைத்து இருந்தது என்னவோ அதியமான் தான்...

அவன் பெயரைப் பார்த்ததுமே, ''திரும்ப வச்சிடுங்க'' என்றாள்...

யாத்ராவோ, அவன் பெயரை பார்த்துக் கொண்டே, ''பேசுடி'' என்றான்...

அவனை முறைத்தவள், ''முடியாது'' என்று சொல்ல, ''பேசலன்னா ஃபீல் பண்ணுவான் ல... பேசு'' என்று சொல்லி, அதனை ஆன் செய்து கொடுக்க, அவளுக்கோ தூக்கி வாரிப் போட்டது...

அவளை அவன் வைத்து இருக்கும் நிலை என்ன? பேசும் நிலையிலா வைத்து இருக்கின்றான்?

அவனை முறைத்துக் கொண்டே, அலைபேசியை எடுத்து காதில் வைத்து, ''ஹெலோ'' என்றாள்...

''கன்னுகுட்டி என்ன பண்ணுற?'' என்று கேட்டான்...

''தூங்க போறேன்'' என்றாள் பெண்ணவள் தட்டு தடுமாறி...

''கல்யாணத்துக்கு உனக்கு கிஃப்ட் கொடுக்கலாம்னு யோசிச்சு இருக்கேன்'' என்றான்...

அவளோ, ''இல்ல, எனக்கு'' என்று முடிக்க முதல் அவள் இதழ்களை சிறை செய்த யாத்ராவோ, அவளில் விட்ட வேலையை தொடர்ந்து விட, ''ம்ம் ம்ம்'' என்ற சத்தம் தான் அதியமானுக்கு கேட்டது...

''ஹெலோ ஹெலோ'' என்று அவன் சொல்ல, அவளோ, யாத்ராவின் முதுகில் தட்டி தனது

இதழ்களை விடுதலை செய்யும்படி கேட்க, அவனும் ஒரு மென் சிரிப்புடன் அவள் இதழ்களை விடுதலை செய்ய, அவனை முறைத்துப் பார்த்து விட்டு, ''ஹெலோ, இருக்கிறேன்'' என்றாள் பெண்ணவள்...

''என்ன சத்தம்?'' என்று கேட்டான் அதியமான்...

''ஒண்ணும் இல்லையே'' என்று அவள் சொல்லிக் கொண்டு இருக்கும் போதே, அவளிடம் இருந்து, ''ஆஹ்'' என்று ஒரு அலறல்...

சட்டென ஒற்றைக் கையால் அதிர்ச்சியுடன் வாயை மூடிக் கொண்டே யாத்ராவை பார்த்தாள்...

அவன் இதழ்கள் குறும்பாக புன்னகைக்க, மறுமுனையில் இருந்த அதியமானோ, ''என்னாச்சு?'' என்று கேட்டான்...

என்ன சொல்லி சமாளிப்பது என்று அவளுக்கும் தெரியவில்லை...

''இல்ல ஒன்னும் இல்ல'' என்று பதற, யாத்ரா விடமாட்டேன் என்கின்ற ரீதியில் அவளுக்குள் மீண்டும் ஊடுருவி விட, அவளால் தன் உணர்வுகளை கட்டுப்படுத்தவே முடியவில்லை...

சட்டென வாயை கையால் இறுக மூடி சத்தம் வராமல் தடுத்தவள், ''கொஞ்ச நேரத்துல எடுக்கிறேன் மான்குட்டி'' என்றாள்...

''உனக்காக ஒரு நாய்க்குட்டி வாங்கி வந்து இருக்கேன்... வீடியோ கால் போடலாம்னு நினச்சேன்'' எ ன்றான்...

அவளோ, ''என்னது வீடியோ கால் ஆஹ்?'' என்று அதிர்ந்து கொண்டே, ''ஒரு வேலையா இருக்கேன்,

நாளைக்கு எடுக்கிறேன்'' என்று சொன்னபடி அவசரமாக அலைபேசியை அணைத்து தள்ளி போட்டவள், ''என்ன வேலை பார்த்து இருக்கீங்க?'' என்று முடிக்க முதல், அவள் இதழ்களை சிறை செய்த யாத்ரா, விட்ட வேலையை தொடர்ந்து இருக்க, அவள் கரமோ அவனை அணைத்துக் கொள்ள, அவனுடன் ஒன்ற ஆரம்பித்து விட்டாள்...

அத்தியாயம் 29

இப்படியே நாட்கள் நகர்ந்தன...

கிட்டத்தட்ட வீட்டில் இருக்கும் எல்லோருக்கும் அவர்கள் இருவரை பற்றியும் விஷயம் கசிந்து இருந்தது...

ஆனாலும் யாருக்கும் அவர்களை புரிந்து கொள்ளவே முடியவில்லை...

நாட்கள் வேறு வேகமாக நகர, அன்று திருமணத்துக்கு முதல் நாள்...

மருதாணி வைக்க வீட்டிற்கு ஆட்கள் வந்து இருந்தார்கள்...

யாத்ராவோ, கல்யாண ஏற்பாடுகளை பார்த்துக் கொண்டே இருக்க, அங்கே மருதாணி வைக்கும் பெண்ணிடம் கையை நீட்டிக் கொண்டே, அவனையே பார்த்து இருந்தாள் ஆடலரசி...

அவள் அருகே இருந்த மதுராவோ, ''இல்ல எனக்கு புரியல'' என்று சொல்ல, ஆடலரசியோ, ''எனக்கும் தான் புரியல'' என்றாள்...

''நாளைக்கு எங்க கல்யாணத்துல ஒன்னும் பிரச்சனை வந்துடாதே'' என்று மிதிலா கேட்க,

ஆடலரசியோ, ''எனக்கென்ன தெரியும்'' என்று விரக்தியாக சொல்லிக் கொண்டாள்...

இதே சமயம் யாத்ராவின் அலைபேசி அலறியது...

எடுத்தது என்னவோ ஜீவானந்தன் தான்...

அலைபேசியை காதில் வைத்தவனோ, ''சொல்லுங்க தலைவரே'' என்று சொல்ல, அவரோ, ''யாத்ரா... நாளைக்கு நாங்க கல்யாணத்துக்கு வர்றதா இல்லை... இத ஏத்துக் கொள்ளுற மனசு எங்களுக்கு இல்லை... தப்பா நினைச்சுடாதே'' என்றார்...

அவனோ, ''பரவாயில்லை தலைவரே... நான் ஒன்னும் தப்பா நினைக்க மாட்டேன்... எல்லாம் உங்க முடிவு தானே'' என்று சொல்ல, அவரோ, ''இந்த கல்யாணம் நடந்து தான் ஆகுமா?'' என்று மீண்டும் கேட்டார்...

அவனோ, ''அதுவும் என் கைல இல்ல... உங்க பையன் நிறுத்தணும்... இல்லன்னா ஆடலரசி நிறுத்தணும்'' என்றான்...

அவரோ பெருமூச்சுடன், ''உன்னை புரிஞ்சுக்கவே முடியலப்பா'' என்று சொல்லி விட்டு வைத்து விட்டார்...

இதே சமயம், ஆடலரசிக்கு மருதாணியும் வைத்தாகி விட்டது...

விசித்ரா தான் மூவருக்கும் உணவை ஊட்டி விட, அவர்கள் சாப்பிட்டு விட்டு விரைவாக தூங்குவதற்காக அறைக்குள் நுழைந்து விட்டார்கள்..

ஆடலரசியோ நேரத்தைப் பார்த்துக் கொண்டே படுத்து இருந்தாள்...

இத்தனை நாட்கள் சந்தோஷமாக இருந்து விட்டாள்...

நாளைக்கு கல்யாணம்...

எப்படியாவது நிறுத்தியாக வேண்டும்...

யாத்ரா நிறுத்த வேண்டும் என்கின்ற வைராக்கியத்துடன் இத்தனை தூரம் வந்து விட்டாள்...

ஆனால் அவன் நிறுத்துவதற்கான அறிகுறியே இல்லையே...

முத்தமிடுகின்றான்...

கட்டி அணைக்கின்றான்...

சங்கமிக்கின்றான்...

இயல்பாக பேசுகின்றான்...

முக்கியமான அவளிடம் மென்மையாக இருக்கின்றான்...

ஆனால் அவளுடன் சேர்ந்து வாழ அவன் தயாராக இல்லை...

அவளுக்கு அவனை புரிந்து கொள்ளவே முடியவில்லை...

கட்டிலில் படுத்து இருந்தவளுக்கு அவன் அருகாமை தேவைப்பட்டது...

இத்தனை நாட்கள் பழகி விட்டாள் அல்லவா?

அவனுக்கும் அவள் அருகாமை தேவைப்பட்டு இருக்கும் போலும்... கதவை திறந்து கொண்டே உள்ளே நுழைந்தவன், கதவையும் தாழிட்டுக் கொண்டே, ''தூங்கிட்டியா?'' என்று கேட்டான்...

அவளோ கட்டிலில் இருந்து எழுந்து நின்றபடி, ''உங்க கிட்ட நிறையவே பேசணும்'' என்றாள்...

''என்ன பேசணும்?'' என்று கேட்டுக் கொண்டே, அவள் முகத்தை தாங்கி இதழில் இதழ் பதிக்க, ''ப்ளீஸ்'' என்று சொல்லிக் கொண்டே, அவன் இதழில் இருந்து இதழ்களை பிரித்து எடுத்தவளோ, ''மனசுல என்ன நினைச்சிட்டு இருக்கீங்க?'' என்று கேட்டாள்...

''அடுத்த சி எம் ஆகுறது எப்படின்னு தான்'' என்றான் தோள்களை உலுக்கி...

''பீ சீரியஸ்'' என்றாள்...

அவனோ, ''எதுக்கு இப்படி டென்ஷன் ஆகுற?'' என்று கேட்க, ''ஏன்னா நாளைக்கு என் கழுத்துல இன்னொருத்தன் தாலி கட்ட போறான்... அது தான்'' என்றாள் ஆக்ரோஷமாக...

அவனோ சலிப்பாக தலையை இரு பக்கமும் ஆட்டியவன், ''சரி நான் கிளம்புறேன்... நான் சண்டை பிடிக்க வரல'' என்று சொல்ல, ''அப்போ இதுக்கு மட்டும் தான் நான் தேவையா?'' என்று கண்களால் தனது மேனியை காட்டிக் கேட்டாள்...

அவனோ இடையில் கையை வைத்துக் கொண்டே, அவளை மேலிருந்து கீழ் பார்த்தவன், ''என் வாயை கிளறணும்னு ஒரு முடிவோட தான் இருக்க'' என்றான்...

அவளுக்கோ கண்ணில் இருந்து தாரை தாரையாக கண்ணீர் வழிந்தது...

உள்ளங்கையில் மருதாணி இருந்ததால் புறங்கையால் துடைத்துக் கொண்டாள்...

அதனை தொடர்ந்து அவனை முறைத்துப் பார்த்தவளோ, ''இந்த கல்யாண பேச்சை நான் ஏன் ஆரம்பிச்சேன்னு உங்களுக்கு நல்லாவே தெரியும்.. இந்த கல்யாணத்த நீங்க நிறுத்த மாட்டீங்களான்னு இப்போ வரைக்கும் எதிர்பார்த்துட்டு இருக்கேன்.. ஆனா கொஞ்சம் கூட அத பத்தி யோசிக்கவே மாட்டேங்குறீங்க... உங்க மனசுல என்ன தான் இருக்கு.. கட்டி பிடிக்கிறீங்க.. கிஸ் பண்ணுறீங்க.. என் கூட ஃபிஸிக்கல் ரிலேஷன்ஷிப் வச்சுக்கிறீங்க. சிரிச்சு பேசுறீங்க... உங்க குழந்தையை வேற நான் சுமந்துட்டு இருக்கேன்... ஆனா நான் வேணாம்னு சொல்றீங்க... அப்படி என்ன ஈகோ உங்களுக்கு?'' என்று அழுது கொண்டே கோபமாக கேட்டாள்...

அவனோ, ''ஹெலோ ஹெலோ... விட்டா எல்லாத்துக்கும் நான் தான் காரணம்னு செ எல்லுவ போல... கல்யாணத்த நிறுத்தணும்னு நிறுத்தணும்னு சொல்றியே... பிடிக்கலைன்னா நீ நிறுத்த வேண்டியது தானே, நீ தான் கல்யாணம் பண்ணிக்க ஆசைப்பட்ட... நீ ஆசைப்பட்டா நான் நடத்தி வைப்பேன்... அவ்ளோ தான்... கல்யாணம் பண்ணிக்கிறதும் பண்ணிக்காததும் உன் இஷ்டம்'' என்றான்...

''அப்போ எனக்காக இந்த கல்யாணத்த நிறுத்த மாட்டீங்க கரெக்ட் ஆஹ்?'' என்று கேட்டாள்...

''கண்டிப்பா மாட்டேன்'' என்றான்...

அவளோ அவனை கோபமாக உறுத்து விழித்தவள், ''நானும் நிறுத்த போறது இல்ல, உங்களுக்கு இவ்ளோ ஈகோ இருக்கும் போது எனக்கும் ஈகோ இருக்கு... உங்க முன்னாடியே கல்யாணம் பண்ணி,

என் குழந்தைக்கு அதியமானோட இனிஷியல வைக்க போறேன்... அப்புறம் அவனை என் குழந்தை அப்பான்னு கூப்பிடும்... அப்போ யோசிப்பீங்க'' என்றாள் கண்ணீரை துடைத்துக் கொண்டே...

''ப்பா, சபதம் எல்லாம் பலமா இருக்கு... ரொம்ப சந்தோஷம்'' என்று சொல்லிக் கொண்டே அவன் நகர போக, அவனை மறித்தபடி வந்து நின்றவள், ''வந்த வேலைய பார்க்காம போறீங்க'' என்றாள்..

அவளை மேலிருந்து கீழ் பார்த்தவன், ''சண்டை பிடிக்கிற உன் கூட நான் என்ன பண்ண முடியும்?'' என்று கேட்டான்...

''சரி நான் எதுவும் பேசல'' என்றாள்...

ஒரு பெருமூச்சுடன், ''இல்ல இன்னைக்கு வேணாம்'' என்றான்...

''நாளைக்கு அப்புறம் கிடைக்காது'' என்றாள்...

''தட்ஸ் ஓகே'' என்றான்...

''எனக்கு வேணும்'' என்றாள் பெண்ணவள்...

அவளை துளைத்தெடுக்கும் பார்வை பார்த்தான்...

''நீங்க கேட்கிற நேரம் நான் இல்லன்னு சொன்னது இல்லை ல'' என்றாள்...

''நானும் இதுவரைக்கும் சொன்னது இல்லையே'' என்றான் அவன்...

''இப்போ சொல்றீங்களே... ஏன் இப்போ சொல்றீங்கன்னு சொல்லட்டுமா? உங்க மூட் மொத்தமா ஸ்பாயில் ஆயிடுச்சு... அதியமான உங்க குழந்தை அப்பான்னு கூப்பிடும்னு சொன்னதை உங்களால தாங்கிக்க முடியல..அது தான்'' என்றாள்.

''ஹேய், அத பத்தி எல்லாம் நினைக்கவே இல்ல'' என்று சற்று கோபமாகவே பதில் சொல்ல, ''இப்போ ஏன் உங்களோட டெம்பர் குறையுது?'' என்று ஒற்றைப் புருவம் உயர்த்தி கேட்டாள்...

அவனோ நெற்றியை நீவி தன்னை நிலைப்படுத்தி விட்டு அவளைப் பார்த்தவன், ''இப்போ உனக்கு வேணும்... அவ்ளோ தானே... ஓகே ரெடி'' என்று சொல்லிக் கொண்டே, அவள் தாடையை பற்றி இதழில் இதழ் பதித்து இருந்தான்.

இருவரும் இருந்த வேகத்தில் மருதாணியின் நினைவு இருவருக்கும் இல்லை...

அதன் விளைவு அவன் முதுகில் அவள் மருதாணி கோலம் போட்டு இருக்க, அவள் உள்ளங்கைகளோ மொத்தமாக மருதாணி பூசப்பட்டு சிவந்து போய் இருந்தது...

காலையில் ஆடலரசியின் அறைக் கதவு தட்டப்பட்டது...

சட்டென எழுந்து அமர்ந்தான் யாத்ரா...

அப்படியே நேரத்தைப் பார்த்துக் கொண்டே, ''ச்ச நேத்தும் இங்கேயே தூங்கிட்டேன்'' என்று நினைத்தபடி, அவள் கையை பார்த்தான்.. மருதாணி கலைந்து இருந்தது...

அடுத்த கணமே, எழுந்து கண்ணாடி முன்னே நின்றவன் தனது முதுகைப் பார்த்தான்...

அங்கேயும் மருதாணி பூசப்பட்டு முதுகு சிவந்து போய் இருக்க, ''ஷீட்'' என்று வாய்க்குள் முணுமுணுத்து விட்டு, ஷேர்ட்டை அணிந்து கொண்டவனோ, ''ஆடல்'' என்று அழைத்தான்...

அவளோ திரும்பிப் படுத்தாள்...

''எந்திரி டி'' என்றான் அதட்டலாக...

மெதுவாக அவள் கண்களை விழிக்க, அங்கே நிலத்தில் கிடந்த அவள் ஆடைகளை எடுத்து அவளிடம் நீட்டியவன், ''ட்ரெஸ் பண்ணிக்கோ'' என்றான்...

''கொஞ்ச நேரம் தூங்குறேனே'' என்றாள்...

''இன்னைக்கு கல்யாணம்'' என்றான் அவன் கடுப்பாக பற்களை கடித்துக் கொண்டே...

இந்த சமயத்தில், ''ஆடல்'' என்று சொல்லிக் கொண்டே, மீண்டும் அவள் கதவை ஷண்முகி தட்டினார்...

இப்போது தான் ஆடலரசி நிதானத்துக்கே வந்தாள்.

''ஐயோ'' என்று சொல்லிக் கொண்டே, தன்னை குனிந்து பார்த்தவளோ, அவசரமாக உடைகளை அணிந்து கொள்ள, அவனுக்கோ கதவை திறக்க சங்கடம்...

திருமண நாள் இன்று...

அவள் இன்னொருவனை திருமணம் செய்ய போகின்றாள்... அப்படி இருக்கும் போது அவள் அறைக்குள் இருந்து அவன் வந்தால், அங்கே இருப்பவர்கள் என்ன நினைப்பார்கள் என்கின்ற யோசனை... வேறு வழி இல்லை... கதவை திறந்து தான் ஆக வேண்டும்...

ஆடலரசியும் ஆடைகளை அணிந்து கொண்டே எழுந்து நிற்க, ''ஓகே யா?'' என்று கேட்டான்...

‘‘ம்ம்’’ என்று அவள் சொல்ல, கண்களை மூடி ஆழ்ந்த மூச்சை எடுத்துக் கொண்டே கதவை திறந்தான்…

அங்கே நின்ற ஷண்முகியோ வாயில் அதிர்ந்து கையை வைக்க, அவருடன் வந்தவர்களுக்கும் அதிர்ச்சி தான்…

அவனோ யாரையும் பார்க்காமல் விறு விறுவென தனது அறையை நோக்கி செல்ல, ‘‘என்ன அத்தை இது?’’ என்று அருகே நின்ற குரலரசியிடம் ஷண்முகி கேட்க, அவரோ, ‘‘தினமும் நடக்குது… இன்னைக்கும் நடந்து இருக்கு’’ என்று செ ால்லிக் கொள்ள, ‘‘குளிச்சிட்டு வந்திடுறேன்’’ என்று சொன்னபடி அவசரமாக டவலை எடுத்துக் கொண்டே யாரையும் பார்க்காமல் குளியலறைக்குள் நுழைந்து கொண்டாள் ஆடலரசி…

குளியலறைக்குள் சென்று கதவை தாழிட்டவளுக்கு மீண்டும் மனதில் அழுத்தம்…

கல்யாணம் பண்ண அவளுக்கு கொஞ்சம் கூட சம்மதம் இல்லை…

அதியமானிடம் சொல்வதா? இல்லையா? என்கின்ற தடுமாற்றம்…

நேரமும் கடந்து கொண்டே இருந்தது…

வேறு வழி இல்லாமல் குளித்தாள்… அப்போது தான் கையை பார்த்தாள்… கையில் மருதாணி அழிந்து போய் இருந்தது…

‘‘பச்’’ என்று சொல்லிக் கொண்டே குளித்து முடித்தவள் அலங்காரத்துக்காக வந்து அமர்ந்து விட,

அவளுக்கான அலங்காரமும் மேற்கொள்ளப்பட்டது.

அவள் கரத்தைப் பார்த்த அலங்காரம் செய்யும் பெண்ணவளோ, ''என்னக்கா கைல மருதாணி டிசைனையே காணோம்...'' என்று கேட்க, ''நேத்து தூங்கும் போது கவனிக்கல, கலைஞ்சிடுச்சு'' என்று பதில் சொன்னாள்...

அப்போது அவள் அலைபேசியில் மெசேஜ்...

அதியமானிடம் இருந்து...

''குட் மார்னிங் கன்னுகுட்டி... ஆர் யூ ரெடி?'' என்று அனுப்பி இருந்தான்...

''இவன் ஒருத்தன் என் நிலைமை புரியாம'' என்று முணுமுணுத்துக் கொண்டே, ''குட் மார்னிங், ஐ ஆம் ரெடி'' என்று அனுப்பியவளுக்கு மனதில் இன்னும் அழுத்தம் ஏறியது...

இவ்வளவு நேரமும் தன்னை பற்றி யோசித்தவளுக்கு இப்போது அதியமானை பற்றி அதிகமான எண்ணம் வந்தது...

திருமணத்தை நிறுத்தினால் அவன் மனநிலை எப்படி மாறும் என்கின்ற எண்ணம்...

அவனை காயப்படுத்தி விடுவோமோ என்கின்ற பயம்...

அவன் காயப்பட்டு விடுவான் என்பதற்காக எல்லாம் திருமணம் செய்ய முடியாது அல்லவா?

என்ன செய்வது என்று தெரியாமல் அவள் தவிக்க, அவள் அலங்காரமும் முடிந்து இருந்தது...

அவளும், மதுராவும், மிதிலாவும் வீட்டினருடன் கல்யாண மண்டபத்துக்கு கிளம்பி இருந்தார்கள்...

கல்யாண மண்டபம் நெருங்க நெருங்க, ஆடல் இதயம் வேகமாக துடிக்க ஆரம்பித்து விட்டது...

மிதிலாவோ, ''என்னடி பண்ண போற?'' என்று கேட்க, ''தெரியல'' என்று தழுதழுத்த குரலில் சொல்லிக் கொண்டவளுக்கு நிஜமாகவே என்ன செய்வது என்று தெரியவே இல்லை...

அங்கே பலத்த காவலின் மத்தியில் முக்கியஸ்தர்கள் எல்லோரும் வந்து இருந்தார்கள்...

அதியமானும் வேஷ்டி சட்டையுடன் கிளம்பி விட்டான்...

போகும் போது லக்ஷ்மியோ, ''யோசிச்சுக்கோ அதியமான்'' என்று சொல்ல, அவனோ, ''எனக்கு அவளை ரொம்ப பிடிக்கும் மா... அவ கேட்டுட்டா, சோ கல்யாணம் பண்ணிப்பேன்'' என்றான்...

கல்யாண மண்டபத்துக்கு வந்தவனை யாத்ரா வரவேற்று, மணமகன் அறைக்குள் கொண்டு அமர விட்டு இருந்தான்...

மணப்பெண்களும் கூட வந்து விட்டார்கள்...

அவர்கள் ஒன்றாக தான் அமர்ந்து இருந்தார்கள்...

யாத்ராவை ஆடலரசி பார்க்கவில்லை... ஆனால் அவன் அவளை பார்த்துக் கொண்டான்...

இதே சமயம் வேகமாக நடந்து அங்கிருந்தவர்களை கவனித்துக் கொண்டு இருந்த யாத்ரா மேல் ஜூஸ் பரிமாறிக் கொண்டு இருந்தவன் மோதி விட, ஜூஸோ அவன் ஷேர்ட்டில் ஊற்றுப் பட்டது...

அவனோ, ''டேய் பார்த்து வர மாட்டியா?'' என்று

திட்டி விட்டு அங்கே நின்ற முருகனை விரல்களால் அழைக்க, அவனும் ஓடி வந்தான்...

''ரிசெப்ஷனுக்கு போட ஒரு ஷேர்ட் கொடுத்து விட்டேனே... எங்க அது?'' என்று கேட்டான்...

முருகனும், ''மாப்பிள்ளை ரூம்ல'' என்று சொல்ல, ''என்ன நம்பர்?'' என்று கேட்டுக் கொண்டே மாடியேற, ''மூணாம் நம்பர் ரூம் சார்'' என்று சொன்னதுமே, சட்டென யாத்ராவின் முகத்தில் ஒரு மாற்றம்...

''எங்க கொண்டு போய் வச்சு இருக்கான் பாரு'' என்று வாய்க்குள் முணுமுணுத்துக் கொண்டே, மூன்றாம் நம்பர் ரூமை தேடி சென்றான்.

அத்தியாயம் 30

யாத்ராவோ ஒரு பெருமூச்சுடன் கதவை தட்டினான். கதவு திறக்கப்படவில்லை.

கதவை அவனே திறந்தான்...

பாத்ரூமில் சத்தம் கேட்டது...

அது தான் அதியமான் இருந்த அறை..

அதியமான் குளியலறைக்குள் இருந்தான் போலும்.

யாத்ராவோ, அங்கிருந்த அலுமாரியை திறந்து தனது ஷேர்ட்டை எடுத்தவன், போட்டிருந்த ஷேர்ட்டை கழட்டி ஹங்கேரில் மாட்டி விட்டு, புது ஷேர்ட்டை போட்டான்...

இது குளியலறை கதவை திறந்து கொண்டே வந்த அதியமானின் கண்ணில் தென்பட்டது...

''முதுகுல என்ன சிவப்பா இருக்கு?'' என்று அதியமான் கேட்டதுமே, கண்களை மூடி திறந்து கொண்டே ஷேர்ட்டின் பட்டனை போட்ட யாத்ராவோ, சட்டென திரும்பி, ''செம ஹாண்ட்ஸம் ஆஃற இருக்க ம ாப்பிள்ளை...'' என்றான்...

''முதுகுல என்னாச்சு?'' என்று மீண்டும் அதியமான் கேட்க, 'ஒண்ணும் இல்லையே.. பழைய ஷேர்ட் ல தான் ஜூஸ் ஊத்து பட்டிடுச்சு' என்று சொல்ல, 'இல்ல நான் பார்த்தேன்' என்று அதியமான் முடிக்க முதல் அந்த அறைக் கதவு தட்டப்பட்டது...

''யாரோ வந்திருக்காங்க'' என்று சொல்லிக் கொண்டே யாத்ரா கதவை திறக்க, அங்கே நின்றவனோ, ''மாப்பிள்ளையை வர சொன்னாங்க'' என்று சொன்னான்...

''மாப்பிள்ளை உங்கள வர சொல்லி இருக்காங்க'' என்று யாத்ரா சொல்ல, அதியமானுக்கு கவனம் சிதற, யாத்ராவும் இந்த சந்தர்ப்பத்தை பயன்படுத்தி, அங்கிருந்த பூ மாலையை எடுத்து அவனுக்கு போட்டு விட்டவன், ''சீக்கிரம் போ'' என்று சொல்ல, அவனும், மணவறையை நோக்கி சென்றான்...

மணவறையில் மூவரும் அமர்ந்து மந்திரம் சொல்ல ஆரம்பித்து இருந்தார்கள்...

அங்கே இருந்தவர்களோ அதியமானை பற்றியும் ஆடலரசியை பற்றியும் கிசு கிசுத்தாலும், யாத்ராவுக்கு பயந்து கொண்டே அடக்கி வாசித்தார்கள்...

இதே சமயம் மணமகள்களின் அறைக்குள் இருந்த மிதிலாவோ, ஆடலரசியிடம், ''என்னடி இது?

நிஜமாவே கல்யாணம் பண்ணிக்க போறியா?' என்று கேட்க, அவளுக்கோ கண்கள் கலங்கி போயின...

மதுராவோ, ''லூசு தனமா முடிவெடுக்காதே ஆடல்... யாத்ரா மாமாவை எவ்ளோ லவ் பண்ணுறன்னு எங்களுக்கு தெரியும்... அவருக்கு ஈகோன்னா நீயாச்சு கல்யாணத்த நிறுத்து... இதுல மூணு பேரோட வாழ்க்கை இருக்கு...'' என்று சொல்ல, ''மூணு இல்ல நாலு, அவ வயித்துல இருக்கிற குழந்தையையும் சேர்த்துக்கோ'' என்று சொன்னாள் மிதிலா...

ஆடலரசி குனிந்தபடி இருந்தாலும், கண்ணில் இருந்து தாரை தாரையாக கண்ணீர் வழிந்தது...

கண்ணீர் கீழே விழுந்து விடாமல் துடைத்துக் கொண்டாள்...

அப்படியே எழுந்தவள், ''வாஷ் ரூம் போயிட்டு வர்றேன்'' என்று சொல்லிக் கொண்டே உள்ளே நுழைந்து, கதவை தாழிட்டு விட்டு அங்கிருந்த கண்ணாடியில் தன்னை பார்த்தபடி தனது வயிற்றை வருடினாள்...

யாத்ரா மேல் ஆத்திரமாக வந்தது...

''ஏன்டா உன் அப்பா இப்படி இருக்கான்? நீ டா வா டீ யான்னு வேற தெரியல...'' என்று குழந்தையுடன் பேசியவளோ, ''இப்போ என்ன பண்ணுறதுன்னும் தெரியல... கல்யாணத்த நிறுத்துன அப்புறம் எப்படி அதியமானை நான் ஃபேஸ் பண்ணுவேன்? அவன் என் மேல வச்சு இருக்கிற அன்பை நான் மிஸ் யூஸ் பண்ணிட்டு இருக்கேன்'' என்று புலம்பியவளுக்கு மீண்டும் கண்ணீர் வழிய அதனை துடைத்துக் கொண்டாள்...

வெளியே இருந்து, ''ஆடல், ஐயர் வர சொல்றார்'' என்று மிதிலா சொல்ல, அவளும் கதவை திறந்து கொண்டே வெளியே வந்தாள்...

மதுராவோ, ''நீ வர மாட்டன்னு நாங்க சொல்லிடவா?'' என்று கேட்க, ''இல்ல வேணாம்'' என்று சொல்லிக் கொண்டே அவள் முன்னே நடக்க, அவளை புரியாமல் பார்த்தார்கள் இருவரும்..

ஆடலரசி மணமேடையை நோக்கி வருவதை பார்த்த விசித்ராவோ, ''என்னங்க இது?'' என்று கிருஷ்ணனிடம் கேட்க, அவரோ, ''நம்ம பேச்சு எப்போவும் சபை ஏறாது... கை கட்டி நின்னு பார்க்க தான் முடியும்'' என்று விரக்தியுடன் சொல்லிக் கொண்டார்...

ஷண்முகியோ, ''கல்யாணம் நடந்திடுமா அத்தை?'' என்று பதட்டத்துடன் குரலரசியை கேட்க, அவரோ, ''தெரியலையே டி... இதுங்க ரெண்டு பேரோட கல்யாணமும் இல்லன்னா நான் மயங்கி விழுந்தாவது கல்யாணத்தை நிறுத்தி இருப்பேன்'' என்று சொல்லிக் கொள்ள, ஆடலரசியோ, வெண்ணிற வேஷ்டி சட்டையில் மார்புக்கு குறுக்கே கையை கட்டிக் கொண்டு நின்ற யாத்ராவை கடந்து சென்றாள்...

கடந்து செல்லும் கணத்தில், அவனை பக்கவாட்டாக திரும்பிப் பார்த்து முறைக்க, அவனோ அவளை துளைத்தெடுக்கும் பார்வை பார்த்துக் கொண்டே நின்று இருந்தான்...

அதனை தொடர்ந்து மூன்று மணப்பெண்களும் மணமேடையில் அமர்ந்து விட்டார்கள்...

ஐயரும் மந்திரத்தை சொல்ல, அவர்களும்

உச்சரிக்க ஆரம்பித்து விட்டார்கள்...

ஆடலரசிக்கு அங்கே அமர்ந்து இருக்க கூட முடியவில்லை...

அருகே இருந்தவளை ''கன்னுகுட்டி'' என்று அழைத்தான் அதியமான்...

அவளால் அவனை திரும்பிப் பார்க்க தோன்றவே இல்லை...

அவள் விழிகளை உயர்த்தி யாத்ராவை பார்க்க, அவனோ அவளையே துளைத்தெடுக்கும் பார்வை பார்த்துக் கொண்டே நின்று இருந்தான்...

ஐயரும், ''கெட்டிமேளம் கெட்டி மேளம்'' என்று சொல்லிக் கொண்டே, தாலியை ஒவ்வொருவராக கொடுத்தார்...

முதலில் ஆர்யாவோ தாலியை மிதிலா கழுத்தில் கட்டினான்...

அதனை தொடர்ந்து ஹரிஷ் தாலியை மதுரா கழுத்தில் கட்டினான்...

அவர்களுக்கு அர்ச்சதை தூவிய யாத்ராவின் விழிகளோ அதியமான் மற்றும் ஆடலரசியில் படிந்தன...

அவர்களுக்கு தூவ அவன் அர்ச்சதை எடுக்கவே இல்லை... அப்படியே மார்புக்கு குறுக்கே கையை கட்டியபடி அவர்களை பார்த்துக் கொண்டே நின்று இருந்தான்...

இப்போதும் ஆடலரசி அவனைப் பார்த்தாள்...

நிறுத்துவான் என்ற நம்பிக்கையை மொத்தமாக இழந்து விட்டாள்...

அவன் மீது கொலைவெறி ஆத்திரம் அவளுக்கு..

இப்போது அதியமானின் சந்தர்ப்பமும் வந்து சேர்ந்தது...

ஐயர் கையில் கொடுத்த தாலியை பார்த்து விட்டு, ஆடலரசியைப் பார்த்தான்...

அவளோ இப்போது பக்கவாட்டாக திரும்பி அதியமானை விழிகளுக்கு நேரே பார்த்தாள்...

அவள் கண்கள் கலங்கி இருந்தன...

பெரிதாக பேசவில்லை அவள்...

தலையை மட்டும் இல்லை என்கின்ற ரீதியில் ஆட்டினாள்...

அவள் விழியசைவிலேயே மொத்தமாக புரிந்து கொண்டானே...

அதியமானின் விழிகள் இப்போது அதிர்ந்து விரிய, அவளோ இரு கைகளையும் கூப்பினாள்...

மன்னிப்பு கேட்டு இருந்தாள்... அவள் கை கூப்பிய சமயத்தில் தான் அதியமானின் விழிகள் அவளது அழிந்து இருந்த மருதாணியில் படிந்தது...

சட்டென கண்களை மூடி திறந்தான்...

யாத்ராவின் முதுகின் விம்பம் கண் முன்னே வந்து போனது...

கோபம் கலந்த பெருமூச்சு அவனிடம்...

அப்படியே திரும்பி யாத்ராவைப் பார்த்தான்...

அவர்களையே கூரிய விழிகளால் பார்த்துக்

கொண்டு இருந்த யாத்ராவின் இதழ்களில் ஒரு புன்னகை...

வன்மம் கலந்த வெற்றிப் புன்னகை...

''உன் புருஷன் பழி வாங்கிட்டான் ல'' என்று ஆடலரசியிடம் கேட்டான்...

அவளுக்கோ இம்மையும் புரியவில்லை... மறுமையும் புரியவில்லை...

''இல்ல நான் தான் முட்டாள் தனமா'' என்று ஆரம்பிக்க, ''உன்னை விட எனக்கு உன் புருஷன் பத்தி நல்லாவே தெரியும்... அந்த ஆடியோ மேட்டருக்கு ஈகுவல் ஆஸ் வச்சு செஞ்சு இருக்கான்'' என்று சொல்லிக் கொண்டே தாலியை தூக்கி எறிந்து விட்டு எழுந்து கொள்ள, யாத்ராவோ, கையில் இருந்த ஐம்பொன் காப்பை கீழே இறக்கிக் கொண்டே, மணமேடையில் ஏறினான்...

அவன் இறங்கவும் இவன் ஏறவும் நேரம் சரியாக இருந்தது...

இருவரின் விழிகளும் வன்மத்துடன் உரசிக் கொண்டன... தன்னை தாண்டி செல்லப் போன யாத்ராவிடம், ''வச்சு செஞ்சுட்டேல்ல'' என்று கேட்க, அவனோ இதழ் பிரித்து சிரித்துக் கொண்டே, ''உன் கன்னுகுட்டி கையை எடுத்து உன் கண்ணையே குத்துறது ஒரு வித கிக் ல'' என்றான் கண்களை சிமிட்டி...

அதியமான் அவனை முறைத்துப் பார்க்க, அவன் தோளில் கையை தட்டிக் கொண்ட யாத்ராவின் இதழ்களில் இருந்த புன்னகை இப்போது தொலைந்து போக, முகம் இறுக, அதியமானை முறைத்துப்

பார்த்தவன், ''என் பெர்சனல் லைஃப் பத்தி ஊரெல்லாம் பேச வச்ச உன்னை அப்படியே மன்னிச்சு விட நான் ஒன்னும் தியாகி இல்லடா... யாத்ரா.... மேல கை வச்சவனை அவ்ளோ சீக்கிரம் விட்டுட மாட்டேன்... காலம் காலமா எதுக்கு கை வச்சோம்னு யோசிக்க வைச்சிட்டு தான் விடுவேன்'' என்று சொல்லிக் கொண்டே செல்ல, அதியமானோ தலையை திருப்பி யாத்ராவின் முதுகை வெறித்துப் பார்த்தான்...

யாத்ராவோ ஆடலரசி அருகே அமர்ந்து கொண்டே, அவள் கையை தூக்கி அழிந்திருந்த மருதாணியை அதியமானிடம் காட்டியவன், ஒற்றைக் கண்ணை சிமிட்ட, அதியமானுக்கு சுர்ரென்று கோபம் எகிறியது...

யாத்ராவின் இதழ்களில் ஒரு நக்கல் புன்னகை...

அவனை முறைத்து விட்டு திரும்பிய அதியமானுக்கோ அங்கே நிற்கவே முடியவில்லை... எல்லோரும் அவனையே புரியாமல் பரிதாபமாக பார்த்துக் கொண்டு நின்று இருந்தார்கள்...

குரலரசியோ, ''அப்பாடா நல்ல வேளை கல்யாணம் நின்னுடுச்சு'' என்று சொல்லிக் கொள்ள, யாத்ராவின் வீட்டை சேர்ந்த எல்லோருக்கும் சந்தோஷம் தான்...

ஆடலரசியோ இப்போது தனக்கு அருகே வந்து அமர்ந்த யாத்ராவைப் பார்த்தாள்...

அவனோ அவளை திரும்பிப் பார்க்கவே இல்லை.

''மந்திரத்தை சொல்லுங்க சாமி'' என்று சொல்லிக் கொண்டே, தனது பாக்கெட்டில் இருந்த தாலியை எடுத்தான்...

அவள் கழட்டி கொடுத்த தாலி தான் அது...

ஐயரும், மந்திரத்தை சொல்ல, அவனோ தன்னையே அதிர்ந்து பார்த்துக் கொண்டு இருந்தவளின் கழுத்தில் தாலியை கட்டினான்... அவளோ குனிந்து தாலியை பார்த்து விட்டு அவனைப் பார்த்தவள், ''கல்யாணத்தை நிறுத்த தோணலைலல'' என்றாள்...

அந்த குரலில் அப்படி ஒரு வலி...

''அது தான் நீயே நிறுத்திட்டியே... நான் நிறுத்தி இருந்தா இந்தளவு எஃபெக்ட் அவனுக்கு இருந்து இருக்காது, அவன் உன்னை யூஸ் பண்ணி எனக்கு செக் வச்சான்... நான் அதே செக்கை மாறி வச்சேன்'' என்று சொன்னான்...

''அப்போ இதெல்லாம் உங்க ப்லானா?'' என்று கேட்டாள்...

''நிறய ப்லான் பண்ணுனேன்... எத கேக்கிற?'' என்று கேட்டான்...

''அதியமானை அவமானப்படுத்துறது'' என்று அவள் தழுதழுத்த குரலில் கேட்க, அவனோ அவளை பார்த்துக் கொண்டே, ''ம்ம், அப்படியும் மொத்தமா சொல்ல முடியாது... ஜஸ்ட் அவனுக்கு ஆசை காட்டி, கல்யாணத்த நிறுத்தலாம்னு தான் யோசிச்சேன்... நீ இடைல கல்யாணத்த நிறுத்துவன்னு நினச்சேன்... ஆனா நீ கல்யாண மேடை வரைக்கும் வந்து அவமானப்படுத்துவன்னு கொஞ்சமும் எதிர்ப்பார்க்கல... வெல் டன்'' என்று சொல்ல, அவளுக்கோ சுருக்கென்று தைத்தது...

''நான் இந்த கல்யாணத்தை நிறுத்தி

இருக்கலன்னா... அவன் என் கழுத்துல தாலி கட்டி இருந்தா என்ன பண்ணி இருப்பீங்க... அப்போ கூட உங்க ஈகோவையும் பழி வாங்குற எண்ணத்தையும் விட்டு இருக்க மாட்டிங்கல்ல'' என்று ஆதங்கமாக கேட்டாள்...

தன்னை பகடையாக வைத்து விளையாடி விட்டான் என்கின்ற ஆத்திரம் அவளுக்கு...

குரலில் அப்படி ஒரு வலி...

அவனோ அவளை ஆழ்ந்து பார்த்துக் கொண்டே, ''அப்படி மட்டும் நடந்து இருந்தா, அவன் கட்டுன தாலியை அறுத்து எறிஞ்சிட்டு, உன்னை தூக்கிட்டு வந்து இருப்பேன்'' என்றான்...

அவளோ அவனை அதிர்ந்து பார்க்க, அதனை தொடர்ந்து சம்பிரதாயங்கள் நடந்தன...

அவளால் சிரிக்க முடியவில்லை... ''என்னால இதெல்லாம் பண்ண முடியாது... நான் வீட்டுக்கு போகணும்'' என்றாள் தழுதழுத்த குரலில்...

யாத்ராவோ அவளை ஒரு கணம் பார்த்து விட்டு, ஐயரைப் பார்த்தவன், ''இதெல்லாம் நாங்க ஆல்ரெடி பண்ணிட்டோம்... தாலி மட்டும் தான் கட்ட யோசிச்சேன்'' என்றபடி எழுந்து கொள்ள, அவளும் எழுந்து கொண்டாள்...

அங்கே நின்று இருந்த முருகனை கண்களால் அழைத்த யாத்ராவோ, 'கொண்டு போய் வீட்ல விட்டுட்டு வா' என்று சொல்ல, முருகனும் அவளை அழைத்துக் கொண்டே புறப்பட்டு இருக்க, ''எங்க போறா?'' என்று ஷண்முகி கேட்க, ''அவளை விடுங்க'' என்று சொன்ன யாத்ராவோ

கல்யாணத்துக்கு வந்தவர்களை கவனிக்க ஆயத்தமாகி விட்டான்...

ஜீப்பில் ஏறி இருந்தவளுக்கோ அழுகை...

நிற்காமல் வழிந்தது... ஏமாந்து இருக்கின்றோம் என்கின்ற ஆத்திரம்...

அவளை வைத்து மாறி மாறி விளையாடிக் கொண்டு இருக்கின்றார்கள் என்கின்ற வலி...

அதியமான் செய்ததை விட, இப்போது யாத்ரா செய்தது வலித்தது...

அதியமானின் அன்பை வைத்து விளையாடிய ஆத்திரம் அவளுக்கு...

ஒருவரின் பலவீனத்தை பலமாக பயன்படுத்தியதை அவளால் ஏற்றுக் கொள்ளவே முடியவில்லை...

அதற்கு தானும் ஒரு காரணமாகியதை அவளால் தாங்கிக் கொள்ளவும் முடியவில்லை...

அத்தியாயம் 31

வீட்டுக்கு வந்திறங்கிய ஆடலரசியோ, கட்டிலில் படுத்து அழுது தீர்த்து விட்டு, அப்படியே தூங்கி விட்டாள்...

அன்று மாலை சம்பிரதாயம் எல்லாம் முடித்து, ஆர்யா, மிதிலா, ஹரீஷ், மற்றும் மதுரா வீட்டுக்கு வந்து சேர்ந்தார்கள்... ஆடலரசி வெளியே கடமைக்கு வந்து நின்று விட்டு மீண்டும் உள்ளே சென்று விட்டாள்...

அன்று இரவு புது மண தம்பதிகளுக்கு முதலிரவு

ஏற்பாடு செய்யப்பட்டு இருக்க, அறைக்குள் நுழைந்த மிதிலாவை இழுத்து அணைத்த ஆர்யாவோ, ''இதுக்கு எவ்ளோ நாள் வெய்ட் பண்ணிட்டே இருந்தேன்'' என்று சொன்னபடி தனது வேலையை ஆரம்பித்து விட்டான்...

இதே சமயம் மதுராவோ, ''நம்ம பழகி பார்த்து'' என்று ஆரம்பிக்க, ''அடிங், இதுக்கு தான் சீரியல் பார்க்காதே, பார்க்காதேன்னு தலை தலையா அடிச்சுக்கிட்டேன்...'' என்று சொன்னபடி அவளை இழுத்து வலுக்கட்டயமாக ஹரிஷ் முத்தமிட, அவளும் அடங்கிப் போனாள்...

இந்த அறைகளை முத்தங்களின் சத்தம் நிரப்பிக் கொண்டு இருக்க, ஆடலரசியின் அறைக்குள் நுழைந்தான் யாத்ரா...

அவளோ அவனை முறைத்துப் பார்த்துக் கொண்டே, தனது உடைகளை மடித்து வைத்தபடி இருக்க, ''எதுக்குடி இப்போ முறைக்கிற?'' என்று கேட்டான்...

அவளோ உடைகளை அப்படியே போட்டு விட்டு அவன் முன்னே வந்து நின்றவள், ''என்னை யூஸ் பண்ணி இருக்கீங்க... அப்போ அந்த பெஸ்டி எல்லாம் நடிப்பு ல'' என்று கேட்டாள்...

அவனோ, ''அதெல்லாம் ஒன்னும் நடிப்பு இல்ல.. நீ தனியா ஃபீல் பண்ண கூடாதுன்னு யோசிச்சேன்.. அது தான் பெஸ்டியா இருக்க முடிவெடுத்தேன்.. அதுக்கும் மேல, அந்த பெஸ்டி ரிலேஷன்ஷிப் எப்படி இருக்கும்னு பார்க்க ஆசை... சும்மா சொல்ல கூடாது, ஒரு மாதிரி மஜாவா இருந்திச்சு'' என்று சொல்ல, அவனை முறைத்தவள், ''அதுலயும் அதியமானுக்கு போட்டி ல'' என்று கேட்டாள்...

அவனோ, ''நான் போட்டி போடுற அளவுக்கு அவன் வேர்த் இல்ல'' என்று சொல்லிக் கொண்டே அமர, ''இன்னும் உங்க வன்மம் தீரலையா? அவன் என்னை யூஸ் பண்ணி உங்கள பழி வாங்குறான்... நீங்களும் என்னை யூஸ் பண்ணி அவனை பழி வாங்குறீங்க... அவன் பண்ணுனதை விட நீங்க பண்ணுனது ரொம்பவே அதிகம்... ஒருத்தனோட லவ்வை வச்சு ஹேர்ட் பண்ணி இருக்கீங்க... அதுக்கு எனக்கே தெரியாம என்னையே உடந்தையாக்கி இருக்கீங்க'' என்றாள் கண்ணீருடன்...

''ஹேய், என்னை விளையாடுறியா? மொத்தமா என் மேல பழியை போட்டு, நீ உத்தமி ஆகலாம்னு பார்க்கிறியா? அவ்வளவு அக்கறை இருந்தா நேரத்துக்கே அவன் கிட்ட சொல்லி இருக்க வேண்டியது தானே... இங்க பாரு, நான் அவனுக்கு எதிரி... ஆனா நீ துரோகி, நான் கூட இந்தளவு நீ அவனை அவமானப்படுத்துவன்னு எதிர்பார்க்கவே இல்ல'' என்றான்...

சுருக்கென்று வலித்தது அவளுக்கு...

'எல்லாத்துக்கும் நான் தான் காரணம்னு சொல்லி நீங்க ரெண்டு பேரும் தம்பியாச்சுல' என்று கேட்டாள்.

'நீ நம்பலைன்னாலும் அது தான் நிஜம்' என்றான்..

''இப்படி பேசி என் குற்ற உணர்வை தூண்டி விடுறீங்களா?'' என்று ஆதங்கமாக கேட்டாள்...

''இங்க பாரு ஆடல்... எனக்கு பட்டர் பூசி பேச தெரியாது... தப்புன்னா தப்பு... அவ்ளோ தான்... நீ அழுவ, ஃபீல் பண்ணுவ என்கிறதுக்காக, நீ பண்ணுனது சரின்னு நான் சொல்லவே மாட்டேன்..

நான் பண்ணுனது தப்புன்னா, நீ பண்ணுனது அத விட தப்பு. அவன் என்னை அவமானப்படுத்துனான். நான் திரும்ப அவமானப்படுத்த நினச்சேன்.. ஆனா அதுக்கு வழி அமைச்சு கொடுத்தது நீ... நீயா வந்து கல்யாணம் பண்ணி வைக்க சொன்ன... நான் அத ஏற்பாடு செஞ்சேன்... கல்யாணத்த இடைல நிறுத்துவன்னு பார்த்தா, நீ நிறுத்தவே இல்லை... உனக்கு ஈகோ... அதுக்கு நான் என்ன பண்ணுறது? எனக்கு அவன் அவமானப்படணும். அவ்ளோ தான். நாலு சுவருக்குள்ள அவமானப்படுத்த நான் நினச்சா, நீ ஊருக்கு முன்னாடி அவமானப்படுத்துற அளவுக்கு அவனை கொண்டு விட்டு இருக்க'' என்றான்...

அவன் பேச பேச அவளுக்கு அழுகை வந்தது...

'சரி நான் தான் கெட்டவ.. போதுமா?' என்று சீறிக் கொண்டே கட்டிலில் படுத்து விட, அவளை பார்த்து பெருமூச்சு ஒன்றை விட்டுக் கொண்டே, கட்டிலில் அமர போக, ''இங்க ஒன்னும் இருக்க வேணாம்...'' என்றாள் அவள் அவனை பார்க்காமலே...

அவனுக்கு இப்போது கோபம் வந்து விட்டது...

''சரி தான் போடி'' என்று சொல்லி விட்டு அவனும் வெளியேறி விட்டான்...

அடுத்த நாள் இருந்து இருவரும் பேசிக் கொள்ளவே இல்லை. அவனாக பேச போனால் கூட அதியமான் பற்றிய பேச்சு தான் நடுவில் வந்தது... யாத்ராவுக்கே சலித்து விட்டது...

தாலி கட்ட முதல் ஒரே அறையில் இருந்தவர்கள் இப்போது தனி தனி அறையில் இருக்க, குரலரசியோ, ''மனசுல என்ன தான் ஷண்முகி நினைச்சுட்டு

இருக்காங்க?'' என்று கே, அவரோ, ''அவங்க விஷயத்துல தலையிடாம, நம்ம வேலையை நம்ம பார்க்கிறது நல்லது அத்தை, எப்போ சண்டை போடுவாங்க, எப்போ சேருவாங்கன்னு சொல்லவே முடியாது...'' என்று சொல்ல, ''அது சரி'' என்று சொல்லிக் கொண்டார் குரலரசி...

இதே சமயம், யாத்ராவை அழைத்த ஜீவானந்தனோ, ''இப்போ தான் நிம்மதியா இருக்கு... ரொம்ப நன்றி யாத்ரா'' என்று சொல்ல, அவன் ஒரு புன்னகையுடன் முடித்துக் கொண்டான்.

இதே சமயம், கல்லூரிக்கு சென்ற அனிதாவோ ஆடலரசி அருகே வந்து அமர்ந்தாள்...

ஆடலரசியோ எழுந்து கொள்ள, ''சாரி டி'' என்று சொல்ல, ''பேசுறதெல்லாம் பேசிட்டு இப்போ சாரியா?'' என்று கேட்க, ''இப்போ நான் என்ன பண்ணனும்?'' என்று கேட்டாள் அனிதா...

''ஐஸ்க்ரீம் வாங்கி கொடு... மன்னிச்சுடறேன்'' என்று ஆடலரசி கள்ளம் கபடம் இல்லாமல் சிரித்தபடி சொல்ல, அனிதாவோ சிரித்துக் கொண்டே, ''ரொம்ப ஓவரா பேசிட்டேன் ல'' என்று கேட்க, ''ரொம்ப ரொம்ப... ஆனா மன்னிச்சுட்டேன் விடு'' என்று சொல்ல, அனிதா அவளை அணைத்துக் கொண்டாள்...

இப்படி சுற்றி இருந்தவர்களுடனான உறவுகள் சீரான போதிலும் ஆடலரசியும் யாத்ராவும் பேசிக் கொள்ளவே இல்லை... அவர்கள் இப்படி என்றால் அதியமானோ தினமும் பப்புக்கு சென்று குடிக்க ஆரம்பித்து இருந்தான்...

அவனுக்கோ இந்த அவமானத்தை இலகுவாக

கடந்து விடவே முடியவில்லை...

எல்லா இடமும் அவனை பற்றிய பேச்சு... அவமானத்துக்கு மேல் அவமானம்...

இப்படியான ஒரு நாள் இரவில், அதியமானோ ஒரு மேசையில் தனியாக பப்பில் அமர்ந்து குடித்துக் கொண்டு இருந்தான்...

அவனால் நடந்ததை ஜீரணிக்கவே முடியவில்லை.

அவனோ போதையின் உச்சத்தில் தனியாக புலம்பிக் கொண்டே இருந்தான்...

''எனக்கு வர்ற ஆத்திரத்துக்கு அந்த யாத்ராவையும் அவன் பொண்டாட்டியையும் கொல்லணும் போல இருக்கு'' என்று சொல்லிக் கொண்டே இருக்க, அவன் முன்னே வந்து அமர்ந்தான் ஒருவன்...

அதியமானோ போதையுடன் அவனை ஏறிட்டுப் பார்க்க, ''ஹாய் ஐ ஆம் தனஞ்சயன்'' என்றான்...

அதியமானோ, ''இருந்துட்டு போ'' என்று சொல்ல, ''கல்யாண வீட்ல நடந்தது இப்போ தான் கேள்விப்பட்டேன்'' என்று சொல்ல, அதியமானோ, ''அது தான் ஊருக்கே தெரியுமே...'' என்று சொன்னான் அவன்...

தனஞ்சயனோ, ''அந்த யாத்ரா என்ன பண்ணுறான்னு அடி முதல் நுனி வரை பார்த்துட்டு இருக்கேன்... அவனையும் அவன் குடும்பத்தையும் போடுறது தான் என்னோட குறி... நீங்களும் அதே மோட்டிவ் ல இருக்கீங்க... எதிரிக்கு எதிரி நண்பன்'' என்று கையை நீட்ட, அவன் கையை

பார்த்த அதியமானோ, ''சரி நண்பா, எனக்கு அவன் கூட நிறைய பிரச்சனை இருக்கு.. உனக்கு என்ன பிரச்சனை?'' என்று கேட்க, தனஞ்சயனோ, ''அவன் என்னோட அண்ணனை துடிக்க துடிக்க வெட்டி கொன்னான்'' என்றான் வன்மம் நிறைந்த குரலில்...

''யாருப்பா உன் அண்ணன்?'' என்று அதியமான் கேட்க, ''தாஸ்'' என்றான்...

''இப்படி மொட்டையா சொன்னா எனக்கெப்படி தெரியும்?'' என்று அதியமான் கேட்டான்...

''கன்னிப் பொண்ணுங்கள கடத்தி எக்ஸ்போர்ட் பண்ணுற கேஸ்ல சிக்குனானே... தாஸ்... அவனே தான்'' என்று சொல்ல, அவனை மேலிருந்து கீழ் பார்த்த அதியமானோ, ''அந்த உத்தமனோட தம்பியா நீ?'' என்று கேட்டான்...

''ம்ம், இந்த போலீஸ் கிட்ட இருந்தவனை காசை கொடுத்து பெயில்ல கொண்டு வந்தா, இப்படி மொத்தமா அவனை மேல அனுப்பிட்டான் இந்த யாத்ரா... அவன் ஜெயிலுக்கு போய் இருந்தா கூட எப்படியாவது லஞ்சம் கொடுத்து அவனை வெளிய கொண்டு வந்து இருப்பேன்... இப்படி மொத்தமா போட்டு எங்க பிசினஸ் மொத்தமா போச்சு' என்றான்.

அதியமானோ, ''டேய் நான் போலீஸ்காரன் டா... என் கிட்டயே போலீஸ் டிபார்ட்மென்ட் பத்தி அசிங்கமா பேசுற பார்த்தியா?'' என்று கேட்டுக் கொண்டே, சிகரெட்டை எடுத்து வாயில் வைத்தவன் மேலும், ''அத விடு, இப்போ நம்ம ப்லான் என்ன?'' என்று கேட்டான்...

''யாத்ராவ போடுறது ஈஸி இல்ல... அதனால

யாத்ராவோட பொண்டாட்டியை முதல் ல போடுறோம்... அவன் அத பார்த்து, கதறணும்... துடிக்கணும். நானும் நீயும் அத ரசிக்கணும்' என்றான்.

''ரொம்ப வன்மம் புடிச்ச ஆளுயா நீ... சரி விடு... எப்படி போடுறது?'' என்று அதியமான் கேட்க, ''நீ கூப்பிட்டா அவ வருவா... நம்ம குடோனுக்கு அவளை கூப்பிடுறோம்... மேல அனுப்புறோம்'' என்றான்...

''டீல் டீல்'' என்று சொன்ன அதியமானோ சிகரெட்டை ஊதிக் கொண்டான்...

அடுத்த நாள் காலையில் காலேஜுக்கு செல்ல ஆயத்தமான அனிதாவிடம், ''நான் இன்னைக்கு ட்ராப் பண்ணுறேன்'' என்று சொல்லிக் கொண்டே, அவளை தனது வண்டியில் ஏற்றிக் கொண்டான்...

போகும் வழியில், ''அண்ணா, ரொம்ப அதிகமா குடிக்கிற போல ஃபீல் ஆகுது'' என்றாள்...

''அத பத்தி நீ கவலைப்படாதே'' என்று சொல்லிக் கொண்டே, அவளை காலேஜில் ட்ராப் செய்ய, அங்கே நின்று இருந்த ஆடலரசியின் விழிகள் அவனில் படிந்தது...

அவனை பார்த்ததுமே மனதில் சுருக்கென்ற வலி.

அவனோ, அவளை முறைத்து விட்டு ஜீப்பை கிளப்பி இருக்க, ஆடலரசியோ, ''உன் அண்ணா என் மேல ரொம்ப கோபமா இருக்காரா?'' என்று கேட்டாள்...

''ரொம்ப ரொம்ப கோபமா இருக்கார்... அது கூட பிரச்சனை இல்லை... டெய்லி ட்ரிங்க் பண்ணுறார்... அது தான் கஷ்டமா இருக்கு'' என்றாள்...

''நான் பேசி பார்க்கட்டுமா?'' என்று கேட்க, ''உன் மேல கொலைவெறி ஆத்திரத்துல இருக்கார்... இப்போ வேணாம்'' என்றாள்...

இப்படியே இரு நாட்கள் நகர்ந்து இருக்கும்...

அன்று அனிதா காலேஜுக்கு விடுமுறை எடுத்து இருந்தாள்... ''அப்பாடா லெக்ஷர் முடிஞ்சு'' என்று பெருமூச்சு விட்ட ஆடலரசியின் அலைபேசி அலறியது...

அதியமான் தான் எடுத்து இருந்தான்...

ஆடலரசியின் இதழ்களுக்குள் புன்னகை...

சட்டென அதனை ரிஸீவ் செய்து, ''ஹெலோ'' என்று சொல்ல, மறுமுனையில் இருந்த அதியமானோ, ''என் கிட்ட ஒரு வார்த்தை உனக்கு சொல்ல தோணவே இல்லை ல'' என்று கேட்டான்..

அவளுக்கு கண்களில் இருந்து கண்ணீர் வழிய ஆரம்பிக்க, ''சாரி மான்குட்டி'' என்று சொல்ல, 'மான்குட்டி, மண்ணாங்கட்டி, வெள்ளை ஜட்டின்னு இனி பேசினா செவ்வில்லயே விடுவேன்' என்றான்.

''சாரி'' என்றாள் தழுதழுத்த குரலில்...

''நான் சொல்ற இடத்துக்கு தனியா வா... உன் கிட்ட பேசணும்'' என்றான்...

அவளோ கொஞ்சமும் தாமதிக்காமல், ''எங்க வரணும்?'' என்று கேட்க, ''லொகேஷன் ஷெயார் பண்ணுறேன்... இதெல்லாம் உன் புருஷன் கிட்ட சொல்லிட்டு இருக்காதே... என் மேல நம்பிக்கை இருந்தா மட்டும் வா'' என்று சொல்ல, அவளும், ''சரி வர்றேன்'' என்று சொல்லி அலைபேசியை

வைத்து விட, அவள் செல்ல வேண்டிய குடோனில் விலாசமும் அவள் அலைபேசிக்கு வந்து சேர்ந்தது...

விலாசத்தை மட்டும் அனுப்பியதால் அந்த இடம் எது என்று அவளுக்கு தெரியவே இல்லை...

அதியமான் மேல் அளவு கடந்த நம்பிக்கை...

யாரிடமும் சொல்லாமல், ஆட்டோவை பிடித்துக் கொண்டே கிளம்பி விட்டாள்...

இதே சமயம், அந்த குடோனில் தனஞ்சயனுடன் அமர்ந்து பேசிக் கொண்டு இருந்தான் அதியமான்...

அவர்களுடன் தனஞ்சயனின் ஒரு அடியாளும் நின்று இருந்தான்...

''அவ வந்ததும் போட கூடாது... அந்த யாத்ராவை கதி கலங்க வைக்கணும்'' என்று அதியமான் சொல்ல, ''போலீஸுக்கு போனா என்ன பண்ணுறது?'' என்று கேட்டான் தனஞ்சயன்...

''நானே போலீஸ் டா... உன் கூட சேர்ந்ததால என்னையும் உன்னை போல கலப்ரிட்னு நினைச்சியா?'' என்று கேட்டான்...

அவர்கள் முன்னே இரு துப்பாக்கிகள் இருந்தன... ஒன்று தனஞ்சயனுடையது... இன்னொன்று அதியமானுடையது...

இதே சமயம் ஆடலரசியின் ஆட்டோவும் அங்கே வந்து சேர, ''இது என்ன குடோன் போல இருக்கு'' என்று யோசித்துக் கொண்டே அதியமானுக்கு அழைத்த ஆடலரசியோ, ''ஹெலோ இது குடோன் போல இருக்கே'' என்று சொல்ல, ''குடோன் தான்.. உள்ளே வா... உள்ளே தான் இருக்கேன்'' என்றான்...

அவளும் உள்ளே யோசனையுடன் நுழைந்தாள்...

அங்கே அமர்ந்து இருந்த அதியமானோ, ''கன்னுகுட்டி வாம்மா'' என்று சொல்லிக் கொண்டே எழுந்து கொண்டான்...

அவளோ அங்கே இருந்த தனஞ்சயனை பார்த்துக் கொண்டே, ''இது யாரு?'' என்று கேட்க, ''உன்னை போட வந்து இருக்கார்'' என்று சொல்ல, ''என்னது?'' என்று அதிர்ச்சி அவனிடம்...

அதியமானோ, ''நீயா கல்யாணம் பண்ணிக்க கேட்ப... நீயா கல்யாணத்த நிறுத்துவ... என்னை பார்த்தா உனக்கு இளிச்சவாயன் போல தெரியுதா?'' என்று கேட்டான்...

அவளோ இப்போது பயந்து விட்டாள்...

கையில் அவன் துப்பாக்கியை வேறு எடுத்து விட்டான்...

''எதுக்கு இப்படி பேசுற?'' என்று கேட்க, ''வேற எப்படி பேசணும்?'' என்று கேட்டான் அவன்...

ஆடலரசியோ, ''விளையாடாத... எனக்கு பயமா இருக்கு'' என்று சொல்ல, ''விளையாடலம்மா சீரியஸ் ஆஃ தான் பேசுறேன்... உன் புருஷன் இவனோட அண்ணனை வேற போட்டுட்டானாம்... சோ அவனுக்கும் நீ எதிரி... எனக்கும் நீ எதிரி... எதிரி ப்ளஸ் எதிரி நண்பன் ஆயிட்டோம்'' என்றான்...

''உன்னை ரொம்ப நல்லவன்னு நினச்சேன்'' என்று அவள் அழுகையுடன் சொல்ல, ''நல்லவனா தான் டி இருந்தேன்... நீ தான் என்னை கெட்டவனா மாத்தி இருக்க'' என்று சொல்லிக் கொண்டே,

அவள் தோளில் கையை வைத்து அங்கிருந்த இருக்கையில் அமர வைத்தான்...

அவளுக்கு என்ன செய்வது என்று தெரியவே இல்லை...

''நான் போயிடுறேன்'' என்று சொல்லிக் கொண்டே, அவள் எழ முற்பட, சட்டென துப்பாக்கியை எடுத்து, நெற்றியில் வைத்தவன், ''இருடி, அசைஞ்சா ஷூட் பண்ணிடுவேன்'' என்று சொல்ல, அவளும் பயத்துடன் அமர்ந்தாள்...

அவனை விட அந்த தனஞ்சயனின் முகம் அவளுக்கு பதட்டத்தை கொடுத்தது...

''உன் புருஷனுக்கு ஃபோன் போட்டு நான் சொல்றத சொல்லுடி'' என்றான் அதியமான் கர்ஜனையாக...

அவளோ அவனை மிரட்சியாக பார்க்க, கண்ணில் இருந்து கண்ணீர் வழிந்தது...

''ஃபோன் எடுடி'' என்று மீண்டும் அதியமான் கர்ஜிக்க, அவளோ, அலைபேசியை எடுத்து யாத்ராவுக்கு அழைத்தாள்...

ஒரு ரிங்கில் அவன் அலைபேசியை தூக்கினான்...

பேசாமல் இருப்பவள் அழைக்கின்றாள் என்றால் முக்கியமான விஷயம் என்று அவன் அறிவான்...

அவளோ, விம்மலுடன், அதியமான் சொன்ன போலவே பேசினாள்...

யாத்ரா மீட்டிங் ஒன்றுக்கு தான் சென்று கொண்டு இருந்தான்...

அவள் அழுகையுடனான குரலை கேட்டதுமே அவன் பேயறைந்த போல ஆகி விட்டான்...

''ஹெலோ'' என்று மட்டும் தான் அவள் விம்மலுடன் சொல்லி இருப்பாள்...

''ஏய் எங்க நிக்கிற?'' என்று அவன் பதட்டமாக கேட்டான்...

''என்னை கடத்தி வச்சு இருக்காங்க'' என்றாள்...

''எந்த இடம்னு சொல்லு'' என்று அவன் பதற, ''ஒரு குடோன், சுத்தி பத்து பேர் இருக்காங்க'' என்று அதியமான் சொன்ன போல பொய்யாக சொல்ல, அவனுக்கோ தூக்கி வாரிப் போட்டது...

அவனால் நிலை கொள்ளவே முடியவில்லை... அதுவும் அவளுக்கு ஒன்று என்றால் அவனால் தாங்க முடியுமா என்ன? அடுத்த கணமே, அதியமான் தனஞ்சயனை கண்களால் காட்ட, அவனும் அவளிடம் அலைபேசியை வாங்கி பேச தொடங்கினான்...

யாத்ராவுக்கு அதிர்ச்சியை நேரில் கொடுக்க வேண்டும் என்பது அதியமானின் ஆசை...

அதனால் அவன் பேசவில்லை... தனஞ்சயன் பேசினான்...

''நான் சொல்ற இடத்துக்கு, தனியா எந்த வெப்பனும் இல்லாம வா... போலீஸ் வந்திச்சு ன்னா உன் பொண்டாட்டியை இப்போவே கொன்னுடுவோம்'' என்று சொல்லி விட்டு வைக்க, யாத்ராவுக்கு எதுவும் புரியவில்லை...

அதியமோனோ, ''ஒரே கல்லுல ரெண்டு மாங்காய்,

இவளையும் போட்டு, அவனையும் போட்ரலாம்'' என்று சொன்னான்...

''என்னை விட்ரு ப்ளீஸ்... நான் ப்ரேக்னன்ட் ஆஹ் இருக்கேன்'' என்று கெஞ்சுதலாக சொன்னாள் பெண்ணவள்...

''இருந்துட்டு போ... ஐ டோன்ட் கேயார்'' என்றான் அவன் இரக்கமே இல்லாமல்...

அவளது அதியமான் இல்லை...

ஒரு புது அவதாரமாக அவன் அங்கே நின்றான்..

இதே சமயம் அதியமான் விலாசத்தை யாத்ராவுக்கு ஆடலரசியின் அலைபேசியில் இருந்து அனுப்பி இருக்க, அவனோ, ''அரை மணி நேரத்துல நான் திரும்பலன்னா, இந்த அட்ரெஸ்ஸுக்கு போலீஸ் அனுப்பு'' என்று விலாசத்தை முருகனிடம் கொடுத்து விட்டு, ட்ரைவரிடமும், தன்னுடைய காவலாளியிடமும், ''கெட் டவுன்... நான் ஒரு இடத்துக்கு போறேன்'' என்று சொன்னபடி காரை எடுத்துக் கொண்டே தனியாக புறப்பட்டு விட்டான்.

தன்னவளுக்காக தனியாக புறப்பட்டு விட்டான்...

அவர்கள் சொன்ன இடத்துக்கும் வந்தும் சேர்ந்து விட்டான்...

ஒரு பாழடைந்த குடோன்... உள்ளே இருந்து வெளியே பார்த்த அதியமானோ, 'வந்துட்டான்... செக் பண்ணு... பிஸ்டல் இருந்தா வச்சுட்டு வர சொல்லு' என்று சொல்ல, தனஞ்சயனின் கையாளும் வெளியே சென்று, ''செக் பண்ணனும்'' என்றான்...

அவனை ஆராய்ச்சியாக பார்த்துக் கொண்டே,

கையை விரித்தபடி அவன் நிற்க, அவனை ஆராய்ந்த கையாளோ, ''உள்ளே போங்க'' என்று சொல்ல, யாத்ராவும் அவனை பார்த்து விட்டு, உள்ளே நுழைந்தான்...

''வெல்கம் சார்'' என்று சொல்லி ஒரு குரல்...

அங்கே இருக்கையில் அமர்ந்து இருந்தான் அதியமான்... அவன் அருகே கைகள் கட்டப்பட்ட நிலையில் ஆடலரசி அமர்ந்து இருக்க, தனஞ்சயன் கையில் துப்பாக்கியுடன் நின்று இருக்க, ''நீயா?'' என்று யாத்ரா அதிர்ந்து கேட்க, ''எதிர்பார்க்கவே இல்லை ல'' என்று கேட்டான் அதியமான்...

இல்லை என்ற தோரணையில் யாத்ரா தலையசைக்க, ''உன் பொண்டாட்டியை எங்க வச்சும் தூக்க முடியாது... அவளா வந்தா தான் உண்டு... அவ நம்பி வர்ற ஒருத்தன் நான் தானே'' என்று சொல்ல, கண்களை மூடி திறந்த யாத்ராவோ, ''உனக்கு என்னடா வேணும்?'' என்று நேரடியாக கேட்டான்...

அதியமானோ, ''சும்மா சொல்ல கூடாது... கூப்பிட்டதும் தனியா வந்துட்ட... பொண்டாட்டி மேல அவ்ளோ லவ்வோ?'' என்று கேட்க, யாத்ராவோ, ''என்னை வேணும்னு கேட்டேன்'' என்றான் சலிப்பாக...

''ஹேய் நான் மிரட்டிட்டு இருக்கேன் டா... இவ்ளோ சாவகாசமா இருக்கிற... ஓஹோ, நான் எதுவும் இவளை பண்ண மாட்டேன்னு உனக்கு நம்பிக்கை... அதானே'' என்று சொல்லிக் கொண்டே, எழுந்தவன் ஆடலரசி அருகே வந்து, ''நான் ஒண்ணும் அவ்ளோ நல்லவன் லாம் இல்ல'' என்று சொன்ன

அடுத்த கணம், அவள் கன்னத்தில் ஓங்கி அறைய, ''ஹேய்'' என்று பதறி விட்டான் யாத்ரா...

''ஈஸி யாத்ரா'' என்று சொன்னான் அதியமான்...

ஆடலரசியோ இதனை அவனிடம் இருந்து எதிர்பார்க்கவே இல்லை...

அதியமானோ, ''இப்போ நம்புறியா யாத்ரா சரவணன்?'' என்று கேட்க, யாத்ராவின் கழுத்து நரம்புகள் புடைத்துக் கிளம்ப, கோபத்தை அடக்கிக் கொண்டே நின்றவன், ''என்னை சீண்டி பார்க்காதே அதியமான்... அவளை விட்ரு... பின் விளைவு அப்புறம் பெருசா இருக்கும்'' என்றான்...

''என்னடா பின் விளைவு? நான் செத்துடலாம் என்கின்ற மனநிலைல தான் இருக்கேன்... அவ்ளோ தூரம் என்னை புருஷனும் பொண்டாட்டியும் சேர்ந்து அவமானப்படுத்தி இருக்கீங்க... உன்னை கூட மன்னிச்சுவேன்... ஆனா இவ துரோகி... கடைசி வரைக்கும் சொல்லவே இல்லை... ஒருத்தனோட அன்பை வச்சு விளையாடி இருக்கா... உன் குழந்தைக்கு இனிஷியல் கொடுக்க கூட நான் ரெடியா இருந்தேன்... அந்தளவு நல்லவன் டா நான்... என்னை எங்க கொண்டு வந்து அவ நிறுத்தி இருக்கா பார்த்தியா?'' என்று கேட்டான்...

யாத்ராவோ, ''பேசி தீர்த்துக்கலாம் அதியமான்... நீ நிதானத்துல இல்ல'' என்றான்...

அவனோ, ''ஆமா குடிச்சு இருக்கேன்... இப்போ குடிகாரன் போல தினமும் குடிக்கிறேன்... உங்க ரெண்டு பேராலையும் தான்... ஆஹ் அப்புறம் இவன் யாருன்னு இன்ட்ரோ கொடுக்க மறந்துட்டேன்...

நீ போட்டியே தாஸ்... அவனோட தம்பி'' என்று சொல்ல, ''அந்த காவாலியோட தம்பிக்கு இன்ட்ரோ தான் ஒரு கேடு'' என்றான் யாத்ரா...

''என்னடா பொசுக்குன்னு இப்படி சொல்லிட்டே'' என்று அதியமான் கேட்க, ''ஏய்'' என்று சொல்லிக் கொண்டே, தனஞ்சயன் முன்னேற, ''சரி விடு'' என்று சொல்லிக் கொண்டே, யாத்ராவை பார்த்த அதியமானோ, ''உன் பொண்டாட்டியை கொன்னுடலாம்'' என்று சொன்னபடி, துப்பாக்கியை ஆடலரசியின் வாய்க்குள் ை வக்க, அவளோ பதற, அதற்கு மேல் யாத்ரா பதறி விட்டான்...

''டேய் அவளை விடுடா'' என்று சொல்லிக் கொண்டே, அவர்களை நோக்கி நகர முற்பட, அவனை நோக்கி துப்பாக்கியை நீட்டி இருந்த தனஞ்சயனோ, ''ஒரு அடி வச்சா கூட ஷூட் பண்ணிடுவேன்'' என்று சொன்னான்...

யாத்ராவோ, ''அதியமான் அவளை விட்டுடு... உனக்கு என்ன பண்ணணுமோ என்னை பண்ணிக்கோ...'' என்றான்...

அதியமானோ, ''ஒஹ பொண்டாட்டிக்காக உயிரை கூட தியாகம் பண்ண ரெடி ஆயிட்டியா? நான் அறிஞ்ச யாத்ரா நீ இல்லையே... இந்த எமோஷன்ஸ் எல்லாம் நான் பார்த்தது இல்லையே... அப்போ நிஜமாவே உன் பொண்டாட்டியை லவ் பண்ணுறியா?'' என்று கேட்டான்...

யாத்ராவோ, ''எதுவா இருந்தாலும் பேசி தீர்த்துக்கலாம் ப்ளீஸ்'' என்றான்...

''இதுக்கு அப்புறம் என்னடா பேசுறது? தீர்த்துட்டு

பேசலாம்'' என்று சொன்ன அதியமானோ, ''கன்னுகுட்டி'' என்று கொஞ்சுதலாக சொல்லிக் கொண்டே, அவளைப் பார்க்க, அவளுக்கோ கண்ணில் இருந்து தாரை தாரையாக கண்ணீர் வழிந்தது...

''துரோகம் எப்படி வலிக்கும்னு தெரியுதா? இப்படி தான் என்னை நம்ப வச்சு ஏமாத்துன.. அதே போல நானும் உன்னை இங்க நம்ப வச்சு ஏமாத்தி இருக்கேன்'' என்று சொல்ல, அவளோ வேண்டாம் என்கின்ற தோரணையில் தலையாட்ட, இப்போது யாத்ராவை பார்த்தவன், தனஞ்சயனிடம், ''நான் சொல்றத அவளுக்கு பண்ணு'' என்று சொல்லிக் கொண்டே, யாத்ராவை நோக்கி நடந்தான்...

தனஞ்சயனோ அவள் அருகே வந்து நிற்க, ''நான் கவுண்ட் டவுன் பண்ணி முடிக்கிற டைம் அவளை கொல்லணும்'' என்று சொல்ல, ஆடலரசிக்கு தூக்கி வாரிப் போட்டது...

யாத்ராவும் அதிர்ந்து போக, அவன் அருகே வந்த அதியமானோ, ''உன்னோட ரியாக்ஷன் நான் பார்க்கணும்'' என்று சொல்லிக் கொண்டே இடையில் இருந்த ஹாண்ட் கஃப்ஃபை எடுத்தவன், யாத்ராவின் கையை பிடித்து கண நேரத்தில் பின்னால் வைத்து அணிவித்து இருந்தான்.,...

யாத்ராவோ, அவனை முறைத்துப் பார்க்க, ''உன்னை அரெஸ்ட் பண்ணனும்னு நிறைய நாளா ஆசை.. ஆனா முடியல.. இப்போ ஆசைக்கு பண்ணி இருக்கேன்.. நீ தில்லாலங்கடி.. இப்போ நான் உன் கையை கட்டி போடலன்னா, என்னையே போட்ருவ. உன்னோட வீக்பாய்ண்ட் ஆடல் மட்டும் தான்...

கன்னுக்குட்டியை வச்சு நீ என் கண்ணை குத்துனா, நான் உன் கண்ணையும் குத்துவேன் டா'' என்று சொல்லிக் கொண்டே, ''வன்'' என்றான்...

''அதியமான் இத பண்ணாதே'' என்றான்...

''நான் பண்ணுவேன். அவ சாகணும், அத பார்த்து நான் துடிக்கணும்'' என்று சொல்லிக் கொண்டே, 'டூ' என்றான். ஆடலரசியின் வாய்க்குள் தனஞ்ஜெயனின் துப்பாக்கி வைக்கப்பட்டு இருக்க, அவள் கண்ணில் இருந்து கண்ணீர் வழிந்து கொண்டு இருக்க, யாத்ராவோ, 'டேய் வேணாம்' என்று சீறினான்...

''எனக்கு வேணும் டா'' என்று சொன்னவனோ, ''த்ரீ, ஃபோர்'' என்று எண்ண ஆரம்பித்து, ''நைன்'' என்று சொல்லி நிறுத்தி விட்டு யாத்ராவை ஆழ்ந்து பார்த்தான்...

அவன் விழிகளுடன் விழிகளை கலக்க விட்டான்.

யாத்ராவோ, ''அவளை விடுங்கடா... அவளுக்கு ஏதாவது ஒன்னு ஆச்சுன்னா எவனையும் உயிரோட விட மாட்டேன்...'' என்று சத்தமாக கத்திக் கொண்டே இருக்க, அவன் கண்ணில் இருந்து ஒரு சொட்டு கண்ணீர் அதியமானை பார்த்துக் கொண்டே அவன் இருந்த நேரத்தில் கீழே விழுந்தது...

ஆடலரசி துப்பாக்கி முனையில் இல்லாமல் இருந்து இருந்தால் அவன் இந்த நேரத்துக்கு அந்த இடத்தையே கட்டுப்பாட்டுக்கு கொண்டு வந்து இருப்பான்...

அவளை துப்பாக்கி முனையில் வைத்துக் கொண்டே மிரட்டினால் அவனால் என்ன பண்ணி விட முடியும்? அடி பணிந்து ஆக வேண்டிய கட்டாயம்.

வாழ்க்கையில் முதல் முறை அழுகின்றான்...

அவளுக்காக அழுகின்றான்... அவளுக்கு ஆபத்து என்று சொன்னதும் கொஞ்சமும் யோசிக்காமல் தான் எடுத்த முட்டாள் தனமான முடிவை நினைத்து கலங்குகின்றான். அவன் கைகளோ விலங்கிடப்பட்டு இருக்க, நிராயுதபாணியாக நிற்கின்றான்... அவனால் என்ன தான் செய்து விட முடியும்?

அதனைப் பார்த்த அதியமானின் இதழ்கள் புன்னகைக்க, ''முதல் தடவை யாத்ரா கலங்கி நின்னு பார்க்கிறேன்... இந்த கண்ணுல கண்ணீர் பார்க்கிறேன்... ரொம்ப சந்தோஷமா இருக்கு... இந்த காதல் விசித்திரமானது தான் ல... உன் புத்தியே மழுங்கி, அவளுக்கு ஒன்னுன்னு சொன்னதும் தனியா வந்து இருக்க.. நிராயுதபாணியா நிக்கிற.. பதறுற.. யாத்ராவோட இந்த பெர்சனாலிட்டி எனக்கே ரொம்ப புதுசா இருக்கு... '' என்று சொல்லிக் கொண்டே, ''டென்'' என்று சொன்ன கணம், துப்பாக்கி சத்தம்.. ஒரு தடவை அல்ல, இரு தடவைகள்...

யாத்ராவோ கண்களை சட்டென மூடிக் கொள்ள, அவன் கண்ணில் இருந்து கண்ணீர் வழிய, அவன் முகம் அருகே முகத்தைக் கொண்டு வந்த அதியமானோ, ''புடிச்ச பொண்ணுக்கு ஒண்ணுன்னா துடிக்கிற பாரு... அதுக்காக விடுறேன் டா... சந்தோஷமா வாழ்ந்துக்கோ...'' என்று சொல்ல, சட்டென கண்களை திறந்தான் யாத்ரா... அங்கே இறந்து கிடந்தது என்னவோ தனஞ்சயனும் அவன் கையாளும் தான்...

அத்தியாயம் 32

இப்போது யாத்ராவும் ஆடலரசியும் ஒன்றாக அவனை அதிர்ந்து பார்க்க, அவனோ யாத்ராவிடம், ''எனக்கு அவளை ரொம்ப பிடிக்கும் டா... என்னை நீ எப்படி அடிச்சு இருந்தாலும் தாங்கி இருப்பேன்.. ஆனா என்னோட லவ்வை வச்சு விளையாடியாச்சு... வலிக்குது... ரொம்ப ரொம்ப வலிக்குது...'' என்று சொல்லிக் கொண்டே, அவனது கை விலங்கை திறந்து விட, அவனோ வேகமாக ஆடலரசி அருகே வந்தான்...

''ஆர் யூ ஓகே?'' என்று கேட்டுக் கொண்டே, அவள் கைக்கட்டை யாத்ரா அவிழ்த்து விட, ''பயந்தே போய்ட்டேன்'' என்று சொல்லிக் கொண்டே, ஆடலரசி அழுது கொண்டே, அவனை அணைத்துக் கொள்ள, இதனை தள்ளி நின்று பார்த்துக் கொண்டே நின்ற அதியமானின் இதழ்களில் ஒரு விரக்தி புன்னகை...

யாத்ராவோ கீழே கிடந்த தனஞ்சயனின் துப்பாக்கியை எடுத்துப் பார்த்தான்...

அதில் ஒரு புல்லட் கூட இல்லை...

ஆம் அதனை ஏற்கனவே அதியமான் தனஞ்சயனுக்கு தெரியாமல் எடுத்து வைத்து இருந்தான்...

துப்பாக்கியை பார்த்து விட்டு ஒரு பெருமூச்சுடன், அதனை கீழே போட்டுக் கொண்டே, அதியமானை பார்த்தான்...

அதியமானோ, ''இதுக்கு எப்படி பழி வாங்க

யோசிக்கிற?'' என்று கேட்டான்...

அவன் அருகே வந்தவன், எதிர்பாரக்காமல் அதியமானுக்கு ஓங்கி அறைந்து இருக்க, அதியமானோ ''ஏய்'' என்று எகிறிக் கொண்டே, துப்பாக்கியை சுழட்டி, அவனை குறி பார்க்க முதல், அவன் கையில் இருந்த துப்பாக்கியை லாவகமாக தட்டி, கையில் எடுத்து, அதனை அதியமானின் வாய்க்குள்ளேயே சொருகி இருந்தான் யாத்ரா...

அதியமான் இதனை எதிர்பார்க்கவே இல்லை...

பதறிய ஆடலரசியோ, ''ப்ளீஸ் விட்ருங்க'' என்று யாத்ராவின் கையை பற்றி கெஞ்சுதலாக கேட்க, அவளை ஒரு கணம் பார்த்து விட்டு, அதியமானை ஆழ்ந்து பார்த்த யாத்ராவோ, ''நான் அறைஞ்சது, என் பொண்டாட்டியை அறைஞ்ச துக்காக, ஆனா நீ ரொம்ப நல்லவனா இருக்க... விட்ரலாம்னு இருக்கேன்... நீ நினச்சா அவளை கொன்னு இருக்கலாம்... ஆனா அவளை என் கிட்ட திருப்பி கொடுத்தத்துக்காக உன்னை நான் எதுவும் பண்ண மாட்டேன்... அவ மட்டும் இங்க இல்லன்னா உன்னை அப்போவே போட்டு இருப்பேன்... என்னையே கதி கலங்க வச்சுட்டே தானே... பலே ஆள் தான் டா நீ... அதுக்கும் மேல அவன் பிஸ்டல் ல இருக்கிற புல்லெட்ஸ் எல்லாம் எடுத்து இருக்க... சோ அவளை கொல்லுறது உன் இன்டேன்ஷன் இல்ல... என்னை துடிக்க வைக்கிறது தான் உன் இன்டேன்ஷன்... அதனால உன்னை இப்படியே விடுறேன்...'' என்று சொல்லிக் கொண்டே, அவன் கையை பற்றி துப்பாக்கியை அதில் வைத்தான்...

அதியமானோ அவனை பார்த்துக் கொண்டே,

அவன் அறைந்த கன்னத்தை தடவியவன், ஆடலரசியை பார்த்துக் கொண்டே, ''நான் உன் கூட பேசணும்'' என்று சொல்லி விட்டு யாத்ராவை பார்த்தவன், ''தனியா'' என்றான்...

ஆடலரசியோ யாத்ராவை பார்க்க, அவன் இருவரையும் பார்த்து விட்டு விலகி சென்று இருக்க, அவன் முதுகை பார்த்து விட்டு ஆடலரிசியை பார்த்த அதியமானோ, ''பரவாலையே.. உன் புருஷன் ரொம்ப டீசண்ட் தான்'' என்றான்...

அவளோ, அவனை ஏறிட்டுப் பார்த்துக் கொண்டே, ''எதுக்கு இப்படி பண்ணுன?'' என்று கேட்கும் போது கண்ணில் இருந்து கண்ணீர் வழிந்தது...

துடைத்துக் கொண்டாள்...

''நீ எதுக்குடி இப்படி பண்ணுன?'' என்று மாறிக் கேட்டான்...

அவளிடம் பதில் இல்லை...

மௌனமாக தலையை குனிந்தபடி நின்று இருந்தாள்...

''உன் புருஷன பிடிச்சு இருக்குன்னு ஒரு வார்த்தை கூட உனக்கு சொல்ல தோணலை ல... அப்படி சொல்லி இருந்தா அப்போவும் சரி இப்போவும் சரி பிரச்சனையே வந்து இருக்காதே ஆடல்'' என்றான்...

''என் தப்பு தான்'' என்றாள் பெண்ணவள் மென் குரலில்...

''நீ சந்தோஷமா வாழுற அப்படின்னு தெரிஞ்சு இருந்தா நான் ஏன் டி இதெல்லாம் பண்ணி இருக்க

போறேன்? நீ பண்ணுனது ரொம்ப தப்பு ஆடல்... நீ விளையாடுனது என்னோட லவ்வை வச்சு... இட்ஸ் எ பெயின்...'' என்றான்...

குரலில் ஒரு ஆதங்கம்...

''ஐ க்னோ... ரொம்ப பெரிய தப்பு பண்ணிட்டேன்... அன்னைக்கே உன் கிட்ட எல்லாம் சொல்லி இருக்கணும்... கெத்தா இருக்கணும்னு ரேப் அது இதுன்னு பொய்யா சொல்லிட்டு திரிஞ்சது என் தப்பு தான்'' என்றான்...

''என்னது கெத்தா இருக்கணும்னு யோசிச்சியா? இதுல என்னடி கெத்து இருக்கு?'' என்று கேட்டான்.

அவனை ஏறிட்டு தயக்கமாக பார்த்தவள், ''நான் வேற அவருக்கு தாறு மாறா திட்டி இருக்கேன் ல... அப்புறம் எப்படி அவரை பிடிச்சு இருக்குன்னு நான் சொல்றது? நீ காறி துப்புவன்னு யோசிச்சேன்'' என்றாள்...

அவளை மேலிருந்து கீழ் பார்த்தவன், ''நீ எல்லாம் என்ன மேக்ன்னு எனக்கு தெரியவே இல்லை... இந்த பிரச்சனைக்கு முதல் காரணமே உன்னோட நாசமா போன அந்த கெத்து தான்... உன் கெத்துக்காக ரேப் பண்ணிட்டான்னு சொல்வியா? உனக்கு ஒண்ணுன்னா துடிக்கிறான்... பதறுறான்... அவனை போய் இப்படி சொல்ல உனக்கெப்படி மனசு வந்திச்சு? நீ மட்டும் கன் பாயிண்ட்ல இருந்து இருக்கலன்னா, உள்ளே வந்து அஞ்சு செகண்ட் ல என்னை போட்டு இருப்பான்... நீ இன்னைக்கு பார்த்த யாத்ராவை எப்போவுமே பார்க்க முடியாது... அவன் கண்ணுல கண்ணீரை

பார்த்ததும் எனக்கே ஒரு மாதிரி ஆயிடுச்சு…'' என்றான்…

அவளோ முகத்தை பாவமாக வைத்துக் கொண்டே நின்று இருக்க, ''முகத்தை இப்படி வச்சுக்காதே….'' என்றான்…

அவளோ அவனை ஏறிட்டுப் பார்த்துக் கொண்டே, ''எவ்ளோ நேரம் எனக்கு இப்படி திட்டிட்டே இருக்க போற?'' என்று கேட்க, ''திட்டாம என்ன பண்ண சொல்ற? சரி சொல்லு, எதுக்கு தாலி கட்டும் வரைக்கும் என்னை முட்டாளா ஆக்குன?'' என்று கேட்டான்…

அவளோ, ''சாரி மான்குட்டி… நான் வேணும்னே பண்ணல…'' என்று ஆரம்பித்து நடந்ததை சொல்லி முடிக்க, இடையில் கையை வைத்துக் கொண்டே, அவளை மேலிருந்து கீழ் பார்த்தவன், ''நான் கூட இது அவன் ப்லான்னு நினச்சேன்… அவன் ஜஸ்ட் தீப்பெட்டியை உரசுர போல உரசி தான் விட்டு இருக்கான்… மொத்தமா பத்திகிட்டு எரிஞ்சது நீ தான்… நீ நினைச்சு இருந்தா இந்த பிரச்சனை கூட தீர்ந்து போய் இருக்கும்… உன்னை என்ன சொல்லி திட்றதுன்னு கூட தெரியல'' என்று சொல்லிக் கொண்டே, இருக்கும் போது, யாத்ரா ஏற்கனவே சொல்லி வைத்து இருந்த போல போலீஸ்காரர்கள் உள்ளே வந்து விட்டார்கள்…

அவர்களைப் பார்த்த அதியமானோ, யாத்ராவிடம், ''என்ன சார் வரும் போதே சொல்லி வச்சுட்டு வந்து இருக்கீங்களே'' என்று கேட்டான்…

யாத்ராவோ, ஆம் என்கின்ற ரீதியில் தலையை ஆட்டி விட்டு அங்கே வந்த போலீஸ்காரனை

கண்களால் அழைத்தவன், அவன் காதினுள் செய்ய வேண்டியதை சொல்ல, அவனும், ''ஓகே சார்'' என்று சொல்லிக் கொண்டே நகரப் போக, ''ஹெலோ ஹெலோ, எங்க போறீங்க?'' என்று கேட்டுக் கொண்டே, அவ்விடம் வந்தான் அதியமான்...

அந்த போலீஸ்காரனோ, ''இந்த விஷயம் வெளிய போகாது சார்'' என்று சொல்ல, ''டேய் நான் தானே போட்டேன்... இதுக்கு என்ன பனிஷ்மெண்ட்டோ நான் எடுத்துக்கிறேன்'' என்று சொல்ல, அவனை திரும்பிப் பார்த்த யாத்ராவோ, ''அரெஸ்ட் வார்டன் இல்ல... கலப்ரிட் என்கின்ற ப்ரூஃப் இல்ல... ஷூட்டிங் ஆர்டர் இல்ல... ஜெயிலுக்கு போக போறியா? இல்ல சஸ்பென்ஷன் ல நிற்க போறியா?'' என்று கேட்டான்...

''அத நான் பார்த்துக்கிறேன்... நீ ஒன்னும் எனக்கு பண்ண வேணாம்... ஜெயிலுக்கு போகாம கேஸை மாத்த எனக்கும் தெரியும்... என் அப்பா சி எம்... ஏதும் வேணும்ன்னா அவர் கிட்டயே கேட்டுப்பேன்'' என்று சொல்லிக் கொண்டே, ''ஃபார்மாலிடீஸ் எல்லாம் முடிங்க'' என்றான் வந்த போலீஸ்காரனிடம்...

யாத்ராவோ சத்தமாக சிரித்துக் கொண்டே, அவன் தோளில் கையை போட, ''இப்போ எதுக்கு சிரிக்கிற?'' என்று கேட்டான் அதியமான்...

''எப்போவுமே யோசிப்பேன்... நீ ஏன் லட்டு போல சான்ஸ் கிடைச்சும் அரசியலுக்கு வரலன்னு... நீயெல்லாம் அதுக்கு சரிப்பட்டு வர மாட்டே... அதுக்கு கொஞ்சம் கெட்டவனா வளைஞ்சு கொடுக்க கூடியவனா இருக்கணும்... உன்னோட பெர்சனாலிடிக்கு இந்த போலீஸ் வேலை தான் சரி''

என்று சொல்லிக் கொண்டே, திரும்பி ஆடலரசியை பார்க்க, அவளோ யாத்ரா அருகே வந்து நின்றாள்...

அதியமானோ, ஒரு பெருமூச்சுடன் நகரப் போக, ''ஏதும் வேணும்னா கேளு... எப்போவாவது நான் உனக்கு தேவைப்படுவேன்'' என்றான் யாத்ரா...

''என் அப்பா சி எம்'' என்றான் அவன்...

யாத்ராவோ சிரித்துக் கொண்டே, ''யாருக்கு பவர் அதிகம்னு உனக்கு தெரியாதா?'' என்று கேட்டான்..

அதியமானோ, ''அது நல்லாவே தெரியும்'' என்று சொல்ல, ''உன் அப்பாவால முடியாதது ஏதாவது என் கிட்ட உனக்கு தேவைப்படும்... அப்போ வா...'' என்றான்...

''அப்படி ஒரு நிலைமை எனக்கு வராது... வந்திச்சுன்னா மீசையை எடுத்துட்டு உன் கிட்ட ஹெல்ப்புக்கு வர்றேன்'' என்றான்...

''அவசரப்பட்டு சபதம் எல்லாம் போடாதே... மீசை இல்லாம நீ அழுல் பேபி போல இருப்ப...'' என்று சொல்லிக் கொண்டே நகர, ஆடலரசி சிரித்து விட்டாள்...

அவளை முறைத்த அதியமானோ, ''நீ பேசு றது கூட ஓகே... ஆனா இவளை பார்த்தா எனக்கு செம்ம காண்ட் ஆகுது யாத்ரா... உன் பொண்டாட்டி என் கண்ணுல படாம பார்த்துக்கோ'' என்று சொல்ல, யாத்ராவோ சிரித்தபடி அவளுடன் நகர, அதியமானோ பெருமூச்சுடன் அங்கே இறந்து கிடந்த தனஞ்சயனை பார்த்தவன், ''நீ ப்லான் போட்டது தப்பில்ல... ஆனா என்னை கூட்டு சேர்த்துக்கிட்டது தான் தப்பா போயிடுச்சு. உன் விதி இது தான்'' என்று

சொல்லிக் கொண்டே அங்கே இருந்த இருக்கையில் அமர்ந்து ஃபோர்மாலிடீஸை பார்த்துக் கொண்டு இருந்த போலீஸ்காரர்களைப் பார்த்தான்...

இதே சமயம் ஆடலரசியுடன் ஜீப்பில் ஏறியதும், சுற்றிப் பார்த்தான் யாத்ரா...

அங்கே பொலிஸாரின் நடமாட்டம் தெரிய, அவர்கள் ஜீப்பினுள் இருந்து என்ன செய்தாலும் வெளியே தெரிந்து விடும் நிலை தான்...

ஒரு பெருமூச்சுடன், ஜீப்பை ஸ்டார்ட் செய்தவன், "தயவு செய்து என் கிட்ட சொல்லாம எங்கயும் போகாதடி" என்று சொல்ல, "இனி போக மாட்டேன்... சாரி" என்றாள்...

அதற்கு மேல் எதுவும் சொல்லவில்லை அவன்...

அவளை பார்க்கவும் இல்லை...

ஜீப்பில் வரும் போது, "வீட்ல எதுவும் சொல்லாத... பயந்திடுவாங்க" என்றான் யாத்ரா...

"எனக்கு வீட்டுக்கு போக வேணாம்... பீச்சுக்கு போகலாம்" என்றாள்...

"நைட் ஆயிடுச்சு" என்று அவன் சொல்ல, "எனக்கு வீட்டுக்கு போக வேணாம்" என்றாள் அவள் மீண்டும்...

அவனோ பெருமூச்சுடன் ஜீப்பை கடற்கரையை நோக்கி விட்டான்...

கடற்கரைக்கும் வந்து விட்டான்...

ஜீப்பில் இருந்து அவன் இறங்க, அவளும் இறங்கிக் கொண்டாள்...

அதே சவுக்கு தோப்பில் தான் நின்று இருந்தார்கள்...

அவனோ ஜீப்பில் சாய்ந்து நிற்க, அவன் அருகே வந்து நின்றாள் பெண்ணவள்...

அவளை திரும்பிப் பார்த்தவனோ, அவள் சிவந்த கன்னத்தை வருடிக் கொண்டே, ''வலிக்குதா?'' என்று கேட்டான்...

அவளோ, ''போலீஸ் அடி... வலிக்காம இருக்குமா?'' என்று கேட்டான்...

யாத்ராவோ பெருமூச்சுடன் முன்னால் திரும்ப, ''எனக்காக அழுதீங்களா?'' என்று கேட்க, அவளை பக்கவாட்டாக திரும்பிப் பார்த்தவன், ''இல்லையே'' என்றான்...

அவளோ அடக்கப்பட்ட சிரிப்புடன், ''நான் பார்த்தேனே'' என்று சொல்ல, ஒரு பெருமூச்சுடன், ''உசிரே போயிடுச்சு'' என்று சொன்னான்...

ஆடலரசி அவனை அதிர்ந்து பார்க்க, ''என் வாழ்க்கைல நான் எதுக்காகவும் அழுதது இல்ல... எதுக்காகவும் தடுமாறுனது இல்ல... உனக்கு ஒன்னுன்னு தெரிஞ்சதும் என்னால யோசிக்கவே முடியல... சொன்னது எல்லாம் செய்யணும்ன்னு தோணிச்சு... அதனால் தான் எதையுமே யோசிக்காம அங்கே வந்தேன்... அதுவும் உனக்கு ஒன்னுன்னு சொன்னதும் செத்தே போய்ட்டேன்...'' என்று சொல்லிக் கொண்டே அவளை நோக்கி திரும்பியவன், ''எனக்கு ஏதும் வசியம் பண்ணி வச்சு இருக்கியா?'' என்று கேட்டான்...

அவளோ மென் புன்னகையுடன் அவனை

பார்த்தவள், ''இப்படி எல்லாம் உங்களுக்கு பேச வருமா?'' என்று கேட்டான்...

''இதுக்கு மேலயும் பேச வரும்... என்னோட மிக பெரிய வீக்னஸ் நீ தான் னு இன்னைக்கு புரிஞ்சுக்கிட்டேன்'' என்றான்...

அவளோ, ''இப்படி பேசும் போது ரொம்ப புதுசா இருக்கீங்க...'' என்றாள்...

அவனோ, ''வாழ்க்கைல நான் தான் நிறைய பேரை அழ வச்சு இருக்கேன்... என்னையே அழ வச்சுட்டேல்ல'' என்றான்...

''உங்களுக்கு எப்படியோ தெரியல... ஆனா எனக்கு இதுல ஒரு நன்மை இருக்கு'' என்றாள்...

அவனோ அவளை புரியாமல் பார்க்க, ''இத்தனை நாளா எனக்கு மட்டும் தான் உங்கள ரொம்ப பிடிச்சு இருக்குன்னு நினைச்சுட்டு இருந்தேன்... என்னை விட, உங்க ஈகோ தான் உங்களுக்கு முக்கியம்னு நினைச்சுட்டு இருந்தேன்... ஆனா இன்னைக்கு அப்படி எல்லாம் இல்லன்னு தோணிச்சு'' என்றாள்..

அவனோ சிரித்துக் கொண்டே, ''உன்னை எனக்கு ரொம்ப பிடிக்கும்... எந்தளவுக்கு பிடிக்கும்னா ப்லான் பண்ணி கல்யாணம் பண்ணுற அளவுக்கு பிடிக்கும்'' என்றான்...

''ஆஹ் அத கேட்கணும்னு நினச்சேன்... அப்போவே என்னை பிடிக்குமா?'' என்று கேட்க, ''ம்ம் உன்னோட சுட்டி தனம் யாருக்கும் தெரியாதுன்னு நீ தான் நினைச்சுட்டு இருக்க... ஆனா எனக்கு எல்லாமே தெரியும்... நீ காலேஜ் ல எப்படி? அதியமான் கிட்ட எப்படி? வீட்ல

எப்படின்னு எல்லாமே... முதல்ல நம்ம குடும்பத்துல பிறந்த டூப்பு அப்படின்னு நினச்சேன்... அப்புறம் ரசிக்கவே ஆரம்பிச்சுட்டேன்... ஒரு கட்டத்துல உன்னை கல்யாணம் பண்ணிக்கணும்னு தோணிச்சு. கல்யாணமும் பண்ணிக்கிட்டேன்'' என்றான்...

''அப்போ ஏன் சார் ரெஜிஸ்டர் பண்ணல?'' என்று அவள் கேட்க, அவனோ, ''பண்ணாம விட்டது எனக்காக இல்ல... உனக்காக... உனக்கு என்னை பிடிக்காதுன்னு தெரியும்... ஆனா விட்டு கொடுக்க நான் தயாரா இல்ல... என்னை உனக்கு கடைசி வரைக்கும் பிடிக்கவே இல்லன்னா பிரிஞ்சுடலாம் அப்படின்னு யோசிச்சு தான் கல்யாணம் பண்ணுனேன்... ஆனா எதிர்பார்க்காதது எல்லாமே நடந்திடுச்சு...'' என்றான்...

''நானும் உங்கள லவ் பண்ணுவேன்னு எதிர்பார்க்கவே இல்லை... அதுவும் இப்படி பைத்தியக்காரத்தனமா லவ் பண்ணுவேன் னு கனவுல கூட யோசிச்சது இல்லை'' என்று அவள் சொல்ல,

அவனோ சிரித்துக் கொண்டே... ''நிறைய நேரமா பேசிட்டே இருக்கோம்'' என்றான்...

அவளோ, ''அப்போ என்ன பண்ணலாம்?'' என்று கேட்க, அவன் விழிகளோ அவன் இதழ்களில் படிந்து மீள, அவளோ, ''யாராவது பார்த்துட்டாங்கன்னா'' என்றாள்...

ஜீப்பை கண்களால் காட்டிக் கொண்டே, அவன் ஜீப்பில் ஏற, அவளும் ஏறிக் கொள்ள, அவளை இறுக அணைத்து இருந்தான்... காற்றுப் புக முடியாத இறுகிய அணைப்பு...

அவன் அணைப்பை அவள் உணர்ந்து கொள்ள முதலே, அவள் முகம் தாங்கி இதழில் ஆழமாகவும் அழுத்தமாகவும் இதழ் பதித்து இருந்தான்...

முத்தத்தில் அப்படி ஒரு வேகம்...

அவளை மொத்தமாக மென்று தின்று விடும் வேகம்...

அவளுக்கு தான் அவன் வேகத்துக்கு ஈடு கொடுக்கவே முடியவில்லை...

அவன் கரமோ, அப்படியே ஜீப்பில் ஒளிர்ந்து கொண்டு இருந்த லைட்டை அணைத்து விட்டு இருந்தது...

ஒரு கட்டத்தில், அவன் இதழில் இருந்து தன்னிதழை பிரித்து எடுத்தாள் பெண்ணவள்...

''என்னாச்சு?'' என்றான்...

அவன் குரலில் ஏகத்துக்கும் மோகம் வழிந்தது... விட்டால் ஜீப்பையே மஞ்சமாக்கி இருப்பான்...

'' ஒரு கண்டிஷன்'' என்றாள்.

''என்ன?'' என்று அவன் கேட்க, ''என் குழந்தைக்கு உங்க அம்மா பேர் வைக்க கூடாது... அப்புறம் பாடலரசி, பேசலரசின்னு வச்சுடுவாங்க'' என்று சொல்ல, ''இந்த நேரத்துல இதெல்லாம் ரொம்ப முக்கியமா?'' என்று கேட்டான்...

''நீங்க இந்த கண்டிஷனுக்கு ஓகே சொல்லுங்க'' என்றாள் சிணுங்களாக...

அவனோ, ''என்னை மீறி வைக்க மாட்டாங்கடி'' என்று சொல்லிக் கொண்டே, அவள் இதழை

மீண்டும் சிறை செய்ய, பெண்ணவளோ, அவன் சிகைக்குள் கை கோர்த்து நெரித்துக் கொண்டே, அவனுக்கு பதில் முத்தம் வழங்கிக் கொண்டு இருந்தாள்...

அந்த இடத்தில் இருளின் நடுவே எலி கீச்சிடும் சத்தம்...

சட்டென அவன் இதழில் இருந்து இதழ்களை விலக்கி எடுத்தவள், ''என்ன சத்தம்? வெளிய யாரும் கிஸ் பண்ணுறாங்களா?'' என்று கேட்க, அவனோ சத்தமாக சிரித்துக் கொண்டே, ''எலி'' என்றான்...

அவளோ, ''அப்போ வீட்டுக்கு கிளம்பலாமா?'' என்று கேட்டாள்...

''என்ன அவசரம்?'' என்று அவனிடம் இருந்து பதில் கேள்வி, அவளோ அவன் விழிகளை பார்த்து விட்டு, அவள் மேனியில் படிந்து இருந்த அவன் கரத்தை கண்களால் காட்டியவள், ''கிஸ்ஸோட மட்டும் நிறுத்துவீங்கன்னு தோணல... அப்புறம் யாரும் வெளியே இருந்து பார்த்துட்டாங்கன்னா ஆடியோ வந்து முடிஞ்சு வீடியோ வரும்'' என்றாள்.

அவனோ சத்தமாக சிரித்துக் கொண்டே, ''அதுவும் சரி தான்'' என்று சொல்லிக் கொண்டே விலகியவன், ஜீப்பை ஸ்டார்ட் செய்ய, அவளோ தனது ஆடையை சரி செய்து கொண்டே பெருமூச்சுடன் அமர்ந்து இருந்தவளோ அவன் முத்தமிட்ட இதழ்களை மெதுவாக வருடிக் கொண்டாள்.

அதனைக் கடைக்கண்ணால் பார்த்த யாத்ராவோ,

''காயம் ஆயிடுச்சா?'' என்று கேட்க, ''எப்போ காயம் ஆகாம இருந்து இருக்கு?'' என்று அவள் கேட்க, அவனோ அவளை ஒரு குறும்பு சிரிப்புடன் பார்த்து விட்டு முன்னால் திரும்பிக் கொள்ள, அவளோ அவனை அடக்கப்பட்ட வெட்க சிரிப்புடன் பார்த்து விட்டு முன்னால் திரும்பிக் கொண்டாள்...

அத்தியாயம் 33

வீட்டுக்குள் இருவரும் நுழைந்ததுமே, குரலரசி நேரத்தைப் பார்க்க, ஆடலரசியோ, ''டேட்டிங் போயிட்டு வந்தோம் பாட்டி'' என்று கிண்டலாக சொல்ல, அவரோ, யாத்ராவைப் பார்க்க, அவனோ ஆடலரசியை ஒரு அழுத்தமான பார்வை பார்த்து விட்டு மாடியேறி விட்டான்...

சற்று நேரத்தில் அவன் அறைக் கதவு தட்டப்பட்டது...

வாசலில் நின்று இருந்தது என்னவோ ஆடலரசி தான்...

அவளை பார்த்துக் கொண்டே, விலகி நின்று அவளுக்கு வழி விட, அவளோ ஒரு அடக்கப்பட்ட சிரிப்புடன் உள்ளே வந்து கதவை தாழிட்ட அடுத்த கணம், அவளை இழுத்து அணைத்து இதழில் இதழ் பதித்து இருந்தான் அவளவன்...

இருவரும் மறுபடி சேர்ந்து வாழ ஆரம்பித்து விட்டார்கள்...

திருமணத்தையும் பதிவு செய்து கொண்டார்கள்..

இப்படியே நாட்களும் நகர, ஆடலரசியோ ஆறு

மாத கருவை சுமந்து இருந்த தருணம் அது...

அன்று காலையில் கண்ணாடி முன்னே நின்று தன்னையே பார்த்துக் கொண்டு இருந்த ஆடலரசியோ, ''இன்னைக்கு காலேஜ் ல ஃபங்க்ஷன் இருக்கு... புடவை தான் கட்டி வரணும்னு சொல்லிட்டாங்க. என்னால கட்ட முடியாம இருக்கு, கொஞ்சம் கட்டி விடுறீங்களா?'' என்று கேட்டாள்...

அவனோ வெண்ணிற ஷேர்ட்டை அணிந்து கொண்டே, ''இதெல்லாம் எனக்கு தெரியாது டி'' என்றான்...

''பழகிக்கோங்க'' என்று சொல்லிக் கொண்டே, புடவையை நீட்ட, ''அது தான் ஒண்ணுக்கு ரெண்டு அக்கா வச்சு இருக்க தானே... எதுக்கு என்னை டாச்சர் பண்ணிட்டே இருக்க?'' என்று கேட்டுக் கொண்டே நேரத்தைப் பார்த்தான்...

அவன் இன்னும் அரை மணி நேரத்தில் கிளம்பியாக வேண்டும்...

அவளோ, ''அவங்களை டிஸ்டர்ப் பண்ண எனக்கு மனசு இல்லை... நீங்க தான் கட்டி விடணும்'' என்றாள்...

அவளை மேலிருந்து கீழ் பார்த்தவன், ''எனக்கு லேட் ஆயிட்டே இருக்கு... மிதிலா கிட்ட சொல்றேன்... கட்டிட்டு கிளம்பு'' என்று சொல்லிக் கொண்டே, புடவையை வாங்காமல் அவன் வாசல் வரை செல்ல, அவள் முகம் சோர்ந்து விட்டது...

அவன் முதுகையே பார்த்துக் கொண்டு நின்று இருந்தவள், ''ஒன்னும் வேணாம் நானே

கட்டிக்கிறேன்...'' என்றாள்...

அவள் குரலின் மாற்றம் அவனை ஏதோ செய்ய, கதவை திறக்கப் போனவன், அதை திறக்காமல், மீண்டும் அவளை நோக்கி விறு விறுவென வந்து, அவள் கையில் இருந்த புடவையை வாங்கி எடுத்துக் கொண்டே, ''எப்படி கட்டணும்னு சொல்லு'' என்று கேட்டுக் கொண்டே, புடவையின் முனையை அவள் இடையில் சொருக, அவளும் அவனுக்கு சொல்லிக் கொடுக்க, ஒருவழியாக புடவையை கட்டி முடித்து விட்டான்...

அதனை தொடர்ந்து நேரத்தைப் பார்த்துக் கொண்டே, ''நான் கிளம்புறேன்'' என்று சொல்லிக் கொண்டே, அவன் நகரப் போக, அவன் ஷேர்ட்டின் காலரை பற்றி இழுத்தவள், அவன் விழிகளுடன் விழிகளை கலக்க விட்டுக் கொண்டே, ''வேஷ்டி சட்டைன்னு செம மாஸ் ஆஃ இருக்கீங்க... எங்க போக போறீங்க?'' என்று கேட்டாள்...

''அது எதுக்குடி உனக்கு?'' என்று கேட்டுக் கொண்டே, அவன் நகரப் போக, அவன் கன்னத் தில் முத்தம் பதித்தவள், ''தேங்க்ஸ், புடவை கட்டி விட்டதுக்கு'' என்று சொல்ல, அவனோ அவளை ஒரு அடக்கப்பட்ட சிரிப்புடன் பார்த்து விட்டு கிளம்பி விட்டான்...

அவனுக்கு விழாவுக்கு செல்ல முதல், அலுவலக வேலை மீதம் இருந்தது... நேரத்தைப் பார்த்தவனோ, ''இன்னைக்கு எப்படியும் டென் மினிட்ஸ் லேட்டாயிடும்'' என்று முணுமுணுத்துக் கொண்டே தான் ஜீப்பில் ஏறினான்...

அவளும் ஆயத்தமாகிக் கொண்டே, ''இந்த மீனா

மிஸ்ஸுக்கு ஏதாவது பண்ணனும்... புடவை தான் கட்டி வரணும்ன்னு ஆர்டர் வேற... என் நிலைமை புரியாதா? ஒன்னுக்கு மூணு புள்ள பெத்து இருக்காங்க தானே'' என்று திட்டிக் கொண்டே ஆயத்தமானவள் கல்லூரிக்கு கிளம்பி விட்டாள்...

அன்று அவர்கள் கல்லூரியில் மிகப்பெரிய விழா ஏற்பாடு செய்யப்பட்டு இருந்தது...

ஏகப்பட்ட விருந்தினர்கள் அழைக்கப்பட்டு இருந்தார்கள்...

அவளோ அங்கே இருந்த அலங்காரங்களைப் பார்த்துக் கொண்டே நடந்து செல்ல, அவளுடன் வந்து சேர்ந்தாள் அனிதா...

ஆடலரசியோ அவளைப் பார்த்து, ''செம அழகா இருக்கடி'' என்று சொல்ல, ''நீயும் தான் ஆன்டி'' என்றாள் அனிதா...

''அடிங், நான் ஆன்டியா?'' என்று கேட்க, அவள் மேடிட்ட வயிற்றைப் பார்த்துக் கொண்டே, ''இல்லையா பின்ன?'' என்று கேட்டாள்...

ஆடலரசியோ சோர்வாக, ''இந்த புடவையை கட்டிட்டு இருக்கிறது எவ்ளோ கஷ்டம் தெரியுமா? அந்த மீனா மிஸ் கிட்ட அவ்ளோ சொல்றேன்... கேட்கவே மாட்டேங்குறாங்களே... நானும் கர்ப்பமா இருக்கும் போது புடவை கட்டி தான் காலேஜுக்கு க்ளாஸ் எடுக்க வந்தேன்னு சொந்த கதை பேசுது'' என்று மீனாவுக்கு திட்ட, அனிதாவோ, ''ஒரு நாள் தானே டி'' என்றாள்...

''ஆஹ் உனக்கும் இப்படி ஒரு நிலைமை வரும் தானே... அப்போ தெரியும்'' என்று சொல்லிக்

கொண்டே, விழா நடக்க இருக்கும் மண்டபத்தை நெருங்கி விட்டார்கள்...

அங்கே நின்ற ஒருவனோ, ''இன்னைக்கு எடியூக்கேஷன் மினிஸ்டருக்கு ஹெல்த் இஸ்ஸுன்னு மார்னிங் நியூஸ் வந்திச்சே... அப்போ யாருடா சீஃப் கெஸ்ட்?'' என்று கேட்க, ''தெரியல டா... மார்னிங் யார் கூடவோ பேசி ஓகே பண்ணிட்டாங்கன்னு கேள்விப்பட்டேன்... யார்னு தான் தெரியல...'' என்று பேசிக் கொண்டு இருந்தார்கள்...

அனிதாவோ, ''அப்போ கடைசி நேரத்துல சீஃப் கெஸ்ட்டை மாத்திட்டாங்களா?'' என்று கேட்க, ஆடலரசியோ, ''ஒருவேளை உன்னோட அப்பாவா இருக்குமோ?'' என்று கேட்க, ''வாய்ப்பே இல்ல... அவருக்கு இன்னைக்கு ஏதோ மீட்டிங், ஏன் உன் புருஷனா கூட இருக்கலாம்'' என்று சொல்ல, ஆடலரசியோ, ''அப்படின்னா என் கிட்ட சொல்லி இருப்பாரே... வாய்ப்பே இல்ல'' என்று சொல்லிக் கொண்டே, அங்கே வந்த ஜீப்பை பார்த்து அதிர்ச்சியுடன், ''அவர் தான் டி'' என்றாள்...

''சொல்லலையா அப்போ?'' என்று அனிதா கேட்க, ''இல்லை'' என்று தலையாட்டிக் கொண்டே பெண்ணவள் ஓரமாக நின்று இருக்க, ஜீப்பில் இருந்து இறங்கிய யாத்ராவின் கழுத்தில் மாலையை அணிவித்து வரவேற்றார் கல்லூரி முதல்வர்...

அவனும் புன்னகையுடன் வணக்கத்தை தெரிவிக்க, அவன் கழுத்தில் அடுத்தடுத்த பூ மாலைகள் அணிவிக்கப்பட்டன...

''பொண்ணுங்க மாலை போடுறாங்க...

அப்படியே சிரிச்சிட்டே வாங்கிக்கிறத பாரேன்'' என்று ஆடலரசி முணுமுணுக்க, ''இதெல்லாம் அரசியல் ல சகஜம் தானே... நீ எதுக்கு கோபப்படுற?'' என்று கேட்க, ''வருதே நான் என்ன பண்ணட்டும், சொல்லவே இல்ல எனக்கு... இன்னைக்கு இருக்கு பாரு'' என்று சொல்லிக் கொண்டே, விழா நடக்கும் மண்டபத்துக்குள் நுழைந்து கொண்டாள்...

அங்கே மாணவிகளுடன் அமர்ந்தும் விட்டாள்...

நிகழ்வும் ஆரம்பமாகியது...

ஒவ்வொருவராக பேசினார்கள்...

யாத்ராவும் பேசினான்...

அவன் தான் அரசியல்வாதி ஆயிற்றே... கேட்கவும் வேண்டுமா? கணீர் குரலில், அனைவரின் கவனத்தையும் ஈர்த்து இருந்தான்...

அந்த இடமே நிசப்தமாக இருக்க, ஆடலரசியோ, ''இந்த பேச்சுக்கு மட்டும் குறைச்சல் இல்ல'' என்று முணுமுணுக்க, ''என்னடி திட்டிட்டே இருக்க?'' என்று கேட்டாள் அனிதா...

''காலைல கூட அவர் தான் டி எனக்கு புடவை கட்டி விட்டார்... ஒரு வார்த்தை சொல்லவே இல்ல'' என்று சொல்ல, ''ஓஹோ புடவை எல்லாம் கட்ட தெரியுமா?'' என்று கிண்டல் தொனியில் கேட்க, ''அத கட்ட வைக்க நான் பட்ட பாடு எனக்கு தான் தெரியும்'' என்று சொல்லிக் கொண்டாள் பெண்ணவள்...

யாத்ராவோ பேச்சின் முடிவில், ''உங்களுக்கு

ஏதும் கேள்விகள் கோரிகைகள் இருந்தா சொல்லுங்க, முடிஞ்ச வரை பண்ணி கொடுக்கிறேன்'' என்று சொல்ல, மாணவர்கள் நடுவே மைக் கொடுக்கப்பட்டது...

அவன் மேடையில் நின்று இருக்க, மாணவர்களோ தங்களது கேள்விகளையும் கோரிக்கைகளையும் வைக்க, யாத்ராவும் அந்த இடத்திலேயே தீர்வுகளை வழங்கினான்...

திறமையானவன் ஆயிற்றே...

அனிதாவோ, ''உண்மையாவே செம்ம பிரில்லியண்ட் தான் டி'' என்று ஆடலரசியிடம் சொல்ல, அவளோ, ''இப்போ நான் ஒரு கோரிக்கை வைக்கலாம்னு இருக்கேன்'' என்று சொல்லிக் கொண்டே, ''டேய் மைக்கை கொடுடா'' என்று முன்னால் இருந்த அவள் நண்பனிடம் கேட்க, அவனோ, ''டேய் வீட்ல போய் கேட்டுக்கோடி'' என்று சிரித்தபடி சொல்லிக் கொண்டே, மைக்கை நீட்டினான்...

அவனோ, ''இங்க தான் கேட்பேன்'' என்று சொல்ல, அனிதாவோ, ''என்னடி கேக்க போற?'' என்று கேட்க, அனிதாவோ, ''இப்போ பாரு, வச்சு செய்யுறேன்'' என்று சொல்லிக் கொண்டே, மேடிட்ட வயிற்றுடன் எழுந்து நின்றவள், ''சார், எனக்கு ஒரு கோரிக்கை இருக்கு'' என்று சொல்ல, அவன் புருவம் இடுங்கியது...

அவளை துளைத்தெடுக்கும் பார்வை பார்த்துக் கொண்டே, ''ம்ம் கேளுங்க'' என்றான்...

''இந்த காலேஜ் ல ஒரு எழுதப்படாத சட்டம

இருக்கு சார்... ஃபங்க்ஷன்னா புடவை கட்டணும்... ஆனா எங்களோட நிலைமையையும் யோசிக்கணும் ல... இந்த நிலமைல என்னை எல்லாம் புடவை கட்ட சொல்லி டாச்சர் பண்ணுறாங்க இந்த மீனா மிஸ்'' என்று சொல்ல, எல்லோரும் கையை தட்டி ஆரவாரிக்க, மீனாவோ, ''ஐயோ'' என்று சொல்லிக் கொண்டே தலையை குனிந்து கொள்ள, யாத்ரா மிகவும் இயல்பாக தான் கேட்டுக் கொண்டே நின்று இருந்தான்...

முகத்தில் எந்த வித உணர்வு மாற்றமும் இல்லை..

அப்படியே திரும்பி மீனாவைப் பார்த்து விட்டு, ஆடலரசியை பார்த்தவன், ''உங்களுக்கு ஒரு நாள் புடவை கட்டுறதும் கஷ்டமா இருந்திச்சா?'' என்று கேட்டான்...

அவளோ, ''இல்லையா பின்ன? எனக்கு புடவை கட்ட ரொம்ப கஷ்டமா இருந்திச்சு... அதனால இன்னைக்கு கூட என் புருஷன் தான் சாரி கட்டி விட்டார். அவருக்கு ஒரு ஃபங்க்ஷன் வேற இருந்திச்சு... அதுக்கு வேற பத்து நிமிஷம் இதனால லேட்டா தான் வந்திருக்கார்'' என்று சொல்ல, அதுவரை சிரிப்பை அடக்கிக் கொண்டு இருந்த மாணவர்கள் சிரிக்க ஆரம்பித்து விட்டார்கள்...

யாத்ரா, அவளை துளைத்தெடுக்கும் பார்வை பார்க்க, அவளுக்கோ இதழ்களுக்குள் சிரிப்பு... கல்லூரி முதல்வருக்கும் சிரிப்பு... அடக்கிக் கொண்டே அமர்ந்து இருந்தார்...

அவனோ குரலை செருமிக் கொண்டே, ''மீனா மிஸ்... இனி இப்படி ஃபோர்ஸ் பண்ண வேணாம்னு எனக்கு தோணுது... கல்ச்சரை விட,

கம்ஃபேர்ட்டபிள் ரொம்ப ரொம்ப முக்கியம்னு நான் ஃபீல் பண்ணுறேன்... அதுவும் ப்ரெக்னன்ட் லேடீஸ்க்கு இம்போர்ட்டன்ஸ் கொடுக்கிறது தப்பில்ல...'' என்று சொல்ல, அவரும், ''ஓகே சார்'' என்றார்...

மேலும் தொடர்ந்தவனோ, ''அதுவும் இன்னைக்கு அவங்க ஹஸ்பண்ட் இதனால லேட்டா தான் ஏதோ ஒரு ஃபங்க்ஷன் அட்டென்ட் பண்ணி இருக்கார்... இந்த ஃபங்ஷன் கூட பத்து நிமிஷம் லேட்டா தான் ஸ்டார்ட் ஆச்சுன்னு நினைக்கிறேன்'' என்று சொல்ல, எல்லோரும் கை தட்டிக் ஆரவாரம் செய்து கொண்டே சிரிக்க ஆரம்பித்து விட, ஆடலரசிக்கு சிரிப்பை அடக்க முடியவில்லை...

பற்கள் தெரிய சிரித்துக் கொண்டாள்...

இப்போது அவனைப் பார்த்த யாத்ராவோ, ''வேற ஏதும் கோரிக்கை இருந்தா கேளுங்க... இல்லன்னா உட்காருங்க'' என்று சொன்னான்...

இவ்வளவு நேரமும் அவன் முகம் வெகு இயல்பாக இருந்தது...

அவளுக்கே ஆச்சரியம்... எப்படி உணர்வுகளை காட்டாமல் இருக்க முடிகின்றது என்று...

அரசியல்வாதி என்றால் நடித்தும் தானே ஆக வேண்டும்...

அவளோ, ''இல்ல அவ்ளோ தான்'' என்று சொல்லிக் கொண்டே அமர, அவனோ அடுத்த கேள்விகளுக்கு பதில் சொல்ல ஆரம்பித்து விட்டான்...

அன்று நிகழ்வு முடிய அவனும் கிளம்பி விட்டான்.

ஆடலரசியின் நண்பிகளோ, ''என்னடி மினிஸ்ட்டரையே சாரி கட்ட வச்சு இருக்க?'' என்று கேட்க, ''ஆஹ் அவர் ஊருக்கு தான் மினிஸ்டர்... எனக்கு புருஷன் தானே'' என்று சொல்லி சிரித்துக் கொண்டாள்...

அன்று இரவு அவள் சாப்பிட்டுக் கொண்டு இருந்தாள்...

மிதிலாவும் மதுராவும் கூட கர்ப்பமாக இருந்தார்கள்...

குரலரசியோ, ''இன்னும் ரெண்டு மாசத்துல வளைகாப்பு வைக்கணும்'' என்று சொல்ல, ஷண்முகியோ, ''அப்படியே மூணு நாலு மாசத்துக்கு ஒரு தடவை வீட்ல வளைகாப்பு விசேஷமா தான் இருக்கும்'' என்று சொல்ல, எல்லோரும் சிரித்துக் கொண்டார்கள்...

அப்போது தான் யாத்ரா வீட்டினுள் நுழைந்தான்...

யாரையும் பார்க்காமல் மாடியேறியவனோ, ''காமாட்சி, இன்னைக்கு டின்னர் ஃபங்க்ஷன் ஒன்னுல சாப்பிட்டேன்... சாப்பாட்டை எடுத்து வச்சிடு'' என்று சொல்லி விட்டு அறைக்குள் நுழைந்து கொண்டான்...

அவன் குளித்து விட்டு வெளியே வரவும், ஆடலரசி உள்ளே வரவும் நேரம் சரியாக இருந்தது...

அவள் கதவை தாழிட்டு அடுத்த கணம், ''மனசுல என்னடி நினச்சுட்டு இருக்க?'' என்று எகிறினான்...

அவளோ, ''உங்கள தான்'' என்று சொல்ல, ''சீரியஸ் ஆஹ் பேசும் போது, சீரியஸ் ஆஹ்

பேசு'' என்றான் அதட்டலாக...

அந்த அதட்டலுக்கு எல்லாம் அவள் இப்போது பயந்து நடுங்குவது இல்லை...

அவன் முன்னே வந்து நின்றவள், ''ம்ம் பேசுங்க'' என்றாள்...

அவளைப் பார்த்துக் கொண்டே, ''இன்னைக்கு காலேஜ் ல வேணும்னு தானே பேசுன?'' என்று கேட்டான்...

''ஆமா, நீங்க என் கிட்ட சொல்லாம தானே அங்கே வந்தீங்க'' என்று கேட்டாள்...

''என் ஆஃபீஷியல் விஷயம் உனக்கு எதுக்கு?'' என்று கேட்டான்...

அவளோ, ''நானும் உங்க கிட்ட பேசல... எங்க கோரிக்கையை நிறைவேத்த வந்த மினிஸ்டர் கிட்ட தான் பேசுனேன்'' என்றாள்...

''புத்திசாலி தனமா பேசுறதா நினைப்பா?'' என்று கேட்டான்...

''இல்லையா பின்ன?'' என்று கேட்க, அவனுக்கு அவளது இளக்காரமான பதிலில் கோபம் சுர்ரென்று எகிற, ''இங்க பாரு ஆடல்'' என்று ஆரம்பித்தவன் இதழில் இதழ் பதித்து விலகியவள், ''ம்ம் சொல்லுங்க'' என்றாள்...

அவனோ மீதி வார்த்தைகளை விழுங்கிக் கொண்டே, ''கொஞ்சமாவது கோபப்பட விடுடி'' என்றான்...

அவளோ சத்தமாக சிரித்துக் கொண்டே, ''ஒரு

கிஸ் ல கோபம் போயிடுச்சா? அவ்ளோ வீக் ஆஹ் நீங்க?'' என்று கேட்க, அவள் தாடையை ஒற்றைக் கையால் பற்றி தன்னை நோக்கி இழுத்தவன், அவள் விழிகளுடன் விழிகளை கலக்க விட்டபடி, ''உன் கிட்ட மட்டும்'' என்றான்...

அவள் இதழ்கள் புன்னகைக்க, ''ப்ரெக்னன்ட் லேடி என்ன கேட்டாலும் பண்ணனும்னு சொன்னீங்களே'' என்றாள்...

''என்ன வேணும்?'' என்று அவன் கேட்க, அவளோ கண்களால் கட்டிலைக் காட்ட, ''அதெல்லாம் நான் ஏன் முடியாதுன்னு சொல்லப் போறேன்?'' என்று கேட்டுக் கொண்டே, இதழ்களை சிறை செய்தான்...

இப்படியே நாட்களை நகர, ஆடலரசிக்கு பிரமாண்டமாக வளைகாப்பும் நடக்கும் நாளும் வந்தது...

ஆயத்தமாகிக் கொண்டு இருந்த ஆடலரசியோ, அலைபேசியை எடுத்து, ''இன்னைக்கு என்னோட வளைகாப்புக்கு வருவியா மான்குட்டி?'' என்று மெசேஜ் அனுப்பினாள்...

அவனோ, ''ம்ம்'' என்று பதில் அனுப்பினான்...

''சரண்யாவையும் தியாவையும் அழைச்சிட்டு வா'' என்று அனுப்ப, ''வில் ட்ரை'' என்று பதில் அனுப்பி இருந்தான்...

சரண்யா வேறு யாருமல்ல, அதியமானின் மனைவி... தியா அவர்களது மகள்...

ஆடலரசியும் பெருமூச்சுடன் ஆயத்தமாகி

இருக்க, அவளை அழைத்துக் கொண்டே முன்னறையில் வைக்கப்பட்டு இருந்த இருக்கையில் அமர வைத்தார்கள்...

உறவினர்கள், அரசியல் பிரமுகர்கள் என்று எல்லோரையும் அழைத்து இருந்தான் யாத்ரா...

மனைவியின் வளைகாப்பை பிரமாண்டமாக செய்யும் ஆசை அவனுக்கு... அதன்படி, ஜீவானந்தன், லக்ஷ்மி மற்றும் அனிதா வந்து சேர, யாத்ராவோ, ''அதியமான் வரலையா தலைவரே'' என்று கேட்டுக் கொண்டே அவர்களை வரவேற்க, ''புருஷனும் பொண்டாட்டியும் முட்டி மோதி வந்து சேருவாங்க'' என்று சொல்லிக் கொண்டே ஜீவானந்தன் அவனை வாழ்த்தினார்...

சற்று நேரத்தில் அதியமானும் அவன் மனைவி சரண்யாவும் வந்து இறங்க, அவன் கையில் மகள் தியாவை தூக்கி இருந்தான்...

அவளுக்கு மூன்று வயதை நெருங்கி இருக்கும்..

அதியமான் மற்றும் சரண்யாவின் விழிகளின் உயிர்ப்பே இல்லை...

முகத்தில் இறுக்கம் மட்டுமே...

சரண்யாவோ வேண்டா வெறுப்பாக இறங்கியவள், அங்கே இருந்த யாத்ராவின் பெயர் பலகையை பார்த்தாள்...

அவள் புருவம் இடுங்க, பெருமூச்சுடன் தான் உள்ளே சென்றாள்...

வளைகாப்பு நிகழ்வும் ஆரம்பித்தது... ஆடலரசி, இதழ்களில் பூரிப்புடன், அமர்ந்து இருந்தாள்...

நிறைமாத அழகியாக இருந்தவளை யாத்ரா ரசிக்க தவறவே இல்லை...

அவள் கைகளுக்கு வளையல்களை அணிவித்த யாத்ராவோ அவள் நெற்றியில் முத்தம் பதிக்க, அவள் கண்கள் கலந்த, ''தேங்க்ஸ்'' என்றாள்...

''எதுக்குடி?'' என்றான்...

அவளோ அவன் காதருகே எம்பி, ''என்ன அம்மாவாக்குனதுக்கு'' என்று சிரித்தபடி சொல்ல, அவனுக்கோ ஒரு வித வெட்கம் கலந்த புன்னகை...

அவள் விழிகளை பார்த்துக் கொண்டே, ''இன்னும் இந்த குசும்பு குறையவே இல்லை ல'' என்று சொல்ல, ''கூடவே பிறந்தது'' என்று சொல்லி கண் சிமிட்டினாள்...

இப்படியே எல்லோரும் அவளுக்கு வளைகாப்பை அணிவித்து விட, சரண்யாவும் அவளுக்கு வளையல்களை அணிவித்து விட்டாள்...

அவள் அருகே தான் அதியமான் தியாவுடன் நின்று இருக்க, ஆடலரசியோ, ''ரொம்ப கியூட் ஆஹ் இருக்கா... அப்படியே உன்னை போல மான்குட்டி'' என்றாள்...

சரண்யாவோ, ''மான்குட்டியா?'' என்று கேட்க, ஆடலரசியோ, ''ஆமா, மான்குட்டி தான்... என்னை அவன் கன்னுகுட்டின்னு கூப்பிடுவான்... நான் அவனை மான்குட்டின்னு கூப்பிடுவேன்'' என்றாள்...

''பார்க்க வெள்ளை பன்னிக்குட்டி போல இருக்கான்... அவன் மான்குட்டியா?'' என்று வாய்க்குள் முணுமுணுத்துக் கொண்டே, அவளை

பார்த்து புன்னகைத்தாள் சரண்யா...

அவள் பேச்சே அவர்களுக்குள் ஏதோ சரி இல்லை என்று உணர்த்த, ஆடலரசியோ, ''அவன் ரொம்ப நல்லவன்'' என்றாள் இழுவையாக...

''ம்ம் தெரியுது நல்லாவே'' என்று கிண்டலாக சொல்லிக் கொண்டே அதியமானைப் பார்க்க, அவனோ அவளை தான் எரித்து விடுவது போல பார்த்துக் கொண்டே நின்று இருந்தவன், அப்படியே ஆடலரசியைப் பார்த்து, ''அவ கிட்ட எதுக்கு வேஸ்ட்டா பேசிட்டு இருக்க... எப்போ உனக்கு டியூ டேட்?'' என்று கேட்க, சரண்யா அவனை பதிலுக்கு முறைத்து விட்டு, கடந்து செல்ல, ஆடலரசியோ அதியமானிடம், ''இன்னும் நீ வீக்ஸ்ல'' என்றான்...

அவனும் மெலிதாக புன்னகைத்துக் கொண்டே, ''இவங்க தான் கன்னுகுட்டி ஆன்டி'' என்று தியாவிடம் சொல்ல, அவளும், ''கன்னுக்குட்டி ஆன்டி'' என்று மழலை குரலில் அவளை அழைக்க, ஆடலரசியோ, ''சோ ஸ்வீட்'' என்று தியாவை வாங்கி முத்தம் பதித்துக் கொண்டே, ''என்ன பிரச்சனையா இருந்தாலும், சால்வ் பண்ணி சந்தோஷமா நீ இருக்கணும்னு ஆசைப்படுறேன்'' என்றாள் ஆடலரசி...

அவனோ பெருமூச்சுடன் குழந்தையை வாங்கிக் கொண்டே, ஒரு வித்தியாசமான புன்னகையுடன் அங்கிருந்து அகல, அந்த புன்னகையின் அர்த்தம் ஆடலரசிக்கு தெரியவே இல்லை...

இதே சமயம், சரண்யாவின் கண்கள் யாத்ராவை தேடியது...

அவனிடம் பேச வேண்டிய தேவை அவளுக்கு.

யாத்ராவோ வெளியே நின்று அலைபேசியில் யாருடனோ பேசிக் கொண்டு இருக்க, சுற்றும் முற்றும் பார்த்தாள்...

தனியாக தான் நின்று இருந்தான்...

இது தான் சந்தர்ப்பம் என்று அவன் பின்னே போய் நின்று குரலை செரும, அவனோ திரும்பிப் பார்த்துக் கொண்டே, ''அப்புறம் கூப்பிடுறேன் டா'' என்றபடி அலைபேசியை வைத்தவன், ''ம்ம் சொல்லுங்க'' என்றான்...

''சார் கொஞ்சம் பேசணும்'' என்று சொல்லிக் கொண்டே சுற்றும் முற்றும் பார்க்க, ''சுத்தி யாரும் இல்ல... சொல்லுங்க'' என்றான்...

''நீங்க லாயர் தானே'' என்று கேட்டாள்...

''ம்ம்'' என்றான்...

''லா அண்ட் ஆர்டர் மினிஸ்டராவும் இருக்கீங்க... லாயர் ஆவும் இருக்கீங்க... அப்போ சட்டத்தில இருக்கிற எல்லாமே உங்களுக்கு ஆழமா தெரிஞ்சு இருக்கும்னு தெரியும்... அதனால தான் உங்க கிட்ட ஒரு ஹெல்ப் கேட்டு வந்து இருக்கேன்... அடுத்தவங்க போல இல்லாம கொஞ்சம் நேர்மையா யோசிப்பீங்கன்னு தெரியும்'' என்று சொல்ல, அவளை புருவம் சுருக்கி பார்த்துக் கொண்டே, ''என்ன விஷயம்?'' என்று கேட்டான்.

''என்னை இந்த அதியமான் கிட்ட இருந்து எப்படியாவது காப்பாத்தி விடுங்க சார்... சிக்கிட்டு இருக்கேன்... என்னால எதுவும் அவனை பண்ண

முடியாது... விசாரிச்சதுல உங்களால மட்டும் தான் அவனை கொஞ்சம் ஹாண்டில் பண்ண முடியும்னு தோணிச்சு...'' என்று சொன்னாள்...

''வெய்ட் வெய்ட்... எனக்கு உங்க கதை எதுவும் தெரியாது... திடீர்னு கல்யாணம் பண்ணிக்கிட்டான்னு நியூஸ் பார்த்தேன். ரெண்டரை வயசு குழந்தை விஷயமும் கேள்விப்பட்டேன்...'' என்று சொல்லிக் கொண்டே மேலும், ''குழந்தையோட பயாலஜிக்கல் ஃபாதர் யாரு?'' என்று கேட்டான்...

''அது அவன் தான்... ஆனா'' என்று ஆரம்பிக்க, ''என்னை பத்தி கம்ப்ளைன் பண்ணிட்டு இருக்காளா?'' என்று கேட்டுக் கொண்டே அந்த இடத்துக்கு அதியமான் வந்தான்...

யாத்ராவோ அவனை பார்த்து விட்டு அவளைப் பார்க்க, அவள் முகம் இறுகிப் போக, ''கல்யாணம் பண்ணி கொடுமை படுத்திறியா அந்த பொண்ண?'' என்று யாத்ரா நேரடியாகவே அதியமானிடம் கேட்க, அவனோ கையில் இருந்த குழந்தையை அவளிடம் நீட்ட, அவளும் வாங்கிக் கொண்டாள்...

யாத்ராவை பார்த்துக் கொண்டே, ஷேர்ட்டின் பட்டனை கழட்டி, அவன் திண்ணிய மார்பில் இருந்த நகக் கீறல்களை காட்டியவன், ''இதெல்லாம் அவ கீறி வச்சது தான்... ஆனா என் நுனி விரல் கூட அவ மேல பட்டது இல்ல... நான் தான் டா கொடுமைய அனுபவிச்சிட்டு இருக்கேன்... ராட்சசி இவ'' என்றான்...

இப்போது யாத்ரா சரண்யாவைப் பார்க்க, அவளோ, ''சார் நான் தெரிஞ்சு இதெல்லாம்

பண்ணல'' என்று ஆரம்பிக்க, ''ஆமா, அவ துாங்கிட்டு இருந்தா, அவ கை மட்டும் தானா நகர்ந்து வந்து, கீறிட்டு போச்சு'' என்றான்...

யாத்ராவுக்கு அவன் சொன்ன தோரணையில் சிரிப்பு வந்தாலும், அடக்கிக் கொண்டே, சரண்யாவை பார்த்தவன், தனது ஷேர்ட் பாக்கெட்டில் இருந்து தனது விசிட்டிங் கார்டை எடுத்து நீட்டிக் கொண்டே, ''இதுல என்னோட பர்சனல் நம்பர் இருக்கு... இந்த வீகென்ட் கால் பண்ணுங்க... இத பத்தி பேசலாம்'' என்றான்...

அவளும், ''ஓகே சார்'' என்று சொல்லிக் கொண்டே நகர்ந்து விட, அதியமானோ, ''அவளை நம்பாதே.. சரியான திமிர் பிடிச்சவ.. அவ்ளோ தான் சொல்றேன்...'' என்று சொல்ல, அவன் தோளில் கையை போட்ட யாத்ராவோ, ''பேசி பார்த்து முடிவு பண்ணிக்கிறேன்... நீ சாப்பிட வா'' என்று சொல்லி அவனை அழைத்து சென்றான்...

அன்று வளைகாப்பு முடிந்ததுமே, யாத்ராவின் மார்பில் படுத்து இருந்த ஆடலரசியோ, ''எனக்கு பிரசவத்தை நினச்சா பயமா இருக்கு'' என்று சொல்ல, ''நான் இருக்கேன்ல'' என்றான்...

''நீங்க இருந்தா போல என்ன? குழந்தை பெத்துக்க போறது நான் தானே'' என்றாள்...

''உனக்கு எதுவும் ஆகாம, நான் கூடவே இருப்பேன்...'' என்று சொல்ல, அவன் கன்னத்தில் முத்தம் பதித்தாள் பெண்ணவள்...

அடுத்த இரு வாரங்களில் அவளது பிரசவ நாளும் வந்தது...

யாத்ராவும் லேபர் அறைக்குள் சென்றான்...

அவளோ பலத்த போராட்டத்தின் பின்னர் பெண் குழந்தை ஒன்றை பெற்று எடுத்தாள்...

அதனை தூக்கிய யாத்ராவின் இதழ்களில் புன்னகை...

அப்படியே குனிந்து ஆடலரசியின் மார்பில் குழந்தையை வைத்துக் கொண்டே, அவள் நெற்றியில் முத்தம் பதித்தான்...

அடுத்து அவளை அறைக்குள் மாற்றி விட்டார்கள்...

அங்கே தான் ஷண்முகி, குரலரசி, விசித்ரா, மிதிலா, மதுரா என்று எல்லோரும் நின்று இருக்க, யாத்ராவும் கையில் குழந்தையை தூக்கிக் கொண்டே நின்று இருந்தான்...

ஷண்முகியோ, ''நம்ம குடும்ப பேர் வைக்கலாம்...'' என்று சொல்ல, ஆடலரசியோ அதிர்ச்சியுடன், ''மாமா'' என்று யாத்ராவை அழைக்க, யாத்ராவோ சிரிப்பை அடக்கிக் கொண்டே, ''ஆசைப்படி வைக்கட்டுமே... பேச்சரசி, பாடலரசி, நடத்தலரசி, இப்படி ஏதாவது வைக்கட்டுமே'' என்று சொல்ல, அவளோ அவனை முறைத்துப் பார்க்க, ஷண்முகியோ, ''ஆமா, பாடலரசி நல்லா இருக்குல்ல'' என்று ஆரம்பிக்க, ஆடலரசிக்கு கடுப்பு...

"அத்தை... இதெல்லாம் வேணாம்" என்று ஆரம்பிக்க, "அவனுக்கே பிடிச்சு இருக்கு... உனக்கென்ன பிரச்சனை?" என்று கேட்டார் ஷண்முகி...

ஆடலரசியோ, "மாமா" என்று யாத்ராவை அழைக்க, அவனோ சிரித்துக் கொண்டே, "உங்க இஷ்டப்படி என்ன வேணும்னாலும் கூப்பிடலாம்... ஆனா நான் பேர் ரெஜிஸ்டர் பண்ண கொடுத்துட்டேன்" என்றான்...

"என்னது? ரெஜிஸ்டர் பண்ண கொடுத்துட்டியா? என்ன பேர்ப்பா?" என்று குரலரசி, "யாழினி" என்றான்...

"என் குட்டியோட பேர் யாழினி" என்று குழந்தையின் காதில் மெதுவாக சொன்னான்...

அவனிடம் இப்படி ஒரு மென்மையா? எல்லோருக்குமே ஆச்சரியம்...

"பேர் நல்லா இருக்கு மாப்பிள்ளை" என்றார் விசித்ரா... ஷண்முகியோ, "ஆஹ நல்லா தான் இருக்கு... ஆனா பாடலரசி அளவுக்கு இல்ல" என்று சொல்ல, மிதிலாவும் மதுராவும் சிரித்தே விட்டார்கள்...

ஆடலரசியின் இதழ்களில் புன்னகை... கண்ணில் கண்ணீர் நிரம்ப, அவனை பார்த்து கண்ணீருடன் புன்னகைத்துக் கொள்ள, அவனோ குழந்தையை அவள் அருகே கொண்டு வந்து படுக்க வைக்க, ஆடலரசியோ, "இந்த பேர் தான் எனக்கு பிடிக்கும்னு

எப்படி தெரியும்?'' என்று கேட்க, அவனோ, ''உன் நோட் புக் ல பார்த்தேன்'' என்றான்...

அவள் இதழ்களோ தாராளமாக சிரிக்க, ''தேங்க்ஸ்'' என்று சொல்லிக் கொள்ள, அவனோ, அவள் தலையை மெதுவாக வருடி விட்டான்...

அவள் அரணாக இருக்கும் இவன் யாத்ரா சரவணன்...

யாருக்கும் அடங்காதவன், திமிருக்கு அரசன்... யாருக்கும் அடிபணியாத அவன் திமிரும் தலைக்கணமும் அடிபணிவது அவளிடம் மட்டுமே... எதற்கும் கலங்காத அவன் கண்கள் கலங்கியது அவளுக்காக மட்டுமே...

இந்த காதல் தீவிரவாதியான ஆடலரசிக்காக மட்டுமே... அவள் ஒருத்திக்காக மட்டுமே...

இரும்பை உருக்கும் அனல் போல, இந்த யாத்ராவையே காதலினால் உருக வைத்து விட்டாளே ஆடலரசி...

காதல் என்றும் ஆச்சரியங்களின் அணிவகுப்பு தான் போலும்...

முற்றும்...